상황중국어
핵심표현

**지은이 HD어학교재연구회**

중국어 초보자를 위한 단어&어휘 분야, 회화 입문서 등 일상회화에서 실제로 많이 쓰이고 있는 생생한 표현을 담은 중국어교재 저술 및 개발에 힘쓰고 있다. 저서로는 <니하오! 생활중국어 100><우리말처럼 바로바로 써먹는 중한 한중 필수단어왕><왕초보 New Plus 중한단어왕><30일 매일매일 혼자서 끝내는 일상생활 중국어스피킹><Let's go 굿타임 여행중국어>등이 있다.

365일 Let's talk!
# 상황중국어 핵심표현

지 은 이  HD어학교재연구회
본 문 편 집  김현우

펴 낸 날  2016년 7월 15일 초판 5쇄 발행
펴 낸 이  천재민
펴 낸 곳  하다북스
출 판 등 록  2003년 11월 4일 제9-124호
주　　소  서울시 강북구 오패산로30길 74, 경남상가 201호
전　　화  영업부 (02)6221-3020 • 편집부 (02)6221-3021
팩　　스  (02)6221-3040
홈 페 이 지  www.hadabook.com

copyright ⓒ 2016 by Hadabooks
ISBN 978-89-92018-62-3  13720

* 가격은 뒤표지에 있습니다.
* 잘못 만들어진 책은 구입하신 서점에서 교환해 드립니다.

# 이 **책**의 구성

**Talk! Talk!**
**왕초보도 쉽게 말문이 터지는 상황별 중국어 엄선!**
**네이티브가 매일매일 일상에서 즐겨 쓰는 핵심표현!**

회사 업무나 취업 등 여러 가지 이유로 중국사람을 만났을 때, 혹은 중국으로 여행을 떠나 생소한 장소에서 상대방과 대화가 필요했을 때 자신이 알고 있던 몇 마디 중국어조차도 입에서 나오지 않아서 당황했던 기억이 있으셨나요?
"중국사람을 만나면 어떻게 말할까?"
"이럴 땐 중국어로 뭐라고 말할까?"

이 책은 초보자부터 중급자까지 일상의 생활 속에서 자연스럽게 말할 수 있는 회화표현을 선별하여, 중국어에 대한 기초 지식이 없어도 최소한의 의사소통이 가능하도록 구성하였습니다.
일상에서 꼭 필요한 기초회화를 중심으로 혼자서 쉽게 따라할 수 있는 다양한 예문과 즉석에서 바로바로 활용할 수 있는 중국어표현을 담았기 때문에 실제로 통하는 생활중국어를 익힐 수 있습니다.
아울러 본문 전체의 중국어표현에 맞게 바로 찾아 쓸 수 있는 생활영어 표현을 함께 수록하여 학습효과를 두 배로 높였습니다. 또한, 초보자를 위한 한어병음과 네이티브 발음을 살린 한글발음을 표기하여 보다 쉽게 중국어 문장을 읽고 연습할 수 있습니다.

### Point 1 찾기 쉽고 편리한 주제별 상황별 사전식 구성!

전체 13개 Part, 46개의 Chapter, 208개의 상황을 설정하여 주제별 상황별로 나눠 찾기 쉽고 활용하기 간편한 사전식으로 구성하였습니다. 생활 속의 다양한 상황을 설정하고 실생활에서 가장 많이 쓰이는 생생한 중국어표현을 수록하여 중국어회화 실력의 기틀을 다지도록 하였습니다.


### Point 2 왕초보에게 딱 맞는 나만의 중국어 통역사!

이 책은 일상의 생활 속에서 자연스럽게 말할 수 있는 핵심표현을 선별하여 초보자들도 쉽게 활용할 수 있고 최소한의 의사소통이 가능하도록 구성하였습니다. 인사, 의사표현, 인간관계, 만남, 화제, 일상의 장소, 건강, 전화 등 매일매일 일상에서 즐겨 쓰는 기본표현을 중심으로 교통, 쇼핑, 식사, 해외여행, 직업에 이르기까지 즉석에서 바로 활용할 수 있는 알짜 중국어표현을 담았습니다.


### Point 3 중국어표현에 맞게 바로 찾아 쓰는 최신 영어표현!

본문 전체의 중국어표현에 맞게 바로 찾아 쓸 수 있는 생생한 최신 영어표현을 함께 수록하여 제대로 된 의사표현이 가능하도록 하였습니다. 또한, 초보자들이 보다 쉽게 중국어 문장을 읽고 연습할 수 있도록 중국어표현 아래에 한어병음과 네이티브 발음을 살린 한글발음을 함께 표기하였습니다.

# 차례 Contents

## Part 1 인사 Greeting Manners

**01 만났을 때 인사**
1. 평상시에 18
2. 오랜만의 만남 20
3. 우연한 만남 22
4. 낯익은 얼굴을 봤을 때 24

**02 안부 인사**
1. 안부 물을 때 26
2. 안부에 답할 때 28
3. 안색이 안 좋을 때 30

**03 작별 인사**
1. 헤어질 때 32
2. 작별 인사 34
2. 만남을 기약할 때 36
3. 연락처 주고받기 38

**04 소개**
1. 다른 사람 소개하기 40
2. 자기소개 44
3. 소개 받았을 때 46
4. 이름, 호칭 묻기 48

# Part 2 의사 표현 Opinions and Emotions

**01 대화**
1. 질문할 때 52
2. 질문에 답할 때 54
3. 이야기 꺼낼 때 56
4. 소식, 정보 전할 때 58
5. 이해했는지 확인하기 60
6. 맞장구, 농담 62
7. 오해가 생겼을 때 64
8. 못 알아들었을 때 66
9. 말문이 막힐 때 68

**02 의견**
1. 네와 아니오 70
2. 제안이나 의견 72
3. 찬성 의견 74
4. 반대 의견 76
5. 협상, 타협 78
6. 설득할 때 80
7. 예상, 추측 82

**03 기분 표현**
1. 기쁨, 즐거움 84
2. 걱정, 근심 86
3. 슬픔, 절망 88
4. 위로할 때 90
5. 용기, 격려 92
6. 화, 분노 94
7. 당황, 놀라움 96
8. 불평, 비난 98

## Part 3 인간관계 Getting Together

**01 축하와 감사**
1. 축하의 말 102
2. 칭찬할 때 104
3. 기원, 바람 106
4. 감사의 인사 108
5. 답례의 말 110

**02 사과 표현**
1. 사과할 때 112
2. 용서 구하기 115
3. 사과에 답할 때 116

**03 부탁**
1. 부탁할 때 118
2. 부탁 들어줄 때 120
3. 부탁 거절할 때 121
4. 양해, 허락 구하기 122
5. 도움을 청할 때 124
6. 도움을 줄 때 126
7. 사양할 때 127
8. 충고할 때 128
9. 재촉할 때 129

## Part 4 만남 Meeting People

**01 약속**
1. 약속 제안 132
2. 약속하기, 거절 134
3. 장소 정하기 136

　　　　　　　　　　4. 시간 정하기 138
　　　　　　　　　　5. 약속 확인, 변경 140
　　　　　　　　　　6. 약속에 늦거나 어길 때 142

**02 초대와 방문**
　　　　　　　　　　1. 초대하기 144
　　　　　　　　　　2. 초대에 응할 때 146
　　　　　　　　　　3. 초대 거절할 때 147
　　　　　　　　　　4. 환영 인사 148
　　　　　　　　　　5. 방문 시 인사 149
　　　　　　　　　　6. 손님 접대 150
　　　　　　　　　　7. 파티장에서 152
　　　　　　　　　　8. 배웅할 때 153

**03 경조사**
　　　　　　　　　　1. 결혼식 154
　　　　　　　　　　2. 장례식 156

## Part 5 화제 Topics

**01 시간과 날씨**
　　　　　　　　　　1. 시간 물을 때 160
　　　　　　　　　　2. 시간 관련 표현 162
　　　　　　　　　　3. 날짜 물을 때 164
　　　　　　　　　　4. 날짜 관련 표현 165
　　　　　　　　　　5. 요일 물을 때 166
　　　　　　　　　　6. 날씨 물을 때 168
　　　　　　　　　　7. 날씨 관련 표현 170
　　　　　　　　　　8. 기후, 계절 172

## 02 개인의 신상

1. 가족 관계 174
2. 고향, 출신지 176
3. 주거지 177
4. 일, 직업 178
5. 외모 180
6. 성격 182

## 03 취미와 여가시간

1. 취미생활에 대해 184
2. 여가시간의 활동 188
3. TV나 비디오 보기 190

# Part 6　일상의 장소 Everyday Life Place

## 01 우체국에서

1. 일반 우편물 194
2. 전보, 등기 196
3. 소포 보낼 때 197

## 02 은행에서

1. 환전할 때 198
2. 입출금 200
3. 통장 개설, 해약 201
4. 현금자동인출기 202
5. 신용카드, 대출 203

## 03 세탁소에서

1. 세탁물 맡길 때 204
2. 세탁물 찾을 때 206
3. 수선할 때 207

## 04 미용실에서

1. 원하는 헤어스타일 208
2. 머리 자를 때 210
3. 염색, 파마 211

## 05 부동산중개업소

1. 집을 구할 때 212
2. 집 구경할 때 213
3. 계약할 때 214
4. 이사하기 215

## 06 공공기관

1. 관공서 이용 216
2. 도서관 이용 217
3. 경찰서에서 218

## 07 공연장에서

1. 티켓, 공연문의 220
2. 경극&공연 관람 222
3. 영화 볼 때 224
4. 음악 감상&전시회 226

## 08 경기장에서

1. 경기 관람 228
2. 스포츠, 레저 230
3. 헬스클럽에서 232

# Part 7 건강 Health

## 01 건강관리

1. 건강 체크 236
2. 건강 검진 238

## 02 병원에서

1. 진료 예약 240
2. 진찰할 때 242
3. 내과 244
4. 외과 246
5. 치과 248
6. 안과 249
7. 피부과 250
8. 이비인후과 251
9. 진단 252
10. 문병하기 254

## 03 약국에서

1. 약을 살 때 256
2. 복용법 문의 258

# Part 8 전화 Telephone

## 01 전화 통화

1. 전화 걸 때 262
2. 전화 받을 때 264
3. 전화 연결 266
4. 잘못 걸었을 때 267
5. 통화 곤란, 부재중 268
6. 전화 통화 중에 270
7. 메시지 남길 때 272

## 02 전화에 이상이 있을 때

1. 통화불량, 혼선 274
2. 전화 고장 276

**03 전화 관련 표현**
1. 휴대전화 278
2. 국제전화 280

# Part 9 교통 Transportation

**01 길 찾기**
1. 길 물어보기 284
2. 장소, 위치 확인 286
3. 길을 알려줄 때 288

**02 자동차 이용**
1. 운행, 주차 290
2. 주유소, 카센터 292
3. 교통 위반 293
4. 자동차 빌릴 때 294

**03 대중교통**
1. 택시 296
2. 택시 부를 때 298
3. 버스 299
4. 지하철 302
5. 기차표 예매 304
6. 기차 305

# Part 10 쇼핑 Shopping

**01 쇼핑 장소**
1. 상가, 매장 찾기 310
2. 영업시간, 세일 문의 312

## 02 물건 고르기

1. 상점 안에서 314
2. 옷가게에서 316
3. 신발가게에서 318
4. 보석가게에서 319

## 03 계산하기

1. 가격 흥정 320
2. 계산, 포장 322
3. 배달 문의 324
4. 환불 문의 325
5. 물건 교환 326

# Part 11 식사 Eating

## 01 식당 예약

1. 예약할 때 330
2. 자리 잡을 때 332

## 02 식당에서

1. 음식 고르기 334
2. 주문할 때 336
3. 요청할 때 338
4. 주문이 잘못 됐을 때 340
5. 식사시간의 대화 342
6. 계산할 때 344

## 03 식사 관련 표현

1. 가정에서 346
2. 패스트푸드점에서 348
3. 술집에서 350

## Part 12 해외여행 Overseas Travel

**01 공항에서**
1. 체크인, 탑승 문의 356
2. 입국심사, 세관신고 358
3. 수화물 찾기 360

**02 기내에서**
1. 요청할 때 362
2. 기내 식사 364
3. 컨디션이 나쁠 때 365

**03 숙소에서**
1. 호텔 예약 366
2. 체크인 368
3. 비즈니스센터 이용 369
4. 서비스 요청 370
5. 불편사항 신고 372
6. 체크아웃 374
7. 유스호스텔 이용 376

**04 관광하기**
1. 여행안내소 378
2. 관광지에서 380
3. 기념사진 382
3. 친구 만들기 384

**05 여행 트러블**
1. 분실, 도난 386
2. 몸이 아플 때 388
3. 중국어가 안 통할 때 389
4. 곤란한 상황에서 390

## Part 13 직업 Work

**01 학교생활**
1. 입학 준비 394
2. 합격, 수강신청 396
3. 수업시간 398
4. 과제물, 시험 400

**02 직장생활**
1. 구직 402
2. 업무일정, 협조 404
3. 업무처리 406
4. 컴퓨터, 이메일 408
5. 업무회의 410
6. 제품소개, 상담 412
7. 거래, 계약 414

# Part 1 인 사

## Greeting Manners

01 만났을 때 인사

02 안부 인사

03 작별 인사

04 소개

# chapter 01 만났을 때 인사

## 01_ 평상시에

- (친한 사람에게) 안녕!
  Hi! / Hey! / Hello.

  嗨。 / 你好。
  hāi    nǐ hǎo
  하이 / 니하오

- (사랑하는 애인에게) 안녕!
  Hi, honey.

  你好, 亲爱的。
  nǐ hǎo  qīn ài de
  니하오, 친아이더

- (오전) 안녕하세요.
  Good morning.

  早上好。 / 早安。 / 早。
  zǎo shàng hǎo    zǎo ān    zǎo
  자오쌍하오 / 자오안 / 자오

- (오후) 안녕하세요.
  Good afternoon.

  下午好。
  xià wǔ hǎo
  씨아우하오

- (저녁) 안녕하세요.
  Good evening.

  晚上好。
  wǎn shàng hǎo
  완쌍하오

- 안녕히 주무세요.
  Good night.

  晚安。
  wǎn ān
  완안

- 잘 지내세요?
  How are you?

  你过得好吗?
  nǐ guò de hǎo ma
  니 꿔더 하오마

- 어떻게 지내세요?
  How are you doing?

  你过得怎么样?
  nǐ guò de zěn me yàng
  니 꿔더 전머양

- 잘 지내요, 당신은요?
  Fine, thanks. And you?

  我过得好, 你呢?
  wǒ guò de hǎo nǐ ne
  워 꿔더 하오, 니너

- 별일 없으시죠?
  Anything new?

  一切都好吧?
  yí qiè dōu hǎo ba
  이치에 또우 하오바

- 오늘 하루 어땠어요?
  How was your today?

  你今天一天过得怎么样?
  nǐ jīn tiān yì tiān guò de zěn me yàng
  니 찐 티앤 이 티앤 꿔더 전머양

인사

만났을 때

# 02_ 오랜만의 만남

- 정말 오래간만이에요.
  It's been a long time.

  好久不见啦！
  hǎo jiǔ bú jiàn la
  하오 지우 부찌앤라

- 이게 얼마만이에요?
  How long has it been?

  我们这是有多久没见啦？
  wǒ men zhè shì yǒu duō jiǔ méi jiàn la
  워먼 쩌쓰요우 뚜오지우 메이 찌앤라

- 오랜만이다! 어떻게 지냈어?
  Long time no see! How have you been?

  好久不见！你过得好吗？
  hǎo jiǔ bú jiàn    nǐ guò de hǎo ma
  하오지우 부찌앤. 니 꿔더 하오마

- 야! 얼굴 잊어버리겠다.
  Hey, stranger!

  哎呀！都要把你给忘了。
  āi ya    dōu yào bǎ nǐ gěi wàng le
  아이야. 또우야오 바니 게이 왕러

- 요즘 통 못 만났네요.
  I don't see you much these days.

  这几天我们一直都没有见面呢。
  zhè jǐ tiān wǒ men yì zhí dōu méi yǒu jiàn miàn ne
  쩌지티앤 워먼 이즈 또우 메이요우 찌앤 미앤너

□ 정말 오랜만이에요.
I haven't seen you for ages!

真的很久不见了。
zhēn de hěn jiǔ bú jiàn le
쩐더 헌지우 부찌앤러

□ 다시 만나니 정말 반가워요.
It's great to see you again.

很高兴再次见到你。
hěn gāo xìng zài cì jiàn dào nǐ
헌 까오씽 짜이츠 찌앤따오니

□ 정말 만나서 반가워!
What a pleasant surprise!

见到你真的好开心！
jiàn dào nǐ zhēn de hǎo kāi xīn
찌앤따오니 쩐더 하오 카이씬

□ 당신 진짜 많이 변했군요.
You sure have changed.

你真的变了很多。
nǐ zhēn de biàn le hěn duō
니 쩐더 삐앤러 헌뚜오

□ 당신은 하나도 변하지 않았어요.
You haven't changed a bit.

你一点都没变。
nǐ yì diǎn dōu méi biàn
니 이 디앤또우 메이 삐앤

□ 소식이 정말 궁금했어요.
I was wondering about you.

我一直以来很想知道你的消息。
wǒ yì zhí yǐ lái hěn xiǎng zhī dào nǐ de xiāo xi
워 이즈이라이 헌시앙 쯔따오 니더씨아오시

인사

만났을 때

## 03_ 우연한 만남

- 여기서 당신을 만날 줄이야!
  What a nice surprise to see you here!
  真没想到会在这里见到你。
  zhēn méi xiǎng dào huì zài zhè lǐ jiàn dào nǐ
  쩐 메이 시앙따오 후이 짜이 쩌리 찌앤따오니

- 여기서 당신을 만나다니 뜻밖입니다.
  It's strange to see you here.
  居然会在这里见到你。
  jū rán huì zài zhè lǐ jiàn dào nǐ
  쮜란 후이 짜이 쩌리 찌앤따오니

- 이런 곳에서 너를 만나다니!
  Fancy meeting you here!
  居然会在这种地方见到你啊!
  jū rán huì zài zhè zhǒng dì fang jiàn dào nǐ a
  쮜란 후이 짜이 쩌종 띠팡 찌앤따오니아

- 와! 아니 이게 누구야?
  Wow, look who's here!
  哇! 这是谁呀?
  wa zhè shì shéi ya
  와, 쩌쓰쉐이야

- 세상이 정말 좁군요!
  It's a small world!
  这个世界真的很小!
  zhè gè shì jiè zhēn de hěn xiǎo
  쩌꺼 쓰찌에 쩐더 헌 시아오

- 이런 우연이 있다니요!
  What a coincidence!

  会有这么巧合的事啊!
  huì yǒu zhè me qiǎo hé de shì a
  후이요우 쩌머 치아오 허더 쓰아

- 시청엔 웬일이세요?
  What brings you to City Hall?

  你来市政府大厅有什么要事吗?
  nǐ lái shì zhèng fǔ dà tīng yǒu shén me yào shì ma
  니라이 쓰쩡푸 따팅 요우 선머야오쓰마

- 뭐가 그렇게 바빴어요?
  What has kept you so busy?

  你一直在忙什么呢?
  nǐ yì zhí zài máng shén me ne
  니 이쯔짜이 망선머너

- 지금 회사에 있을 시간 아니에요?
  Shouldn't you be at work now?

  现在不是上班时间吗?
  xiàn zài bú shì shàng bān shí jiān ma
  씨앤짜이 부쓰쌍빤스찌앤마

- 우리 요즘 자주 만나는군요.
  We seem to run into each other often lately.

  我们近来经常见面耶。
  wǒ men jìn lái jīng cháng jiàn miàn ye
  워먼 찐라이 찡창 찌앤미앤 이에

- 그동안 뭐하며 살았어요?
  What have you been doing?

  这段时间你是怎么过的?
  zhè duàn shí jiān nǐ shì zěn me guò de
  쩌뚜안 스찌앤 니쓰전머 꿔더

인사

만났을 때

# 04_ 낯익은 얼굴을 봤을 때

☐ 우리 전에 만난 적 있지 않나요?
Have we met before?

我们是不是见过面啊?
wǒ men shì bú shì jiàn guò miàn a
워먼 쓰부쓰 찌앤꿔 미앤아

☐ 실례지만 제가 아는 분 같은데요?
Excuse me, don't I know you?

不好意思, 我好像认识你。
bù hǎo yì si  wǒ hǎo xiàng rèn shi nǐ
뿌하오이스, 워하오씨앙 런스니

☐ 혹시 왕핑 씨 아닌가요?
Are you Mr. Wangping by any chance?

请问, 您是不是王平先生?
qǐng wèn  nín shì bú shì wáng píng xiān sheng
칭원, 닌 쓰부쓰 왕핑씨앤성

☐ 어딘가에서 본 것 같은 생각이 들어요.
I think I saw you somewhere.

我好像在哪儿见过你。
wǒ hǎo xiàng zài nǎr jiàn guò nǐ
워 하오씨앙 짜이날 찌앤꿔니

☐ 야, 나 기억나니?
Hey, do you remember me?

喂, 你记得我吗?
wèi  nǐ jì de wǒ ma
웨이, 니 찌더 워마

- 저를 아세요?
  Do I know you?
  ### 你认识我吗？
  nǐ rèn shi wǒ ma
  니 런스워 마

- 낯이 익은 것 같아요.
  Your face does look familiar.
  ### 你看上去很面熟。
  nǐ kàn shàng qù hěn miàn shú
  니 칸쌍취 헌 미앤수

- 당신인 줄 알았어요.
  I knew it was you.
  ### 我就知道是你。
  wǒ jiù zhī dào shì nǐ
  워 찌우 쯔따오 쓰니

- 학교 어디서 다녔어요?
  Where did you go to school?
  ### 你曾经在哪所学校读书？
  nǐ céng jīng zài nǎ suǒ xué xiào dú shū
  니 청찡 짜이 나수오쉬에씨아오 두쑤

- 당신 사람을 잘못 보신 것 같군요.
  You have got the wrong person.
  ### 你看错人了。
  nǐ kàn cuò rén le
  니 칸춰런러

- 미안합니다, 제가 잘못 봤어요.
  I'm sorry. I took you for someone else.
  ### 不好意思，我看错人了。
  bù hǎo yì si   wǒ kàn cuò rén le
  뿌하오이스, 워 칸춰 런러

인사

만났을 때

# chapter 02 안부 인사

## 01_ 안부 물을 때

- 어떻게 지냈어요?
  How have you been?

  你 是 怎 么 过 的 ?
  nǐ shì zěn me guò de
  니쓰전머 꿔더

- 요즘 별 일 없으시죠?
  How is life treating you lately?

  近 来 你 过 得 好 吗 ?
  jìn lái nǐ guò de hǎo ma
  찐라이 니 꿔더하오마

- 요즘도 여전히 바쁘세요?
  Are you as busy as ever?

  你 最 近 依 然 那 么 忙 碌 吗 ?
  nǐ zuì jìn yī rán nà me máng lù ma
  니 쭈이찐 이란 나머 망루마

- 사업은 잘 되세요?
  How's your business doing?

  你 事 业 顺 利 吗 ?
  nǐ shì yè shùn lì ma
  니 쓰이에 쑨리마

- 가족들은 다 안녕하시죠?
  How is your family?

  你 家 人 都 好 吗 ?
  nǐ jiā rén dōu hǎo ma
  니 찌아런 또우 하오마

- 부모님은 안녕하신지요?
  How are your parents?
  ### 你父母亲都好吗?
  nǐ fù mǔ qīn dōu hǎo ma
  니 푸무친 또우 하오마

- 모두들 잘 지내시나요?
  How's everyone getting along?
  ### 大家都好吗?
  dà jiā dōu hǎo ma
  따찌아 또우 하오마

- 당신 좋아 보여요.
  You look very well.
  ### 你看起来气色很好。
  nǐ kàn qǐ lái qì sè hěn hǎo
  니 칸치라이 치써 헌 하오

- 주말 잘 지냈어요?
  How was your weekend?
  ### 你周末过得好吗?
  nǐ zhōu mò guò de hǎo ma
  니 쪼우모 꿔더 하오마

- 휴가는 어떻게 보냈어요?
  How did you enjoy your vacation?
  ### 假期你是怎么过的?
  jià qī nǐ shì zěn me guò de
  찌아치 니쓰 전머 꿔더

- 여행은 어땠어요?
  How was the trip?
  ### 旅行怎么样?
  lǚ xíng zěn me yàng
  뤼싱 전머양

인사

안부인사

## 02_ 안부에 답할 때

□ 저는 잘 지냈어요.
I've been well.

我过得还好。
wǒ guò de hái hǎo
워 꿔더 하이 하오

□ 덕분에 잘지내요.
I'm fine.

托你的福，我过得很好。
tuō nǐ de fú  wǒ guò de hěn hǎo
투오 니더푸, 워 꿔더 헌하오

□ 아주 좋아요. 저는 잘 지내요.
Pretty good. I'm very well.

非常好，我过得很好。
fēi cháng hǎo  wǒ guò de hěn hǎo
페이창하오, 워 꿔더 헌하오

□ 매일 그렇게 지내죠.
Same as usual.

每天都是老样子啊。
měi tiān dōu shì lǎo yàng zi a
메이티앤 또우쓰 라오양즈아

□ 늘 똑같죠 뭐.
Same as always.

老样子啦。
lǎo yàng zi la
라오양즈라

- 모든 일이 다 잘 되고 있어요.
  Everything is going great.
  一切都很好。
  yí qiè dōu hěn hǎo
  이치에 또우 헌하오

- 저는 일 때문에 좀 바빴어요.
  I have been busy with work.
  我因为一些事情忙碌了一阵子。
  wǒ yīn wèi yì xiē shì qing máng lù le yí zhèn zi
  워 인웨이 이씨에쓰칭 망루러 이쩐즈

- 항상 바쁘네요.
  I'm still busy as ever.
  一直都很忙。
  yì zhí dōu hěn máng
  이즈또우 헌망

- 가족들은 모두 건강하게 지내요.
  My family are all very well.
  我家人都很好。
  wǒ jiā rén dōu hěn hǎo
  워 찌아런 또우 헌하오

- 모두 잘 지내요.
  They are all very well.
  大家过得都很好。
  dà jiā guò de dōu hěn hǎo
  따찌아 꿔더 또우 헌하오

- 부모님께 안부 전해주세요.
  Give my regards to your parents.
  请代我向你的父母亲问好。
  qǐng dài wǒ xiàng nǐ de fù mǔ qīn wèn hǎo
  칭 따이워 씨앙 니더 푸무친 원하오

인사

안부인사

# 03_ 안색이 안 좋을 때

- 괜찮으세요?
  Are you feeling OK?

  还 好 吧 ?
  hái hǎo ba
  하이하오바

- 기운이 없어 보이네요.
  You look worn out.

  你 看 上 去 好 像 很 没 有 力 气。
  nǐ kàn shàng qù hǎo xiàng hěn méi yǒu lì qi
  니 칸쌍취 하오 씨앙헌 메이요우 리치

- 안색이 안 좋아 보여. 무슨 일이 있어?
  You look down. What's wrong?

  你 好 像 脸 色 不 好, 有 什 么 事 吗?
  nǐ hǎo xiàng liǎn sè bù hǎo yǒu shén me shì ma
  니 하오씨앙 리앤써뿌하오, 요우 선머쓰마

- 요즘 평소 같지 않아 보이는군요.
  You don't seem yourself lately.

  你 最 近 好 像 跟 往 常 不 一 样。
  nǐ zuì jìn hǎo xiàng gēn wǎng cháng bù yí yàng
  니 쭈이찐 하오 씨앙 껀 왕창 뿌이양

- 무슨 안 좋은 일 있어요?
  Is there something wrong?

  有 什 么 不 好 的 事 吗?
  yǒu shén me bù hǎo de shì ma
  요우선머 뿌하오더 쓰마

□ 오늘 몸이 좋지 않아요.
I'm under the weather today.

我 今 天 身 体 不 太 舒 服。
wǒ jīn tiān shēn tǐ bú tài shū fu
워 찐티앤 썬티 부타이 쑤푸

□ 오늘 참 힘든 하루였어요.
It's been a tough day.

今 天 真 是 一 个 很 难 熬 的 一 天。
jīn tiān zhēn shì yí gè hěn nán áo de yì tiān
찐티앤 쩐쓰이꺼 헌 난아오더 이티앤

□ 일 때문에 스트레스를 받아요.
I'm stressed out from work.

我 因 为 工 作 上 的 事 很 烦 垴。
wǒ yīn wèi gōng zuò shàng de shì hěn fán nǎo
워 인웨이 꽁쭤쌍더쓰 헌 판나오

□ 좀 쉬지 그래요?
Why don't you get some rest?

你 为 什 么 不 休 息 一 下 呢?
nǐ wèi shén me bù xiū xi yí xià ne
니 웨이선머 뿌씨우시 이씨아너

□ 당신은 휴식을 취해야 해요.
You should take a rest.

你 应 该 好 好 休 息。
nǐ yīng gāi hǎo hǎo xiū xi
니 잉까이 하오하오 씨우시

□ 병원에 가보지 그래요.
You should see the doctor.

你 还 是 去 医 院 看 看 吧。
nǐ hái shì qù yī yuàn kàn kan ba
니 하이쓰 취이위앤 칸칸바

인사

안부인사

# chapter 03 작별 인사

## 01_ 헤어질 때

- 나는 갈게요.
  I'm off now.

  我 走 了。
  wǒ zǒu le
  워조우러

- 저는 이만 가야겠어요.
  I have got to be going.

  我 该 走 了。
  wǒ gāi zǒu le
  워 까이 조우러

- 이제 집에 가야겠어요.
  I've got to get home.

  我 该 回 家 了。
  wǒ gāi huí jiā le
  워 까이 후이찌아러

- 벌써 집에 가려고요?
  Are you going home already?

  这 么 快 就 要 回 家 呀?
  zhè me kuài jiù yào huí jiā ya
  쩌머콰이 찌우야오 후이찌아야

- 아쉽지만 가야겠어요.
  I'm sorry but I should get going.

  不 好 意 思, 我 该 走 了。
  bù hǎo yì si   wǒ gāi zǒu le
  뿌하오이스, 워까이조우러

- 사무실에 다시 들어가야 할 시간이에요.
  Time to head back to the office.

  我 该 回 办 公 室 了。
  wǒ gāi huí bàn gōng shì le
  워 까이 후이 빤꽁쓰러

- 벌써 시간이 이렇게 됐네요. 이만 갑시다.
  Look at the time. Let's head out.

  时 间 不 早 了, 我 该 走 了。
  shí jiān bù zǎo le  wǒ gāi zǒu le
  스찌앤뿌자오러, 워 까이 조우러

- 우리 이만 갈까요?
  Are we ready to leave?

  我 们 走 吧, 好 不 好?
  wǒ men zǒu ba  hǎo bù hǎo
  워먼 조우바, 하오뿌하오

- 너무 시간이 늦었어요. 이만 가야겠어요.
  It's getting late. I have got to be going.

  时 间 很 晚 了, 我 该 走 了。
  shí jiān hěn wǎn le  wǒ gāi zǒu le
  쓰찌앤 헌완러, 워 까이 조우러

- 그래요. 좀 늦었네요.
  Yes, it's a little late.

  好 吧, 是 有 点 儿 晚 了。
  hǎo ba  shì yǒu diǎnr wǎn le
  하오바, 쓰 요우디앨 완러

- 이제 그만 떠나요.
  Let's hit the road!

  我 们 该 上 路 了。
  wǒ men gāi shàng lù  le
  워먼 까이 쌍루러

인사

작별인사

## 02_ 작별 인사

☐ 안녕히 가세요. 잘 지내세요.
Good bye. Take care.

请走好, 保重。
qǐng zǒu hǎo  bǎo zhòng
칭 조우하오, 바오쫑

☐ 잘 가요.
Bye for now.

请慢走。
qǐng màn zǒu
칭 만조우

☐ 고마워요. 즐거웠습니다.
Thanks, I've had a good time.

多谢, 我玩得很开心。
duō xiè  wǒ wánr de hěn kāi xīn
뚜오씨에, 워 와알더 헌카이씬

☐ 정말 유익한 모임이었어요.
This has been a very productive meeting.

真是一个有意义的聚会呀。
zhēn shì yí gè yǒu yì yì de jù huì ya
쩐쓰이꺼 요우 이이더 쮜후이야

☐ 잘 가요. 오늘 이야기 즐거웠어요.
Bye. I must say it's been fun talking to you.

走好。今天我们谈得很开心。
zǒu hǎo  jīn tiān wǒ men tán de hěn kāi xīn
조우하오. 찐티앤 워먼 탄더 헌 카이씬

- 내일 봅시다.
  I guess I'll see you tomorrow.
  明天见。
  míng tiān jiàn
  밍티앤 찌앤

- 오늘 와주셔서 감사합니다.
  I'm so glad that you're here.
  今天你来了, 我很高兴。
  jīn tiān nǐ lái le   wǒ hěn gāo xìng
  찐티앤 니라이러, 워헌 까오씽

- 또 봐요. 연락할게요.
  See you later. I'll be in touch.
  再见。我给你打电话。
  zài jiàn   wǒ gěi nǐ dǎ diàn huà
  짜이찌앤. 워 게이니 다띠앤화

- 좋아요. 제가 편지 쓸게요.
  Sure, I'll write you.
  好的, 我给你写信。
  hǎo de   wǒ gěi nǐ xiě xìn
  하오더, 워 게이니 시에씬

- 오늘 만나 뵙게 되서 반가웠습니다.
  It was a pleasure meeting you.
  今天见到你很高兴。
  jīn tiān jiàn dào nǐ hěn gāo xìng
  찐티앤 찌앤따오니 헌까오씽

- 행운을 빌어요.
  I'll keep my fingers crossed for you.
  祝你好运!
  zhù nǐ hǎo yùn
  쭈니 하오윈

인사

작별인사

# 03_ 만남을 기약할 때

□ 연락하고 지내요!
　Let's keep in touch!

　我们要保持联络呀。
　wǒ men yào bǎo chí lián luò　ya
　워먼야오 바오츠 리앤뤄야

□ 다음에 봐요.
　See you next time.

　下回见。
　xià huí jiàn
　씨아후이 찌앤

□ 나중에 또 봐요.
　I will see you again.

　改天见。
　gǎi tiān jiàn
　가이티앤 찌앤

□ 나중에 한번 연락주세요.
　Give me a call sometime.

　改天给我打个电话。
　gǎi tiān gěi wǒ dǎ gè diàn huà
　가이티앤 게이워 다꺼 띠앤화

□ 우리 언제 다시 한번 만나요.
　We should do this again soon.

　我们改天再见个面吧。
　wǒ men gǎi tiān zài jiàn gè miàn ba
　워먼 가이티앤 짜이찌앤 꺼미앤바

- 떠나기 전에 한번 만났으면 좋겠어요.
  I hope to see you before I go.
  临走以前我想再见你一面。
  lín zǒu yǐ qián wǒ xiǎng zài jiàn nǐ yí miàn
  린조우 이치앤 워시앙 짜이찌앤 니이미앤

- 언제 다시 만날까요?
  When shall we meet again?
  我们什么时候再聚一次?
  wǒ men shén me shí hòu zài jù yí cì
  워먼 선머스호우 짜이 쮜이츠

- 조만간 모임을 다시 하죠.
  Let's have another get-together soon.
  我们很快再聚一次吧。
  wǒ men hěn kuài zài jù yí cì ba
  워먼 헌콰이 짜이 쮜이츠바

- 곧 만납시다.
  Let's get together soon.
  我们快点见面吧。
  wǒ men kuài diǎn jiàn miàn ba
  워먼 콰이디앤 찌앤미앤바

- 우리 좀더 자주 만나요.
  We should get together more often.
  我们经常见面吧。
  wǒ men jīng cháng jiàn miàn ba
  워먼 찡창 찌앤미앤바

- 그 때가 기다려지는군요.
  I'll be looking forward to it.
  我很期盼那一天。
  wǒ hěn qī pàn nà yì tiān
  워 헌 치판 나이티앤

인사

작별인사

## 04_ 연락처 주고받기

□ 당신과 어떻게 하면 연락할 수 있어요?
　How can I get hold of you?

　　我 怎 么 跟 你 联 络 呢？
　　wǒ zěn me gēn nǐ lián luò ne
　　　워 전머 껀니 리앤뤄너

□ 당신의 연락처를 알 수 있을까요?
　Can I have your contact number?

　　请 你 告 诉 我 你 的 电 话 号 码, 好 吗？
　　qǐng nǐ gào sù wǒ nǐ de diàn huà hào mǎ　hǎo ma
　　　칭니 까오쑤워 니더 띠앤화 하오마, 하오마

□ 여기 제 명함입니다.
　Here's my business card.

　　这 是 我 的 名 片。
　　zhè shì wǒ de míng piàn
　　　쩌쓰 워더 밍피앤

□ 제 전화번호를 알려드릴게요.
　I'll give you my phone number.

　　我 告 诉 你 我 的 电 话 号 码。
　　wǒ gào sù nǐ wǒ de diàn huà hào mǎ
　　　워 까오쑤니 워더 띠앤화 하오마

□ 내 휴대폰 번호를 알려줄게요.
　I will tell you my cell number.

　　我 告 诉 你 我 的 手 机 号 码。
　　wǒ gào sù nǐ wǒ de shǒu jī hào mǎ
　　　워 까오쑤니 워더 소우찌 하오마

□ 팩스번호가 어떻게 됩니까?
Can I have your fax number?

请问, 你的传真号码是多少?
qǐng wèn  nǐ de chuán zhēn hào mǎ shì duō shǎo
칭원, 니더 추안쩐하오마 쓰뚜오사오

□ 저와 통화하려면 이 번호로 연락주세요.
You can reach me at this number.

你打这个号码可以找到我。
nǐ dǎ zhè gè hào mǎ kě yǐ zhǎo dào wǒ
니다쩌꺼 하오마 커이 자오따오워

□ 이 번호로 하면 언제나 연락이 되나요?
Are you at this number all the time?

打这个号码可以随时找到你吗?
dǎ zhè gè hào mǎ kě yǐ suí shí zhǎo dào nǐ ma
다쩌꺼 하오마 커이수이스 자오따오니마

□ 다른 연락처가 있습니까?
Do you have another contact number?

有没有别的联络号码?
yǒu méi yǒu bié de lián luò hào mǎ
요우메이요우 비에더 리앤뤄 하오마

□ 이메일 주소 좀 알려주시겠어요?
Could you tell me your e-mail address?

请你告诉我你的伊妹儿, 好吗?
qǐng nǐ gào sù wǒ nǐ de yī mèir hǎo ma
칭니까오쑤워니더 이멀, 하오마

□ 제 사무실로 연락주세요.
I'll be in my office. You can catch me there.

请把电话打到我的办公室。
qǐng bǎ diàn huà dǎ dào wǒ de bàn gōng shì
칭바띠앤화 다따오워더 빤꽁쓰

인사

작별인사

# chapter 04 소개

## 01_ 다른 사람 소개하기

☐ 소개해주고 싶은 사람이 있어요.
I want you to meet someone.

我 想 介 绍 一 个 人 给 你。
wǒ xiǎng jiè shào yí gè rén gěi nǐ
워시앙찌에싸오 이꺼런게이니

☐ 존과 인사할래요?
Do you want to say, "Hi" to John?

跟 约 翰 打 个 招 呼, 好 吗?
gēn yuē hàn dǎ gè zhāo hu hǎo ma
껀위에한다꺼 짜오후, 하오마

☐ 두 사람 전에 인사 나눈 적 있어요?
Have you two met before?

你 们 两 个 人 以 前 见 过 面 吗?
nǐ men liǎng gè rén yǐ qián jiàn guò miàn má
니먼리앙꺼런 이치앤 찌앤꿔미앤마

☐ 당신을 모두에게 소개할게요.
I'll introduce you all round.

我 要 把 你 介 绍 给 大 家。
wǒ yào bǎ nǐ jiè shào gěi dà jiā
워야오바니 찌에싸오게이 따찌아

☐ 밀러 씨, 이 분은 존슨 씨입니다.
Mr. Miller, this is Mr. Johnson.

密 乐 先 生, 这 位 是 约 翰 逊 先 生。
mì lè xiān sheng zhè wèi shì yuē hàn xùn xiān sheng
미러씨앤성, 쩌웨이쓰 위에한쒼씨앤성

□ 그는 나의 상사입니다.
　He's my boss.

> 他 是 我 的 上 司。
> tā shì wǒ de shàng sī
> 타쓰워더 쌍쓰

□ 저와 함께 일하는 동료 마이크입니다.
　This is my colleague, Mr. Mike.

> 这 位 是 我 的 同 事, 麦 克 先 生。
> zhè wèi shì wǒ de tóng shì mài kè xiān sheng
> 쩌웨이쓰워더통쓰, 마이커씨앤성

□ 우리는 몇 년 동안 함께 일했습니다.
　We worked together for a couple of years.

> 我 们 一 起 工 作 好 几 年 了。
> wǒ men yì qǐ gōng zuò hǎo jǐ nián le
> 워먼이치꽁쭤 하오지니앤러

□ 이 분은 영업부의 천재민 씨입니다.
　This is Mr. Chun Jaemin of the sales department.

> 这 位 是 销 售 部 的 千 宰 旻 先 生。
> zhè wèi shì xiāo shòu bù de qiān zǎi mín xiān sheng
> 쩌웨이쓰 씨아오 쏘우뿌더 치앤자이민 씨앤성

□ 그녀는 병원에서 일합니다.
　She works for a hospital.

> 她 在 医 院 工 作。
> tā zài yī yuàn gōng zuò
> 타짜이 이위앤 꽁쭤

□ 그는 이 은행의 지점장입니다.
　He's the branch manager of this bank.

> 他 是 这 家 银 行 分 行 的 总 经 理。
> tā shì zhè jiā yín háng fēn háng de zǒng jīng lǐ
> 타쓰쩌 찌아인항펀항더 종찡리

**인사 소개**

□ 그는 총지배인을 맡고 있습니다.
He's a general manager.

他 是 总 经 理。
tā shì zǒng jīng lǐ
타쓰종 찡리

□ 그녀는 이 부서의 책임자입니다.
She's the manager of this section.

她 是 这 个 部 门 的 经 理。
tā shì zhè gè bù mén de jīng lǐ
타쓰쩌꺼뿌먼더 찡리

□ 제 친구를 소개하겠습니다.
I'd like you to meet a friend of mine.

我 想 给 你 认 识 一 下 我 的 朋 友。
wǒ xiǎng gěi nǐ rèn shi yí xià wǒ de péng you
워시앙게이니 런스이씨아 워더 펑요우

□ 제 친구 마이크를 소개하겠습니다.
Allow me to introduce you to my friend Mike.

我 给 您 认 识 一 下 我 的 朋 友 麦 克。
wǒ gěi nín rèn shi yí xià wǒ de péng yǒu mài kè
워게이닌 런스이씨아 워더펑요우 마이커

□ 우리는 함께 자랐죠.
We grew up together.

我 们 是 一 起 长 大 的。
wǒ men shì yì qǐ zhǎng dà de
워먼쓰이치 쟝따더

□ 우리는 대학 때부터 알고 지낸 사이죠.
We know each other from college.

我 们 从 大 学 时 期 就 已 经 认 识 了。
wǒ men cóng dà xué shí qī jiù yǐ jīng rèn shi le
워먼총따쉬에스치 찌우이찡런스러

- 이분은 저의 아버님이십니다.
  This is my father.

  这 位 是 我 的 父 亲。
  zhè wèi shì wǒ de fù qin
  쩌웨이쓰 워더 푸친

- 이분은 저의 어머님이세요. 그녀는 주부입니다.
  This is my mother. She is a housewife.

  这 位 是 我 的 母 亲 。 她 是 家 庭 主 妇。
  zhè wèi shì wǒ de mǔ qin    tā shì jiā tíng zhǔ fù
  쩌웨이쓰워더 무친. 타쓰 찌아팅주푸

- 실례지만 밀러 씨 부부이신가요?
  Excuse me, are you Mr. and Mrs. Miller?

  请 问 你 们 是 密 乐 夫 妇 吗?
  qǐng wèn nǐ men shì mì lè fū fù ma
  칭원니먼쓰 미러푸푸마

- 존슨 씨, 제 아내입니다.
  Mr. Johnson, meet my wife.

  约 翰 逊 先 生， 这 是 俄 太 太。
  yuē hàn xùn xiān sheng  zhè shì wǒ tài tai
  위에한쒼씨앤셩, 쩌쓰워 타이타이

- 존, 여기는 내 여동생 수진이야.
  John, this is my sister Su-Jin.

  约 翰， 这 是 我 的 妹 妹 淑 真。
  yuē hàn   zhè shì wǒ de mèi mei shū zhēn
  위에한, 쩌쓰워더메이메이 쑤쩐

- 이쪽은 내 남동생이고, 기술자입니다.
  This is my brother. He's an engineer.

  这 是 我 的 弟 弟， 他 是 工 程 师。
  zhè shì wǒ de dì di    tā shì gōng chéng shī
  쩌쓰워더 띠디, 타쓰꽁청쓰

## 02_ 자기소개

□ 소개부터 시작할까요?
　Why don't we begin with an introduction?

　　我们先做一下自我介绍，好吗？
　　wǒ men xiān zuò yí xià zì wǒ jiè shào  hǎo ma
　　워먼씨앤 쭤이씨아 쯔워찌에싸오, 하오마

□ 인사를 나눈 적이 없는 것 같군요.
　I don't think we have been introduced.

　　我们以前好像没见过面。
　　wǒ men yǐ qián hao xiàng méi jiàn guò miàn
　　워먼이치앤 하오씨앙 메이찌앤꿔미앤

□ 제 소개를 하겠습니다.
　Let me introduce myself.

　　我来做一下自我介绍吧。
　　wǒ lái zuò yí xià zì wǒ jiè shào ba
　　워라이쭤이씨아 쯔워찌에싸오바

□ 안녕하세요, 저는 이수진이라고 합니다.
　Hello, I'm Lee Su-Jin.

　　大家好，我是李淑真。
　　dà jiā hǎo    wǒ shì lǐ shū zhēn
　　따찌아하오, 워쓰 리쑤쩐

□ 저는 이수진이라고 합니다. 그냥 수진이라고 부르세요.
　I'm Lee Su-Jin. Just call me Su-Jin.

　　我叫李淑真，请叫我淑真好了。
　　wǒ jiào lǐ shū zhēn    qǐng jiào wǒ shū zhēn hǎo le
　　워찌아오 리쑤쩐, 칭찌아오워 쑤쩐하오러

□ 저는 서울 출신이에요.
　I'm from Seoul.

　　我 来 自 首 尔。
　　wǒ lái zì shǒu ěr
　　　워라이쯔 소우얼

□ 저는 서울에서 태어나고 자랐어요.
　I was born and raised in Seoul.

　　我 生 长 在 首 尔。
　　wǒ shēng zhǎng zài shǒu ěr
　　　워 썽장짜이소우얼

□ 저는 27살입니다.
　I'm 27 years old.

　　我 二 十 七 岁。
　　wǒ èr shí qī suì
　　　워 얼스치쑤이

□ 제 생일은 5월 31일입니다.
　My birthday is at the end of May.

　　俄 的 生 日 是 五 月 三 十 一 号。
　　wǒ de shēng rì shì wǔ yuè sān shí yī hào
　　　워더 썽르쓰 우위에싼스이하오

□ 저는 컴퓨터와 관련된 일을 해요.
　I am in computers.

　　我 的 工 作 跟 电 脑 有 关。
　　wǒ de gōng zuò gēn diàn nǎo yǒu guān
　　　워더 꽁쭤 껀띠앤나오 요우꾸안

□ 저는 출판사에서 근무합니다.
　I work for a publishing company.

　　我 在 出 版 社 工 作。
　　wǒ zài chū bǎn shè gōng zuò
　　　워짜이추반써 꽁쭤

인사

소개

## 03_ 소개 받았을 때

□ 만나서 반갑습니다.
Nice to meet you.
### 认识你很高兴。
rèn shi nǐ hěn gāo xìng
런스니 헌까오씽

□ 만나서 영광입니다.
I'm honored to meet you.
### 认识你很荣幸。
rèn shi nǐ hěn róng xìng
런스니 헌롱씽

□ 저야말로 반갑습니다.
Nice to meet you, too.
### 我也很荣幸认识你。
wǒ yě hěn róng xìng rèn shi nǐ
워이에헌롱씽 런스니

□ 당신을 만나게 되어 아주 기쁩니다.
I'm very pleased to meet you.
### 认识你我非常高兴。
rèn shi nǐ wǒ fēi cháng gāo xìng
런스니 워페이창 까오씽

□ 꼭 한번 만나 뵙고 싶었습니다.
It's a pleasure to have finally met you.
### 我真的一直想要见你一面呢。
wǒ zhēn de yì zhí xiǎng yào jiàn nǐ yí miàn ne
워쩐더 이즈 시앙야오 찌앤니이미앤너

- 당신을 늘 만나고 싶었어요.
  I have always wanted to meet you.

  我 一 直 以 来 都 在 期 盼 见 你 一 面。
  wǒ yì zhí yǐ lái dōu zài qī pàn jiàn nǐ yí miàn
  워이즈이라이 또우짜이 치판 찌앤니이미앤

- 처음 뵙는 것 같아요.
  I don't think we've met before.

  我 们 不 曾 见 过 面。
  wǒ men bù céng jiàn guò miàn
  워먼뿌청 찌앤꿔 미앤

- 말씀 많이 들었습니다.
  I've heard a lot about you.

  久 仰 您 的 大 名。
  jiǔ yǎng nín de dà míng
  지우양 닌더 따밍

- 알아요. 새로 오신 분이시죠?
  I see. You are new, right?

  我 知 道, 你 是 新 来 的 吧?
  wǒ zhī dào nǐ shì xīn lái de ba
  워쯔따오, 니쓰 씬라이더바

- 무슨 일을 하시나요?
  What do you do for a living?

  你 做 什 么 工 作?
  nǐ zuò shén me gōng zuò
  니쭤 선머꽁쭤

- 당신과 더 친해졌으면 좋겠습니다.
  I hope we can get to know each other better.

  我 希 望 我 们 能 相 处 得 更 好。
  wǒ xī wàng wǒ men néng xiāng chǔ de gèng hǎo
  워 씨왕 워먼 넝 씨앙추더 껑 하오

인사

소개

# 04_ 이름, 호칭 묻기

□ 성함이 어떻게 되세요?
What's your name?

你叫什么名字?
nǐ jiào shén me míng zì
니 찌아오 선머밍쯔

□ 실례지만 성함이 어떻게 되시나요?
Excuse me, could I get your name please?

请问, 您叫什么名字?
qǐng wèn nín jiào shén me míng zì
칭원, 닌 찌아오선머 밍쯔

□ 당신의 성함을 아직 못 들은 것 같습니다.
I don't believe I got your name.

我还不知道你叫什么名字。
wǒ hái bù zhī dào nǐ jiào shén me míng zì
워하이 뿌쯔따오 니찌아오 선머 밍쯔

□ 이름을 다시 말씀해 주십시오.
What was your first name again?

请你再说一遍你的姓名。
qǐng nǐ zài shuō yí biàn nǐ de xìng míng
칭니 짜이쑤오이삐앤 니더 씽밍

□ 당신 이름의 철자를 알려주십시오.
Could you spell your first name for me?

请问您名字怎么写?
qǐng wèn nín míng zì zěn me xiě
칭원 닌 밍쯔 전머시에

□ 당신을 어떻게 불러야 하나요?
  What should I call you?

  我 怎 么 称 呼 你 呢?
  wǒ zěn me chēng hū nǐ ne
  워 전머 청후니너

□ 당신을 어떻게 부르면 될까요?
  What would you like me to call you?

  你 想 让 我 怎 么 称 呼 你?
  nǐ xiǎng ràng wǒ zěn me chēng hū nǐ
  니시앙 랑워 전머 청후니

□ 당신 이름의 애칭은 어떻게 되나요?
  What is the nick-name for your first name?

  你 的 别 名 是 什 么?
  nǐ de bié míng shì shén me
  니더 비에밍 쓰선머

□ 대니라고 불러도 될까요?
  Mind if I call you Dany?

  叫 你 戴 妮, 好 吗?
  jiào nǐ dài nī hǎo ma
  찌아오니 따이니, 하오마

### 직업명

회사원 公司职员 [gōng sī zhí yuán 꽁쓰즈위앤]
은행원 银行职员 [yín xíng zhí yuán 인싱즈위앤]
공무원 公务员 [gōng wù yuán 꽁우위앤]
운동선수 运动选手 [yùn dòng xuǎn shǒu 윈똥 쉬앤소우]
선생님 老师 [lǎo shī 라오쓰]    변호사 律师 [lǜ shī 뤼쓰]
의사 医生 [yī shēng 이씽]    간호사 大夫 [dài fu 따이푸]
화가 画家 [huà jiā 후아찌아]    디자이너 设计师 [shè jì shī 써찌쓰]

인사

소개

생활중국어에 도움을 주는 알짜 Key-word

# 1 인사를 하다

어떻게 지내세요? 你好吗？ [nǐ hǎo ma 니하오마]

잘 지내십니까? 你过得好吗？ [nǐ guò de hǎo ma 니꿔더 하오마]

처음 뵙겠습니다. 初次见面。 [chū cì jiàn miàn 추츠찌앤미앤]

축하합니다! 恭喜恭喜! [gōng xǐ gōng xǐ 꽁시 꽁시]

잘 먹겠습니다. 我不客气了。 [wǒ bú kè qì le 워부커치러]

잘 먹었습니다. 我吃好了。 [wǒ chī hǎo le 워츠하오러]

수고하셨습니다. 辛苦了。 [xīn kǔ le 씬쿠러]

오래 기다리셨습니다. 让你久等了。 [ràng nǐ jiǔ děng le 랑니 지우덩러]

감사합니다. 谢谢。 [xiè xie 씨에시에]

천만에 말씀입니다. 不客气。 [bú kè qì 부커치]

실례합니다. 不好意思。 [bù hǎo yì si 뿌하오이스]

미안합니다. 对不起。 [duì bù qǐ 뚜이뿌치]

잘 부탁드립니다. 请多指教。 [qǐng duō zhǐ jiào 칭뚜오 즈찌아오]

안녕히 가세요. 请走好。 [qǐng zǒu hǎo 칭조우하오]

안녕히 계세요. 再见。 [zài jiàn 짜이찌앤]

# Part 2  의사 표현

## Opinions and Emotions

01 대화

02 의견

03 기분 표현

# chapter 01 대화

## 01_ 질문할 때

□ 질문 하나 해도 될까요?
May I ask you a question?

我 可 以 提 一 个 问 题 吗？
wǒ kě yǐ tí yí gè wèn tí ma
워커이티 이꺼 원티마

□ 뭐하나 질문해도 될까요?
Would you mind if I ask you a question?

我 想 提 一 个 问 题， 行 吗？
wǒ xiǎng tí yí gè wèn tí xíng ma
워시앙티이꺼 원티 싱마

□ 당신에게 물어보고 싶은 게 있었어요.
I wanted to ask you something.

我 有 事 要 问 你。
wǒ yǒu shì yào wèn nǐ
워 요우쓰 야오 원니

□ 개인적인 질문 하나 해도 될까요?
Can I ask you a personal question?

我 问 你 一 个 个 人 问 题， 可 以 吗？
wǒ wèn nǐ yí gè gè rén wèn tí kě yǐ ma
워원니 이꺼 꺼런 원티, 커이마

□ 묻고 싶은 게 정말 많아요.
I have a lot to ask.

我 想 要 问 的 真 的 很 多。
wǒ xiǎng yào wèn de zhēn de hěn duō
워 시앙야오원더 쩐더 헌뚜오

- 내가 이럴 때 어떻게 하면 되는 거예요?
  What am I supposed to do?

  我 在 这 种 情 况 下 应 该 怎 么 做 才 好 呢？
  wǒ zài zhè zhǒng qíng kuàng xià yīng gāi zěn me zuò cái hǎo ne
  워짜이 쩌종 칭쾅씨아 잉까이 전머 쭤 차이 하오너

- 어떤 점에서 그런 생각을 하게 된 거예요?
  Where did you get that idea?

  你 是 怎 么 有 那 样 想 法 的？
  nǐ shì zěn me yǒu nà yàng xiǎng fǎ de
  니쓰 전머 요우 나양 시앙파더

- 제 질문에 대답할 실 분 계세요?
  Can anyone answer my question?

  谁 能 回 答 我 的 问 题？
  shéi néng huí dá wǒ de wèn tí
  쉐이 넝 후이다 워더 원티

- 이 건에 대한 당신 느낌은 어떤가요?
  What are your sentiments in this matter?

  对 于 这 件 事 你 有 什 么 想 法？
  duì yú zhè jiàn shì nǐ yǒu shén me xiǎng fǎ
  뚜이위 쩌찌앤쓰 니 요우선머시앙파

- 누구에게 물어봐야 하는 거예요?
  Who is there to ask about it?

  应 该 问 谁 呢？
  yīng gāi wèn shéi ne
  잉까이 원쉐이너

- 질문할 게 한 가지 더 있는데요.
  I have something else to ask you.

  我 还 有 一 个 问 题 要 请 问 你。
  wǒ hái yǒu yí gè wèn tí yào qǐng wèn nǐ
  워 하이 요우이꺼원티 야오칭원니

의사표현

대화

## 02_ 질문에 답할 때

□ 좋은 질문이군요.
That's a good question.

这 个 问 题 提 得 好。
zhè gè wèn tí tí de hǎo
쩌꺼원티 티더하오

□ 그렇기도 하고 아니기도 해요.
Yes and no.

是 也 不 是。
shì yě bú shì
쓰 예 부쓰

□ 죄송하지만 그게 제가 아는 전부입니다.
I'm sorry, that's all I know.

不 好 意 思, 我 知 道 的 就 是 这 些。
bù hǎo yì si  wǒ zhī dào de jiù shì zhè xiē
뿌하오이스, 워쯔따오더 찌우쓰 쩌씨에

□ 너무 사적인 질문이 아니면 좋겠어요.
I hope it's not too personal though.

我 希 望 不 是 太 私 人 的 问 题。
wǒ xī wàng bú shì tài sī rén de wèn tí
워씨왕 뿌쓰타이 쓰런더 원티

□ 나중에 질문해주시기 바랍니다.
Please raise your questions later.

请 以 后 再 提 问。
qǐng yǐ hòu zài tí wèn
칭 이호우 짜이티원

- 더 이상 물어보지 마세요.
  No more questions.
  请 不 要 再 问 了。
  qǐng bú yào zài wèn le
  칭 부야오 짜이 원러

- 나는 전혀 모르겠어요.
  I have no idea.
  我 一 点 也 不 知 道。
  wǒ yì diǎn yě bù zhī dào
  워 이디앤이에 뿌쯔따오

- 말할 수 없어요. 그건 비밀이에요.
  No comment! They are confidential.
  无 可 奉 告, 那 是 秘 密。
  wú kě fèng gào   nà shì mì mì
  우커펑까오, 나쓰미미

- 대답하고 싶지 않아요.
  I don't want to answer that.
  我 不 想 回 答。
  wǒ bù xiǎng huí dá
  워 뿌시앙 후이다

- 제가 답변할 수 있는 사항이 아닙니다.
  It's not something I can answer.
  这 个 问 题 不 是 我 可 以 回 答 的。
  zhè gè wèn tí bú shì wǒ kě yǐ huí dá de
  쩌꺼원티 뿌쓰워 커이 후이다더

- 저에게 다 설명해 주십시오.
  Please lay it all out for me.
  请 给 我 全 部 说 请 楚。
  qǐng gěi wǒ quán bù shuō qīng chǔ
  칭게이워 취앤뿌 쑤오칭추

의사표현

대화

55

# 03_ 이야기 꺼낼 때

▫ 이야기 좀 할 수 있을까요?
  May I speak with you?

  我可以跟你谈谈吗?
  wǒ kě yǐ gēn nǐ tán tan ma
  워커이 껀니 탄탄마

▫ 당신에게 할 말이 있는데요.
  I have something to tell you.

  我有话想跟你说。
  wǒ yǒu huà xiǎng gēn nǐ shuō
  워요우화 시앙껀니 쑤오

▫ 당신에게 좀 물어볼 말이 있어요.
  I have something to ask you.

  我有话想问你。
  wǒ yǒu huà xiǎng wèn nǐ
  워요우화 시앙 원니

▫ 편하게 얘기 좀 할 수 있어요?
  Are you free to talk?

  我们可以随便聊聊吗?
  wǒ men kě yǐ suí biàn liáo liao ma
  워먼커이 수이삐앤 리아오리아오마

▫ 어디 가서 얘기 좀 합시다.
  Let's go someplace to talk.

  我们找个地方聊聊吧。
  wǒ men zhǎo gè dì fang liáo liao ba
  워먼자오 꺼띠팡 리아오리아오바

- 터놓고 얘기해 봅시다.
  Let's have a heart to heart talk.
  ### 我们坦诚地谈谈吧。
  wǒ men tǎn chéng de tán tan ba
  워먼 탄청더 탄탄바

- 제게 잠깐 시간 좀 내주실래요?
  Can you spare me a moment, please?
  ### 我可不可以占用你一点时间?
  wǒ kě bù kě yǐ zhàn yòng nǐ yì diǎn shí jiān
  워커뿌커이 짠용니 이디앤 스찌앤

- 바쁘신 줄 알지만 시간 좀 내주시겠어요?
  I know you're busy, but do you have time to spare?
  ### 我知道你很忙, 你有空吗?
  wǒ zhī dào nǐ hěn máng nǐ yǒu kòng ma
  워쯔따오니 헌망, 니요우 콩마

- 개인적으로 의논할 게 있어요.
  I want to talk to you privately.
  ### 我想私底下跟你谈谈。
  wǒ xiǎng sī dǐ xià gēn nǐ tán tan
  워시앙 쓰디씨아 껀니 탄탄

- 지금 꼭 할 얘기가 있어요.
  I need to talk to you right now.
  ### 我现在有话一定要跟你说。
  wǒ xiàn zài yǒu huà yí dìng yào gēn nǐ shuō
  워 씨앤 짜이 요우화 이띵 야오껀 니쑤오

- 여러분, 잠깐 주목해 주시겠어요?
  Everybody, may I have your attention, please?
  ### 请大家注意?
  qǐng dà jiā zhù yì
  칭 따찌아 쭈이

의사표현

대화

# 04_ 소식, 정보 전할 때

- 이봐요, 들었어요?
  Hey, have you heard?

  喂，你听到了没有？
  wèi  nǐ tīng dào le méi yǒu
  웨이, 니팅따오러 메이요우

- 당신 이 말 들으면 놀랄 걸요.
  You will be surprised to hear this.

  你听到这个消息一定会吃惊的。
  nǐ tīng dào zhè gè xiāo xi yí dìng huì chī jīng de
  니팅따오 쪄꺼씨아오시 이띵후이 츠찡더

- 무슨 일이 있었는지 들었어요?
  Did you hear what happened?

  你知道有什么事吗？
  nǐ zhī dào yǒu shén me shì ma
  니쯔따오 요우선머쓰마

- 내 말 좀 들어봐.
  Get a load of this.

  你听我说。
  nǐ tīng wǒ shuō
  니팅워쑤오

- 내가 무슨 말을 들었는지 믿기 어려울 걸!
  You won't believe what I just heard!

  你一定不会相信我听到什么话了。
  nǐ yí dìng bú huì xiāng xìn wǒ tīng dào shén me huà le
  니이띵부후이씨앙씬 워팅따오 선머화러

- 소식 들었어요?
  Did you hear the news?
  ### 你听到消息了吗?
  nǐ tīng dào xiāo xi le ma
  니팅따오 씨아오시러마

- 아니요, 뭔데요? 말해주세요.
  No, what? Please tell me.
  ### 没有, 什么消息呀? 告诉我啊。
  méi yǒu shén me xiāo xi ya gào sù wǒ a
  메이요우, 선머씨아오시야. 까오쑤워아

- 내 말 좀 끝까지 들어봐요.
  Please don't cut me off like that.
  ### 请听我把话说完。
  qǐng tīng wǒ bǎ huà shuō wán
  칭팅워 바화 쑤오완

- 바로 그렇게 된 거였어요.
  That's what happened.
  ### 就是那么回事。
  jiù shì nà me huì shí
  찌우쓰 나머후이스

- 어디서 들었는데요?
  How did you find out?
  ### 你是从哪里听来的?
  nǐ shì cóng nǎ lǐ tīng lái de
  니쓰총 나리 팅라이더

- 신문 헤드라인에 실렸던데요.
  It was the headline on the news.
  ### 我是从报纸的摘要上看到的。
  wǒ shì cóng bào zhǐ de zhāi yào shàng kàn dào de
  워쓰총 빠오즈더 짜이야오쌍 칸따오더

의사표현

대화

# 05_ 이해했는지 확인하기

- 내가 한 말 다 알겠어요?
  Did you get everything I said?

  ### 我说的话你都听明白了吗？
  wǒ shuō de huà nǐ dōu tīng míng bái le ma
  워쑤오더화 니또우 팅밍바이러마

- 제 얘기를 이해하셨어요?
  Are you following me?

  ### 你听懂我的话了吗？
  nǐ tīng dǒng wǒ de huà le ma
  니팅동 워더화러마

- 말뜻을 알겠어요?
  Do you get the message?

  ### 你听明白了吗？
  nǐ tīng míng bai le ma
  니 팅밍바이러마

- 제 말뜻을 이해하시겠어요?
  Do you understand what I mean?

  ### 你明白我说的意思吗？
  nǐ míng bai wǒ shuō de yì si ma
  니밍바이 워쑤오더 이스마

- 제가 한 말 무슨 말인지 이해되세요?
  Do you know what I'm talking about?

  ### 你听懂我说的话了吗？
  nǐ tīng dǒng wǒ shuō de huà le ma
  니팅동 워쑤오더 화러마

□ 이해가 됩니다.
　It makes sense to me.

　**我 明 白。**
　wǒ míng bai
　워밍바이

□ 알았어요. 무슨 말인지 알겠어요.
　All right. I see what you mean.

　**明 白 了, 我 明 白 了 你 的 意 思。**
　míng bai le　wǒ míng bai le nǐ de yì si
　밍바이러, 워 밍바이러 니더 이스

□ 당신이 무슨 말 하는지 알겠어요.
　I know what you're talking about.

　**我 懂 你 说 的 是 什 么 意 思 了。**
　wǒ dǒng nǐ shuō de shì shén me yì si le
　워동니 쑤오더쓰 선머이스러

□ 전 모르겠어요.
　I don't understand.

　**我 不 清 楚。**
　wǒ bù qīng chǔ
　워뿌칭추

□ 확실하게는 모르겠어요.
　I'm not sure.

　**我 不 能 确 定。**
　wǒ bù néng què dìng
　워 뿌넝 취에띵

□ 미안하지만, 말하는 뜻을 모르겠어요.
　I'm sorry I don't follow you.

　**不 好 意 思, 我 不 知 道 你 说 的 意 思。**
　bù hǎo yì si　wǒ bù zhī dào nǐ shuō de yì si
　뿌하오이스, 워뿌쯔따오 니쑤오더이스

의사표현

대화

# 06_ 맞장구, 농담

- 정말이요?
  Oh, really?

  是真的吗?
  shì zhēn de ma
  쓰쩐더마

- 재미있군요.
  That's interesting!

  很有意思。
  hěn yǒu yì si
  헌요우이스

- 그래서 그랬군요.
  So, that's what it was.

  原来是那么回事啊。
  yuán lái shì nà me huí shì a
  위앤라이 쓰 나머후이쓰아

- 아 맞다. 그러니까 생각나네요.
  Oh, that reminds me.

  啊, 对了。我想起来了。
  a duì le wǒ xiǎng qǐ lái le
  아,뚜이러. 워시앙치라이러

- 그래요?
  Is that so?

  是吗?
  shì ma
  쓰마

- 그건 좀 너무했네요.
  That's over the limit.

  那 是 有 点 儿 过 分 了。
  nà shì yǒu diǎnr guò fèn le
  나쓰요우띠앨 꿔펀러

- 진짜요?
  You serious?

  真 的 吗?
  zhēn de ma
  쩐더마

- 날 놀리는 거죠?
  Are you pulling my leg?

  你 是 逗 我 的 吧?
  nǐ shì dòu wǒ de ba
  니쓰또우 워더바

- 지금 나 놀리는 거예요?
  Are you making fun of me?

  你 是 在 逗 我 吗?
  nǐ shì zài dòu wǒ ma
  니쓰짜이 또우워마

- 농담이에요.
  I was just joking.

  开 玩 笑 啦。
  kāi wán xiào la
  카이완씨아오라

- 농담하는 것뿐이에요.
  I'm just joking around.

  我 不 过 是 开 玩 笑 而 已。
  wǒ bú guò shì kāi wán xiào ér yǐ
  워 부꿔쓰 카이완씨아오 얼이

의사표현

대화

# 07_ 오해가 생겼을 때

- 어떻게 하면 오해를 풀 수 있을까요?
  What should I do to clear the air?

  怎 么 样 才 能 解 除 误 会 呢？
  zěn me yàng cái néng jiě chú wù huì ne
  전머양 차이넝 지에추 우후이너

- 제 말 오해하지 마세요.
  Don't get me wrong.

  请 你 不 要 误 会 我 的 话。
  qǐng nǐ bú yào wù huì wǒ de huà
  칭니 부야오 우후이워더화

- 어떻게 하면 우리 오해 풀 수 있을까요?
  How can we get back to the way we were?

  怎 么 样 才 能 解 除 我 们 的 误 会 呢？
  zěn me yàng cái néng jiě chú wǒ men de wù huì ne
  전머양 차이넝 지에추워먼더 우후이너

- 어떻게 이럴 수가 있어요?
  How could you do that to me?

  你 怎 么 可 以 这 样？
  nǐ zěn me kě yǐ zhè yàng
  니전머커이 쩌양

- 그건 오해입니다.
  You got me wrong.

  那 是 误 会。
  nà shì wù huì
  나쓰우후이

□ 어째서 그런 얘기를 믿게 되었어요?
　What made you believe such a story?

### 你 怎 么 相 信 那 样 的 话 的？
nǐ zěn me xiāng xìn nà yàng de huà de
　니 전머 씨앙씬 나양더화더

□ 지금 뭐라고 하는 거야?
　What are you saying?

### 你 在 说 什 么？
nǐ zài shuō shén me
　니짜이 쑤오선머

□ 도대체 무슨 말을 하려는 거예요?
　What are you blabbering on about?

### 你 到 底 要 说 什 么？
nǐ dào dǐ yào shuō shén me
　니따오디 야오쑤오 썬머

□ 빙빙 돌리지 말고 말해!
　Cut to the chase!

### 你 别 绕 圈 子 啦， 直 说 吧。
nǐ bié rào quān zi la　 zhí shuō ba
　니비에 라오 취앤즈라, 즈쑤오바

□ 당신 들으라고 한 소리가 아니에요.
　I wasn't saying that to you.

### 我 不 是 说 给 你 听 的。
wǒ bú shì shuō gěi nǐ tīng de
　워부쓰 쑤오게이니 팅더

□ 그런 뜻이 아니에요.
　That's not what I meant.

### 我 不 是 那 个 意 思。
wǒ bú shì nà gè yì si
　워부쓰 나꺼이스

의사표현

대화

# 08_ 못 알아들었을 때

- 뭐라고 그러셨나요?
  May I beg your pardon?

  你说什么？
  nǐ shuō shén me
  니쑤오선머

- 그게 무슨 뜻이죠?
  What do you mean by that?

  那是什么意思啊？
  nà shì shén me yì si a
  나쓰선머이스아

- 그 내용을 종이에 적어주실래요?
  Can you write it down?

  请把那个内容写在纸上，好吗？
  qǐng bǎ nà gè nèi róng xiě zài zhǐ shàng hǎo ma
  칭바 나꺼네이롱 시에짜이 즈쌍, 하오마

- 더 천천히 말씀해 주실래요?
  Could you speak more slowly?

  请你说得再慢一点儿，好吗？
  qǐng nǐ shuō de zài màn yì diǎnr hǎo ma
  칭니 쑤오더 짜이만이디앨, 하오마

- 그 말을 영어로 뭐라고 합니까?
  What do you call it in English?

  这句话用英语怎么说啊？
  zhè jù huà yòng yīng yǔ zěn me shuō a
  쩌쮜화 용 잉위 전머쑤오아

□ 조금 더 큰소리로 말씀해 주시겠어요?
Would you speak a little louder?

请 你 再 大 一 点 儿 声 , 好 吗 ?
qǐng nǐ zài dà yì diǎnr shēng hǎo ma
칭니짜이 따이디앨셩, 하오마

□ 나는 중국어를 잘하지 못합니다.
I don't speak Chinese very well.

我 汉 语 说 得 不 好 。
wǒ hàn yǔ shuō de bù hǎo
워 한위 쑤오더 뿌하오

□ 방금 뭐라고 하셨어요?
What did you say just now?

你 刚 刚 说 什 么 来 着 ?
nǐ gāng gāng shuō shén me lái zhe
니 깡깡 쑤오선머 라이저

□ 좀 더 알기 쉽게 설명해 주실래요?
Can you go over that again for me?

请 你 说 得 再 清 楚 一 点 儿 ?
qǐng nǐ shuō de zài qīng chǔ yì diǎnr
칭니쑤오더 짜이칭추이디앨

□ 이제 어떻게 된 일인지 알겠죠?
Do you get how it happened now?

你 现 在 应 该 知 道 是 怎 么 回 事 了 吧 ?
nǐ xiàn zài yīng gāi zhī dào shì zěn me huí shì le ba
니 씨앤짜이 잉까이쯔따오 쓰 전머후이쓰러바

□ 다시 한 번 설명해 주시겠어요?
Can you explain that to me once more?

请 你 再 给 我 说 明 一 遍 , 好 吗 ?
qǐng nǐ zài gěi wǒ shuō míng yí biàn hǎo ma
칭니짜이 게이워 쑤오밍이삐앤, 하오마

의사표현

대화

# 09_ 말문이 막힐 때

□ 글쎄….
Well….

就是说…。
jiù shì shuō
찌우쓰 쑤오

□ 글쎄요, 제 말은….
Well, what I mean….

啊, 我的意思是说…。
a　wǒ de yì si shì shuō
아, 워더이스 쓰쑤오

□ 음, 말하자면….
Well, I would say….

啊, 也就是说…。
a　yě jiù shì shuō
아, 이에찌우쓰쑤오

□ 내가 어디까지 말했죠?
Where was I?

我说到哪里啦?
wǒ shuō dào nǎ lǐ la
워쑤오따오 나리라

□ 제가 무슨 말을 했죠?
What was I saying?

我说什么来着?
wǒ shuō shén me lái zhe
워쑤오선머라이저

□ 우리 어디까지 얘기했죠?
   What were we talking about?

   我们说到哪里啦?
   wǒ men shuō dào nǎ lǐ la
   워먼 쑤오따오 나리라

□ 제가 어떻게 말해야 할까요?
   What am I supposed to say?

   我应该说什么呢?
   wǒ yīng gāi shuō shén me ne
   워 잉까이 쑤오선머너

□ 제가 뭐라고 말해야 할지 모르겠어요.
   I don't know what I'm supposed to say.

   我不知道应该说什么。
   wǒ bù zhī dào yīng gāi shuō shén me
   워뿌쯔따오 잉까이 쑤오선머

□ 음, 사실은….
   Umm, actually….

   啊,事实上…。
   a    shì shí shàng
   아, 쓰스쌍

□ 그러니까….
   You know….

   你是知道的…。
   nǐ shì zhī dào de
   니쓰 쯔따오더

□ 제가 지금 무슨 얘기하고 있었죠?
   What was I talking about just now?

   我在说什么呢?
   wǒ zài shuō shén me ne
   워짜이쑤오 선머너

의사표현

대화

# chapter 02 의견

## 01_ 네와 아니오

□ 네, 그래요.
Yes, I am.

是 的, 好 吧。
shì de   hǎo ba
쓰더, 하오바

□ 그렇습니다.(맞습니다)
That's right.

对。
duì
뚜이

□ 기꺼이 하겠습니다.
I'll be glad to.

我 很 乐 意。
wǒ hěn lè yì
워헌러이

□ 천만에요.
You're welcome.

不 客 气。
bú kè qi
부커치

□ 아니요, 그렇지 않아요.
No, I'm not.

不, 不 是。
bù   bú shì
뿌, 부쓰

- 그렇지 않습니다.
  That's not right.
  不是那样子。
  bú shì nà yàng zi
  부쓰 나양즈

- 아니, 괜찮습니다.
  No, thank you.
  不，谢谢你。
  bù  xiè xie nǐ
  뿌, 씨에시에니

- 물론 아닙니다.
  Of course not.
  当然不是。
  dāng rán bú shì
  땅란부쓰

- 당치 않아요!
  No, way!
  不是。
  bú shì
  부쓰

- 그건 무리예요.
  That's too much.
  那太勉强啦。
  nà tài miǎn qiǎng la
  나타이 미앤치앙라

- 미안하지만 안 되겠어요.
  I'm sorry but I can't now.
  不好意思，我看不行。
  bù hǎo yì si  wǒ kàn bù xíng
  뿌하오이스, 워칸 뿌싱

의사표현

의견

## 02_ 제안이나 의견

- 당신은 어떻게 생각하세요?
  What's your view on this?
  你 是 怎 么 想 的?
  nǐ shì zěn me xiǎng de
  니쓰전머 시앙더

- 우리가 어떻게 해야 할까요?
  What do you think we should do?
  你 说 我 们 应 该 怎 么 办 呢?
  nǐ shuō wǒ men yīng gāi zěn me bàn ne
  니쑤오 워먼 잉까이 전머빤너

- 좋은 의견이 있으신가요?
  Have you come up with any good opinions?
  有 没 有 什 么 好 意 见?
  yǒu méi yǒu shén me hǎo yì jiàn
  요우메이요우선머 하오이찌앤

- 이 건에 대한 당신 생각은 무엇인가요?
  What's your opinion on this?
  对 于 这 件 事 你 是 怎 么 看 的?
  duì yú zhè jiàn shì nǐ shì zěn me kàn de
  뚜이위 쩌찌앤쓰 니쓰전머칸더

- 제가 한 마디 해도 될까요?
  Can I tell you what I think?
  我 可 以 说 一 句 吗?
  wǒ kě yǐ shuō yí jù ma
  워커이 쑤오이쮜마

□ 제안 하나 해도 될까요?
Can I suggest something?

我 可 以 提 一 个 建 议 吗？
wǒ kě yǐ tí yí gè jiàn yì ma
워커이 티이꺼 찌앤이마

□ 좋은 수가 있습니다.
I have got an idea.

我 有 一 个 好 办 法 啦。
wǒ yǒu yí gè hǎo bàn fǎ la
워요우 이꺼 하오빤파라

□ 제게 좋은 생각이 있습니다.
I have a good idea.

我 有 一 个 好 主 意。
wǒ yǒu yí gè hǎo zhú yì
워요우 이꺼 하오주이

□ 한 가지 제안을 드려도 되겠습니까?
Would you mind if I gave you a suggestion?

我 可 以 提 一 个 建 议 吗？
wǒ kě yǐ tí yí gè jiàn yì ma
워커이 티 이꺼 찌앤이마

□ 무슨 근거로 그렇게 확신하세요?
What makes you so sure?

你 凭 什 么 那 样 确 定？
nǐ píng shén me nà yàng què dìng
니핑선머 나양 취에띵

□ 어떻게 그런 생각을 다 했어요?
How did you come up with the idea?

你 怎 么 会 想 出 那 样 的 法 子 的？
nǐ zěn me huì xiǎng chū nà yàng de fǎ zi de
니 전머후이 시앙추 나양더 파즈더

의사표현

의견

# 03_ 찬성 의견

☐ 당신 의견에 동감합니다.
I agree with you in your opinion.
我同意你的想法。
wǒ tóng yì nǐ de xiǎng fǎ
워통이 니더 시앙파

☐ 당신 계획에 찬성합니다.
I'm all for your plan.
我赞成你的计划。
wǒ zàn chéng nǐ de jì huà
워짠청 니더 찌화

☐ 전적으로 찬성입니다.
I couldn't agree with you more.
我完全赞成。
wǒ wán quán zàn chéng
워 완취앤 짠청

☐ 좋아요. 그거 멋진 생각이네요.
OK, that's a good idea.
好的。是个好主意。
hǎo de shì gè hǎo zhú yì
하오더. 쓰꺼 하오주이

☐ 당신은 저와 의견이 통하는군요.
I'm of the same opinion.
你跟我意见相同。
nǐ gēn wǒ yì jiàn xiāng tóng
니껀워 이찌앤 씨앙통

□ 저도 그렇게 생각합니다.
I think so, too.

我 也 那 么 想。
wǒ yě nà me xiǎng
워이에나머 시앙

□ 바로 그거예요.
That's exactly it!

就 是 那 个。
jiù shì nà gè
찌우쓰나꺼

□ 그 점에 대해서는 당신 말에 동의합니다.
I agree with you on that.

在 这 一 点 上， 我 同 意 你 的 看 法。
zài zhè yì diǎn shàng wǒ tóng yì nǐ de kàn fǎ
짜이쩌이디앤쌍, 워통이 니더 칸파

□ 반대 의견이 없습니다.
I have no objection to it.

我 没 有 反 对 意 见。
wǒ méi yǒu fǎn duì yì jiàn
워메이요우 판뚜이 이찌앤

□ 당신 말에 일리가 있군요.
There is reason in what you say.

你 的 话 有 道 理。
nǐ de huà yǒu dào lǐ
니더화 요우따오리

□ 그 말이 맞겠어요.
That might explain it.

我 想 那 话 是 对 的。
wǒ xiǎng nà huà shì duì de
워시앙 나화 쓰뚜이더

의사표현

의견

## 04_ 반대 의견

- 당신 의견에 반대합니다.
  I don't agree with you.
  
  我 不 同 意 你 的 意 见。
  wǒ bù tóng yì nǐ de yì jiàn
  워 뿌통이 니더 이찌앤

- 나는 그 계획에 반대합니다.
  I'm against the plan.
  
  我 反 对 那 个 计 划。
  wǒ fǎn duì nà gè jì huà
  워판뚜이 나꺼 찌화

- 나는 다른 의견을 가지고 있어요.
  I have a different opinion.
  
  我 有 不 同 的 意 见。
  wǒ yǒu bù tóng de yì jiàn
  워요우 뿌통더 이찌앤

- 나는 그 일을 그렇게 보지 않아요.
  I don't see it that way.
  
  我 不 那 么 看 那 件 事。
  wǒ bú nà me kàn nà jiàn shì
  워 부나머칸 나찌앤쓰

- 전 그것에 대해 아무것도 몰라요.
  I don't know anything about it.
  
  我 对 那 件 事 一 无 所 知。
  wǒ duì nà jiàn shì yī wú suǒ zhī
  워뚜이 나찌앤쓰 이우수오쯔

- 전 그렇게 생각하지 않습니다.
  I don't think so.
  ### 我 不 那 样 想。
  wǒ bú nà yàng xiǎng
  워부나양시앙

- 절대로 동의할 수 없습니다.
  I couldn't possibly disagree more.
  ### 我 决 不 能 同 意。
  wǒ jué bù néng tóng yì
  워 쥐에 뿌넝통이

- 당신 완전히 잘못 알고 있군요.
  You've got it totally wrong.
  ### 你 完 全 搞 错 了。
  nǐ wán quán gǎo cuò le
  니완취앤 가오춰러

- 그건 납득할 수 없어요.
  I can't buy that!
  ### 那 没 有 说 服 力。
  nà méi yǒu shuō fú lì
  나 메이요우 쑤오푸리

- 나는 그의 일을 그다지 높게 평가하지 않아요.
  I have no great opinion of his work.
  ### 我 对 那 件 事 情 不 能 给 以 高 度 评 价。
  wǒ duì nà jiàn shì qíng bù néng gěi yǐ gāo dù píng jià
  워뚜이 나찌앤쓰칭 뿌넝 게이 이 까오뚜 핑찌아

- 유감이지만 동의할 수 없군요.
  I'm afraid I can't agree with you.
  ### 很 遗 憾 我 不 能 同 意 你 的 意 见。
  hěn yí hàn wǒ bù néng tóng yì nǐ de yì jiàn
  헌이한 워뿌넝 통이 니더 이찌앤

의사표현

의견

## 05_ 협상, 타협

□ 타협의 여지가 남아 있어요.
　There is room for compromise.
　我 们 还 有 余 地 可 以 达 成 一 致。
　wǒ men hái yǒu yú dì kě yǐ dá chéng yí zhì
　워먼 하이요우 위띠 커이 다청 이쯔

□ 어떻게 타협할까요?
　How about a compromise?
　我 们 怎 么 样 折 衷 好 呢？
　wǒ men zěn me yàng zhé zhōng hǎo ne
　워먼전머양 저쫑 하오너

□ 협상을 합시다.
　Let's make a deal.
　我 们 来 协 商 吧。
　wǒ men lái xié shāng ba
　워먼 라이 시에쌍바

□ 솔직한 대화를 나눠봅시다.
　Let's have a heart-to-heart talk.
　我 们 坦 率 地 谈 谈 吧。
　wǒ men tǎn shuài de tán tan ba
　워먼 탄쑤아이더 탄탄바

□ 우리가 유리해요. / 우리가 불리해요.
　We have the upper hand. / We're in an unfavorable situation.
　我 们 有 利。 / 我 们 不 利。
　wǒ men yǒu lì　　 wǒ men bú lì
　워먼 요우리 / 워먼부리

□ 당신의 결정에 달렸어요.
   That is your decision.

   在于你的决定。
   zài yú nǐ de jué dìng
   짜이위 니더 쥐에띵

□ 저는 제 방식대로 하겠어요.
   I'm bound to get it my way.

   我要按照我的方式去做。
   wǒ yào àn zhào wǒ de fāng shì qù zuò
   워야오 안짜오 워더팡쓰 취쭤

□ 저는 손해 볼 게 없어요.
   I have nothing to lose.

   我没什么可吃亏的。
   wǒ méi shén me kě chī kuī de
   워메이선머 커츠쿠이더

□ 당신 진정으로 그런 말을 하는 거예요?
   Do you seriously mean what you say?

   你说的话是真心的吗?
   nǐ shuō de huà shì zhēn xīn de ma
   니쑤오더화 쓰 쩐씬더마

□ 서로 의견이 너무 다르군요.
   We're not seeing eye to eye on the matter.

   我们彼此意见太不同了。
   wǒ men bǐ cǐ yì jiàn tài bù tóng le
   워먼 비츠 이찌앤 타이뿌통러

□ 며칠 동안 생각할 시간을 주세요.
   Let me think about it for a few days.

   请给我几天的时间考虑。
   qǐng gěi wǒ jǐ tiān de shí jiān kǎo lǜ
   칭 게이워 지티앤더 스찌앤 카오뤼

의사표현

의견

# 06_ 설득할 때

- 왜 마음을 바꾸셨어요?
  What made you change your mind?

  **你怎么改变主意了呢？**
  nǐ zěn me gǎi biàn zhǔ yì le ne
  니 전머 가이삐앤 주이러너

- 왜 그렇게 생각하시는 거예요?
  Why would you even consider that?

  **你为什么那么想呢？**
  nǐ wèi shén me nà me xiǎng ne
  니 웨이선머 나머시앙너

- 당신의 솔직한 의견을 듣고 싶어요.
  I want your honest opinion.

  **我想听听你真诚的意见。**
  wǒ xiǎng tīng ting nǐ zhēn chéng de yì jiàn
  워시앙 팅팅니 쩐청더 이찌앤

- 제 말을 들으세요. / 저를 믿어주세요.
  You listen to me. / Take my word for it.

  **请你听我说。 / 请相信我。**
  qǐng nǐ tīng wǒ shuō      qǐng xiāng xìn wǒ
  칭니 팅워쑤오 / 칭 씨앙씬워

- 저는 당신이 그러지 않았으면 좋겠어요.
  I wish you wouldn't do that.

  **我希望你不要那样。**
  wǒ xī wàng nǐ bú yào nà yàng
  워씨왕니 부야오 나양

□ 제가 책임지고 해결하겠습니다.
Trust me. I'll take care of it.

我 来 负 责 解 决 这 个 问 题。
wǒ lái fù zé jiě jué zhè ge wèn tí
워라이푸저 지에쥐에 쩌꺼원티

□ 이성적으로 생각하세요.
Let's be reasonable

你 应 该 理 智 地 想 一 想。
nǐ yīng gāi lǐ zhì de xiǎng yì xiǎng
니잉까이 리쯔더 시앙이시앙

□ 다시 생각해 보십시오.
Think about it again, please.

请 再 考 虑 考 虑 吧。
qǐng zài kǎo lǜ kǎo lǜ ba
칭짜이 카오뤼카오뤼바

□ 내가 당신이라면 그렇게 안 할 거예요.
If I were you, I wouldn't do that.

如 果 我 是 你, 我 是 不 会 那 样 做 的。
rú guǒ wǒ shì nǐ wǒ shì bú huì nà yàng zuò de
루구오워쓰니, 워쓰부후이 나양쭤더

□ 우리 나중에 이야기합시다.
We'll go over it later.

我 们 改 天 再 谈 吧。
wǒ men gǎi tiān zài tán ba
워먼 가이티앤 짜이탄바

□ 어려운 결심을 하셨군요.
You made a tough decision.

你 做 了 一 个 艰 难 的 决 定。
nǐ zuò le yí ge jiān nán de jué dìng
니 쭤러 이꺼 찌앤난더 쥐에띵

의사표현

의견

# 07_ 예상, 추측

- 그럴 줄 알았어요.
  I knew it!

  我就知道会那样。
  wǒ jiù zhī dào huì nà yàng
  워찌우 쯔따오 후이나양

- 그러게 내가 뭐랬어요?
  I told you so.

  我不是跟你说过了吗?
  wǒ bú shì gēn nǐ shuō guò le ma
  워부쓰껀니 쑤오꿔러마

- 내 생각으로는 해볼 만해요.
  In my opinion, we should try that.

  依我看来，你应该试一试。
  yī wǒ kàn lái nǐ yīng gāi shì yí shì
  이워칸라이, 니잉까이 쓰이쓰

- 한 번 해보세요. 저는 가능하다고 봅니다.
  You should try it. I think it's possible.

  你试一试吧，我想你可以。
  nǐ shì yí shì ba wǒ xiǎng nǐ kě yǐ
  니 쓰이쓰바, 워시앙 니커이

- 뭐라고 말을 못하겠어요.
  I can't really say.

  我也说不了什么。
  wǒ yě shuō bù liǎo shén me
  워이에 쑤오뿌리아오 선머

□ 나는 그렇게 보지 않습니다.
I don't see it that way.

我 不 那 么 看。
wǒ bú nà me kàn
워부나머칸

□ 그럴 것 같지 않군요.
It's not likely.

不 会 那 样 子。
bú huì nà yàng zi
부후이 나양즈

□ 예감이 좋지 않군요.
I have a bad feeling about this.

预 感 不 太 好。
yù gǎn bú tài hǎo
위간 부타이하오

□ 당신은 틀림없이 잘 할 거예요.
I'm sure you will be fine.

你 一 定 会 做 得 很 好。
nǐ yí dìng huì zuò de hěn hǎo
니이띵 후이 쮜더헌하오

□ 이건 예상 밖이군요.
I didn't expect this.

这 真 是 意 料 之 外。
zhè zhēn shì yì liào zhī wài
쩌 쩐쓰 이리아오쯔와이

□ 일이 이렇게 될 줄 정말 몰랐어.
I had no idea this would happen.

我 真 的 没 想 到 事 情 会 这 样 子。
wǒ zhēn de méi xiǎng dào shì qing huì zhè yàng zi
워쩐더 메이시앙따오 쓰칭후이 쩌양즈

의사표현

의견

# chapter 03 기분 표현

## 01_ 기쁨, 즐거움

- 나는 너무 행복해요.
  I'm so happy.
  ### 我 好 开 心 啊。
  wǒ hǎo kāi xīn a
  워 하오카이씬아

- 기분이 끝내줘요.
  What a great feeling!
  ### 心 情 好 极 了。
  xīn qíng hǎo jí le
  씬칭하오지러

- 이렇게 기쁜 일은 없었어요.
  Nothing could be more wonderful.
  ### 我 从 来 没 有 这 么 开 心 过。
  wǒ cóng lái méi yǒu zhè me kāi xīn guò
  워총라이 메이요우 쩌머카이씬꿔

- 당신 행복해 보여요.
  You look happy.
  ### 你 看 上 去 很 开 心。
  nǐ kàn shàng qù hěn kāi xīn
  니칸쌍취 헌카이씬

- 네가 잘 돼서 나도 기쁘다.
  I'm really happy for you.
  ### 你 好 我 真 高 兴。
  nǐ hǎo wǒ zhēn gāo xìng
  니하오 워 쩐까오씽

- 매우 만족해요.
  I'm very pleased with it.
  我 很 满 足。
  wǒ hěn mǎn zú
  워헌만주

- 도무지 믿어지지가 않아!
  What an incredible feeling!
  真 是 难 以 相 信。
  zhēn shì nán yǐ xiāng xìn
  쩐쓰 난이 씨앙씬

- 정말 행복한 시간이었어요.
  I had a very good time.
  我 玩 得 很 愉 快。
  wǒ wánr de hěn yú kuài
  워왈더 헌위콰이

- 기분이 날아갈 것 같아요.
  I feel like a million bucks.
  我 高 兴 得 不 得 了。
  wǒ gāo xìng de bù dé liǎo
  워까오씽더 뿌더리아오

- 더 이상 기쁠 수는 없을 거예요.
  I couldn't be happier with it.
  我 开 心 到 极 点 了。
  wǒ kāi xīn dào jí diǎn le
  워카이씬따오지디앤러

- 듣던 중 반가운 소리군요.
  I'm glad to hear that.
  真 是 个 令 我 高 兴 的 消 息。
  zhēn shì gè lìng wǒ gāo xìng de xiāo xi
  쩐쓰꺼 링워까오씽더 씨아오시

의사표현

기분표현

## 02_ 걱정, 근심

□ 기분이 그냥 좀 그랬어요.
I was in a mood.

我的心情不太好。
wǒ de xīn qíng bú tài hǎo
워더씬칭 부타이하오

□ 고민이 많아요.
I have a lot on my mind.

我有心事。
wǒ yǒu xīn shì
워 요우씬쓰

□ 아무것도 할 기분이 아니에요.
I don't feel like doing anything.

我什么也不想做。
wǒ shén me yě bù xiǎng zuò
워 선머이에 뿌시앙쭤

□ 나 지금 농담할 기분 아니에요.
I'm not in the mood for jokes.

我现在没有心情开玩笑。
wǒ xiàn zài méi yǒu xīn qíng kāi wán xiào
워씨앤짜이 메요우씬칭 카이완씨아오

□ 당신은 내 기분 이해하지 못할 거예요.
You don't understand how I feel.

你不会理解我的心情。
nǐ bú huì lǐ jiě wǒ de xīn qíng
니부후이 리지에워더 씬칭

□ 나는 정말 걱정돼요.
I'm really concerned about it.

我 很 担 心。
wǒ hěn dān xīn
워헌딴씬

□ 나는 지금 초조해요.
I'm on the edge right now.

我 现 在 很 着 急。
wǒ xiàn zài hěn zháo jí
워씨앤짜이 헌자오지

□ 심장이 두근거려요.
My heart is pounding like a drum.

我 的 心 怦 怦 直 跳。
wǒ de xīn pēng pēng zhí tiào
워더씬 펑펑즈티아오

□ 한숨도 못 잤어요.
I have not slept a wink.

我 一 夜 没 睡。
wǒ yí yè méi shuì
워이이에 메이쑤이

□ 무척 긴장돼요.
I'm a nervous wreck.

我 很 紧 张。
wǒ hěn jǐn zhāng
워 헌진짱

□ 뭘 그리 초조해하고 있어요?
What are you fretting over?

你 为 什 么 事 那 样 着 急 呀?
nǐ wèi shén me shì nà yàng zháo jí ya
니웨이선머쓰 나양자오지야

의사표현

기분표현

# 03_ 슬픔, 절망

□ 너무 슬퍼요.
I'm so sad.
我 很 难 过。
wǒ hěn nán guò
워헌난꿔

□ 나는 울고 싶어요.
I feel like crying.
我 想 哭。
wǒ xiǎng kū
워시앙쿠

□ 마음이 아파요.
I'm grieving.
我 很 心 痛。
wǒ hěn xīn tòng
워헌씬통

□ 너무 가슴 아파요.
It really hurt me.
我 心 痛 得 不 得 了。
wǒ xīn tòng de bù dé liǎo
워씬통더 뿌더리아오

□ 너무 괴로워요.
I'm distressed.
我 很 痛 苦。
wǒ hěn tòng kǔ
워헌통쿠

- 슬픈데, 더 우울하게 만들지 말아요.
  I'm sad. Don't make it worse.

  我 很 难 过, 请 不 要 让 我 再 难 过 了。
  wǒ hěn nán guò  qǐng bú yào ràng wǒ zài nán guò le
  워헌난꿔, 칭부야오 랑워 짜이난꿔러

- 눈앞이 캄캄해요.
  My life is so hopeless.

  我 眼 前 一 片 茫 然。
  wǒ yǎn qián yí piàn máng rán
  워이앤치앤 이피앤 망란

- 이보다 더 나쁜 일은 없을 거예요.
  Nothing could be worse than this.

  没 有 比 这 更 糟 糕 的 了。
  méi yǒu bǐ zhè gèng zāo gāo de le
  메이요우비쩌 껑 짜오까오더러

- 모든 게 수포로 돌아갔어요.
  All my efforts come to nothing.

  一 切 都 成 了 泡 影。
  yí qiè dōu chéng le pào yǐng
  이치에또우 청러 파오잉

- 이제 끝이에요. 난 모든 걸 잃었어요.
  I'm finished. I've lost everything.

  我 完 蛋 了, 我 一 无 所 有 了。
  wǒ wán dàn le  wǒ yī wú suǒ yǒu le
  워 완딴러, 워 이우 수오요우러

- 나에게 미래는 없어요. 아무 희망이 없어요.
  I have no future. There's just no more hope.

  我 没 有 将 来, 也 没 有 希 望。
  wǒ méi yǒu jiāng lái  yě méi yǒu xī wàng
  워메이요우찌앙라이, 이에 메이요우 씨왕

의사표현 | 기분표현

# 04_ 위로할 때

□ 무슨 걱정되는 일이라도 있어요?
   Do you have something on your mind?

   你 有 什 么 心 事 吗？
   nǐ yǒu shén me xīn shì ma
   니요우선머 씬쓰마

□ 너무 걱정하지 말아요.
   Don't worry. Take it easy.

   不 要 太 担 心 了。
   bú yào tài dān xīn le
   부야오타이딴씬러

□ 슬픈 일이에요. 힘드시겠어요.
   That's so sad. How are you holding up?

   非 常 令 人 伤 心。 你 一 定 很 难 过。
   fēi cháng lìng rén shāng xīn  nǐ yí dìng hěn nán guò
   페이창 링런쌍씬. 니 이띵헌난꿔

□ 용기를 잃지 말고 기운 내세요.
   Keep your chin up.

   别 泄 气， 鼓 起 勇 气 来。
   bié xiè qì    gǔ qǐ yǒng qì lái
   비에씨에치,  구치용치라이

□ 실망하지 마세요.
   Don't be dejected.

   别 泄 气。
   bié xiè qì
   비에씨에치

- 너무 우울해하지 마세요.
  Don't get too down.

  不要太情绪低落了。
  bú yào tài qíng xù dī luò le
  부야오타이 칭쒸띠뤄러

- 이런, 안됐군요. 마음이 아프네요.
  I'm sorry to hear that. I'm in grieving.

  很遗憾。我很心痛。
  hěn yí hàn  wǒ hěn xīn tòng
  헌이한. 워헌씬통

- 너무 상심하지 마세요.
  You're taking this too hard.

  不要太伤心了。
  bú yào tài shāng xīn le
  부야오타이 쌍씬러

- 모든 일이 잘 될 거라고 믿어요.
  I'm sure everything's going to be okay.

  一切都会好起来的。
  yí qiè dōu huì hǎo qǐ lái de
  이치에또우후이 하오치라이더

- 내일 일은 내일 걱정하세요.
  Tomorrow will look after itself.

  明天的事明天再说吧。
  míng tiān de shì míng tiān zài shuō ba
  밍티앤더쓰 밍티앤 짜이쑤오바

- 기운 내세요.
  Pull yourself together.

  振作起来吧。
  zhèn zuò qǐ lái ba
  쩐쭤치라이바

의사표현

기분표현

# 05_ 용기, 격려

- 당신은 다시 시작할 수 있어요.
  You can start a new.

  你可以重新再来。
  nǐ kě yǐ chóng xīn zài lái
  니커이 총씬짜이라이

- 당신이 해낼 것이라고 믿어요.
  I bet you can make it.

  我相信你一定能成功。
  wǒ xiāng xìn nǐ yí dìng néng chéng gōng
  워씨앙씬니 이띵넝 청꽁

- 최선을 다하세요. 당신이라면 할 수 있어요.
  Do your best. You can do it!

  请你全力以赴，你一定能够做到。
  qǐng nǐ quán lì yǐ fù  nǐ yí dìng néng gòu zuò dào
  칭니 취앤리이푸, 니 이띵넝 꼬우쭤따오

- 다 잘 될 겁니다.
  It will turn out well.

  一切都会好的。
  yí qiè dōu huì hǎo de
  이치에 또우후이 하오더

- 저는 당신 편이에요.
  I'm on you side.

  我支持你。
  wǒ zhī chí nǐ
  워 쯔츠니

- 당신에겐 우리가 있어요.
  We are all here for you.
  ### 我们都支持你。
  wǒ men dōu zhī chí nǐ
  워먼또우 쯔츠니

- 당신 능력을 과소평가하지 마세요.
  Don't underestimate yourself.
  ### 不要低估你的能力。
  bú yào dī gū nǐ de néng lì
  부야오 띠꾸니더 넝리

- 자신을 믿으세요. 더 잘될 거라고 확신해요.
  Believe in yourself. I'm sure you will do fine.
  ### 请你相信自己，你会更好的。
  qǐng nǐ xiāng xìn zì jǐ nǐ huì gèng hǎo de
  칭니 씨앙씬 쯔지, 니후이 껑하오더

- 실망하지 마세요. 다음에 잘하면 돼요.
  Don't be dejected. You'll do better next time.
  ### 不要泄气。下回好好做就行了。
  bú yào xiè qì xià huí hǎo hǎo zuò jiù xíng le
  부야오 씨에취. 씨아후이 하오하오 쭤 찌우 싱러

- 걱정하지 마세요. 좋아질 거예요.
  Don't worry. Things will get better.
  ### 别担心，会好起来的。
  bié dān xīn huì hǎo qǐ lái de
  비에딴씬, 후이 하오치라이더

- 긍정적으로 생각하세요.
  Always look on the bright side.
  ### 你应该往好的方面想。
  nǐ yīng gāi wǎng hǎo de fāng miàn xiǎng
  니잉까이 왕 하오더팡미앤 시앙

의사 표현

기분 표현

# 06_ 화, 분노

□ 화가 납니다.
 I'm getting angry!
 我很生气。
 wǒ hěn shēng qì
 워헌 썽치

□ 더 이상은 못 참겠어요.
 I can't stand it any more.
 我再也不能忍了。
 wǒ zài yě bù néng rěn le
 워짜이 이에뿌넝런러

□ 당신 화났어요?
 Are you angry with me?
 你生气了吗?
 nǐ shēng qì le ma
 니썽 치러마

□ 입 닥쳐!
 Shut up!
 闭嘴!
 bì zuǐ
 삐주이

□ 여기서 썩 꺼져버려!
 Get the hell out of here!
 给我滚出去。
 gěi wǒ gǔn chū qù
 게이워 군추취

- 참는 것도 한계가 있어요.
  There is a limit to my patience.
  忍耐是有限度的。
  rěn nài shì yǒu xiàn dù de
  런나이 쓰요우 씨앤뚜더

- 너 때문에 화가 나 미치겠어.
  You're driving me up the wall.
  你气得我快要发疯了。
  nǐ qì de wǒ kuài yào fā fēng le
  니치더워 콰이야오 파펑러

- 말이 좀 지나치군요.
  You are out of line.
  你的话有点过分。
  nǐ de huà yǒu diǎn guò fēn
  니더화 요우디앤 꿔펀

- 어떻게 그렇게 말할 수 있어요?
  How can you say that?
  你怎么能那样说话?
  nǐ zěn me néng nà yàng shuō huà
  니전머넝 나양 쑤오화

- 듣고 싶지 않아요.
  I don't want to hear it.
  我不想听。
  wǒ bù xiǎng tīng
  워뿌시앙 팅

- 그가 나를 정말 열 받게 했어요.
  He really pissed me off.
  他真的很令我生气。
  tā zhēn de hěn lìng wǒ shēng qì
  타쩐더 헌링워 썽치

의사표현

기분표현

# 07_ 당황, 놀라움

- 말문이 막히네요.
  I was tongue-tied.
  
  我说不出话来了。
  wǒ shuō bù chū huà lái le
  워쑤오 뿌추화라이러

- 놀랐잖아요.
  You surprised me.
  
  你吓了我一跳。
  nǐ xià le wǒ yí tiào
  니 씨아러워 이티아오

- 하느님 맙소사! 놀라서 말도 못하겠군요.
  Oh, God! I'm dumbstruck.
  
  我的天哪！我吓得都说不出话来了。
  wǒ de tiān na   wǒ xià de dōu shuō bù chū huà lái le
  워더티앤나, 워씨아더 또우쑤오 뿌추화라이러

- 세상에!
  What in the world!
  
  我的天哪！
  wǒ de tiān na
  워더티앤나

- 정말 놀랍구나!
  What a surprise!
  
  吓死人了！
  xià sǐ rén le
  씨아스런러

- 이거 충격적인데요.
  That's a bit of a shock.
  很令人震惊。
  hěn lìng rén zhèn jīng
  헌링런 쩐찡

- 이건 예상 밖인데요.
  No one would've guessed.
  很令人意外。
  hěn lìng rén yì wài
  헌링런 이와이

- 뭐라구!
  you don't say!
  什么?
  shén me
  선머

- 난 믿을 수 없어요.
  I can't believe it.
  我无法相信。
  wǒ wú fǎ xiāng xìn
  워 우파씨앙씬

- 오, 이런! 말도 안 돼!
  Oh, no! No way!
  绝对不可能。
  jué duì bù kě néng
  쥐에뚜이 뿌커넝

- 농담 그만해요.
  Stop joking around.
  不要再开玩笑了。
  bú yào zài kāi wán xiào le
  부야오짜이 카이완씨아오러

의사표현

기분표현

# 08_ 불평, 비난

□ 기분이 나빠요.
I feel bad.

我心情很不好。
wǒ xīn qíng hěn bù hǎo
워 씬칭 헌 뿌하오

□ 당신은 항상 불평만 하는군요.
You're always complaining.

你总是不满。
nǐ zǒng shì bù mǎn
니 종쓰 뿌만

□ 너무 스트레스 받아요. 제발 그만 좀 해요.
I'm stressed out. Just stop it!

我很烦，不要再说了。
wǒ hěn fán  bú yào zài shuō le
워헌판, 부야오짜이쑤오러

□ 맙소사! 또 시작이군.
Oh, my gosh! Here we go again.

天哪，又开始了。
tiān na  yòu kāi shǐ le
티앤나, 요우카이스러

□ 지루해서 죽는 줄 알았어요.
It was a real drag!

无聊死了。
wú liáo sǐ le
우리아오 스러

□ 그만 좀 투덜거릴래!
Oh, quit your bellyaching!

好了, 别再说了!
hǎo le  bié zài shuō le
하오러, 비에짜이쑤오러

□ 날 좀 가만히 내버려 두세요.
Let me be alone!

你管我。
bié guǎn wǒ
비에 구안워

□ 무슨 말을 하고 싶은 거예요?
What would you like to say?

你想说什么?
nǐ xiǎng shuō shén me
니시앙쑤오선머

□ 내게 이래라저래라 하지 마!
Don't try to lecture me.

少让我做这做那的。
shǎo ràng wǒ zuò zhè zuò nà de
사오랑워 쭤쩌쭤나더

□ 왜 내게 화풀이 하니?
Why are you taking it out on me?

干吗拿我出气呀?
gàn má ná wǒ chū qì ya
깐마 나워추치야

□ 잘못한 사람은 당신이에요.
You were the one who was wrong.

做错的人是你呀。
zuò cuò de rén shì nǐ ya
쭤춰더런 쓰니야

의사표현

기분표현

생활중국어에 도움을 주는 알짜 Key-word

## 2 | 기분, 감정을 표현하다

기쁘다 高兴 [gāo xìng 까오씽]

슬프다 难过 [nán guò 난꿔]

행복하다 幸福 [xìng fú 씽푸]

쓸쓸하다 寂寞 [jì mò 찌모]

고독하다 孤独 [gū dú 꾸두]

즐겁다 开心 [kāi xīn 카이씬]

재미있다 有意思 [yǒu yì si 요우이스]

괴롭다 痛苦 [tòng kǔ 통쿠]

기분이 나쁘다 心情很坏 [xīn qíng hěn huài 씬칭헌 화이]

좋아하다 喜欢 [xǐ huān 시후안]

싫어하다 厌恶 [yàn wù 이앤우]

밉다 讨厌 [tǎo yàn 타오이앤]

화내다 生气 [shēng qì 썽치]

불쌍하다 可怜 [kě lián 커리앤]

부끄럽다 不好意思 [bù hǎo yì si 뿌하오이스]

# Part 3 인간관계
## Getting Together

**01 축하와 감사**

**02 사과 표현**

**03 부탁**

# chapter 01 축하와 감사

## 01_ 축하의 말

□ 승진을 축하합니다.
Congratulations on your promotion.

恭喜你高升。
gōng xǐ nǐ gāo shēng
꽁시니 까오썽

□ 성공을 축하드립니다.
Congratulations on your success.

恭喜你成功。
gōng xǐ nǐ chéng gōng
꽁시니 쳥꽁

□ 승리를 자축해요!
Let's celebrate our victory!

我们来庆祝胜利吧!
wǒ men lái qìng zhù shèng lì ba
워먼라이 칭쭈썽리바

□ 축하해요! 저도 기쁩니다.
Congratulations! I'm really happy for you.

恭喜恭喜! 我也很高兴。
gōng xǐ gōng xǐ  wǒ yě hěn gāo xìng
꽁시꽁시. 워이에헌까오씽

□ 출산을 축하합니다.
Congratulations on your new baby.

恭喜你生下了一个宝宝。
gōng xǐ nǐ shēng xià le yí gè bǎo bao
꽁시니 썽씨아러 이꺼바오바오

102

□ 생일을 축하해요.
Happy birthday to you!

祝 你 生 日 快 乐。
zhù nǐ shēng rì kuài lè
쭈니 썽르콰이러

□ 만수무강하십시오.
Many happy returns!

祝 您 健 康 长 寿。
zhù nín jiàn kāng cháng shòu
쭈닌 찌앤캉창쏘우

□ 결혼기념일을 축하합니다.
Happy anniversary!

祝 贺 结 婚 纪 念 日。
zhù hè jié hūn jì niàn rì
쭈허 지에훈찌니앤르

□ 은혼식을 축하합니다.
Happy silver wedding anniversary!

恭 喜 银 婚。
gōng xǐ yín hūn
꽁시 인훈

□ 대학교에 합격한 것을 축하합니다.
Congratulations on getting into university.

恭 喜 你 考 上 了 大 学。
gōng xǐ nǐ kǎo shàng le dà xué
꽁시니 카오 쌍러 따쉬에

□ 시험에 합격한 것을 축하합니다.
I'd like to congratulate you on passing the test.

恭 喜 你 通 过 了 考 试。
gōng xǐ nǐ tōng guò le kǎo shì
꽁시니 통꿔러 카오쓰

## 02_ 칭찬할 때

- 당신 참 친절하시네요.
  That's very nice of you.
  
  你 真 好。
  nǐ zhēn hǎo
  니쩐하오

- 당신 멋져 보여요.
  You look nice.
  
  你 好 帅。
  nǐ hǎo shuài
  니하오쑤아이

- 아주 잘하고 있어요.
  You're coming along well.
  
  你 做 得 很 好。
  nǐ zuò de hěn hǎo
  니쭤더 헌하오

- 오늘 발표 참 좋았어.
  It was a good presentation today.
  
  今 天 你 的 发 言 很 好。
  jīn tiān nǐ de fā yán hěn hǎo
  찐티앤 니더 파이앤 헌하오

- 우리 모두 그에게 큰 박수를 보냅시다.
  Let's all give him a big hand.
  
  我 们 都 来 为 他 鼓 掌 吧。
  wǒ men dōu lái wèi tā gǔ zhǎng ba
  워먼 또우라이 웨이타 구장바

□ 당신 명성이 자자하시더군요.
Your reputation precedes you.

你 的 口 碑 很 好。
nǐ de kǒu bēi hěn hǎo
니더 코우뻬이 헌하오

□ 당신 능력이 대단하군요.
You must be a man of ability.

你 真 有 能 力。
nǐ zhēn yǒu néng lì
니쩐요우 넝리

□ 당신은 그럴 만한 자격이 있어요. 최고예요!
You deserve it. You're the best!

这 是 你 应 得 的, 因 为 你 是 最 棒 的!
zhè shì nǐ yīng dé de yīn wèi nǐ shì zuì bàng de
쩌쓰니잉더더, 인웨이니쓰 쭈이빵더

□ 당신은 상 받을 자격이 있어요.
You are worthy of the award.

这 个 奖 是 你 应 得 的。
zhè gè jiǎng shì nǐ yīng dé de
쩌꺼지앙 쓰니잉더더

□ 사진보다 실제로 보니 더 아름다우시네요.
You're lovelier than your pictures.

你 比 照 片 更 漂 亮。
nǐ bǐ zhào piàn gèng piào liàng
니비 짜오피앤 껑피아오리앙

□ 네가 정말 자랑스럽구나.
I'm so proud of you.

我 真 为 你 骄 傲。
wǒ zhēn wèi nǐ jiāo ào
워쩐웨이니 찌아오아오

인간관계

축하감사

## 03_ 기원, 바람

□ 행운을 빌어요!
  Good luck to you!

  祝 你 好 运！
  zhù nǐ hǎo yùn
  쭈니하오윈

□ 성공을 빌어요.
  I'll pray for your success.

  祝 你 马 到 成 功。
  zhù nǐ mǎ dào chéng gōng
  쭈니 마따오청꿍

□ 새로운 직장에서 성공하길 빌어요.
  May you succeed in your new job.

  祝 你 在 新 的 工 作 岗 位 上 马 到 成 功。
  zhù nǐ zài xīn de gōng zuò gǎng wèi shàng mǎ dào chéng gōng
  쭈니 짜이씬더 꿍쭤강웨이쌍 마따오청꿍

□ 당신이 행복하길 빕니다.
  I hope you will be happy.

  祝 你 幸 福。
  zhù nǐ xìng fú
  쭈니 씽푸

□ 좋은 일만 가득하길 빌어요.
  All the best for you.

  祝 你 好 事 多 来。
  zhù nǐ hǎo shì duō lái
  쭈니 하오쓰뚜오라이

- 모든 일이 잘 되길 바랄게요.
  I hope things will turn out well for you.

  祝 你 万 事 如 意。
  zhù nǐ wàn shì rú yì
  쭈니 완쓰루이

- 항상 기쁜 일만 가득하길 빌게요.
  May you always be happy.

  祝 你 永 远 快 乐。
  zhù nǐ yǒng yuǎn kuài lè
  쭈니 용위앤 콰이러

- 즐거운 명절되세요.
  Happy holidays!

  祝 你 节 日 快 乐。
  zhù nǐ jié rì kuài lè
  쭈니 지에르 콰이러

- 즐거운 크리스마스 되시고 새해 복 많이 받으세요.
  Merry christmas and Happy New Year!

  祝 你 圣 诞 快 乐, 新 年 快 乐。
  zhù nǐ shèng dàn kuài lè xīn nián kuài lè
  쭈니 썽딴콰이러, 씬니앤콰이러

- 새해에는 모든 행운이 깃들기를!
  All the best for the New Year!

  祝 你 新 年 大 吉 大 利!
  zhù nǐ xīn nián dà jí dà lì
  쭈니 씬니앤 따지따리

- 더 나은 해가 되길 바랄게요.
  I hope you will have a better year.

  祝 你 新 年 进 步。
  zhù nǐ xīn nián jìn bù
  쭈니 씬니앤 찐뿌

# 04_ 감사의 인사

□ 대단히 감사합니다.
   Thank you very much.
   非常感谢。
   fēi cháng gǎn xiè
   페이창 간씨에

□ 어떻게 감사를 드려야 할지 모르겠어요.
   I don't know how to thank you enough.
   真不知道该怎样感谢你。
   zhēn bù zhī dào gāi zěn yàng gǎn xiè nǐ
   쩐뿌쯔따오 까이전양 간씨에니

□ 당신에게 매우 감사하고 있어요.
   I'm very grateful to you.
   我非常感谢你。
   wǒ fēi cháng gǎn xiè nǐ
   워페이창 간씨에니

□ 배려해 주신 데 대해 감사드립니다.
   I appreciate your consideration.
   谢谢你的细心关怀。
   xiè xie nǐ de xì xīn guān huái
   씨에시에니더 씨씬 꾸안후아이

□ 도와주신 데 대해 감사드립니다.
   I appreciate your help.
   谢谢你的帮助。
   xiè xie nǐ de bāng zhù
   씨에시에니더 빵쭈

□ 친절에 감사드립니다.
Thank you for your kindness.

谢 谢 你 的 友 好。
xiè xie nǐ de yǒu hǎo
씨에시에니더 요우하오

□ 칭찬해 주셔서 감사합니다.
Thanks for your compliment.

谢 谢 你 的 夸 奖。
xiè xie nǐ de kuā jiǎng
씨에시에니더 쿠아지앙

□ 고맙다는 말씀을 전하고 싶었어요.
I would like to express my thanks.

我 很 想 说 声 谢 谢 你。
wǒ hěn xiǎng shuō shēng xiè xie nǐ
워헌시앙 쑤오썽 씨에시에니

□ 다들 고마워하고 있어요.
Everyone appreciates what you have done.

大 家 都 非 常 感 谢 你。
dà jiā dōu fēi cháng gǎn xiè nǐ
따찌아또우 페이창 간씨에니

□ 그동안 제게 베풀어주신 것에 대해 감사드립니다.
Thank you for everything you've done for me.

谢 谢 你 一 直 以 来 对 我 的 细 心 关 照。
xiè xie nǐ yì zhí yǐ lái duì wǒ de xì xīn guān zhào
씨에시에니 이즈이라이 뚜이워더 씨씬 꾸안짜오

□ 저를 위해 애써주셔서 감사드립니다.
Thank you for all the trouble you've gone to me.

谢 谢 你 对 我 的 关 怀 照 顾。
xiè xie nǐ duì wǒ de guān huái zhào gù
씨에시에니 뚜이워더 꾸안 후아이짜오꾸

인간관계

축하감사

# 05_ 답례의 말

□ 천만에요.
You're welcome.

不要客气。
bú yào kè qi
뿌야오 커치

□ 도움이 됐다니 저도 기뻐요.
It's my pleasure.

我很高兴能帮助你。
wǒ hěn gāo xìng néng bāng zhù nǐ
워헌까오씽 넝 빵쭈니

□ 그렇게 말씀해 주시니 감사합니다.
It's kind of you to say that.

你那样说我很感谢。
nǐ nà yàng shuō wǒ hěn gǎn xiè
니나양쑤오 워 헌 간씨에

□ 제가 오히려 고맙지요.
I should be the one to thank you.

我应该谢谢你才对。
wǒ yīng gāi xiè xie nǐ cái duì
워잉까이 씨에시에니 차이뚜이

□ 마음에 드신다니 다행입니다.
I'm glad you like it.

你满意就好。
nǐ mǎn yì jiù hǎo
니 만이 찌우하오

□ 과찬의 말씀입니다.
  I'm honored by your words.

  你 过 奖 了。
  nǐ guò jiǎng le
  니꿔지앙러

□ 도움이 필요하면 언제든지 말씀하세요.
  Don't hesitate to ask me whenever you need help.

  你 需 要 帮 忙 就 尽 管 跟 我 说 好 了。
  nǐ xū yào bāng máng jiù jǐn guǎn gēn wǒ shuō hǎo le
  니쒸야오빵망 찌우 진구안 껀워 쑤오 하오러

□ 명심할게요.
  I'll keep that in mind.

  我 会 记 住 的。
  wǒ huì jì zhù de
  워후이 찌쭈더

□ 운이 좋았을 뿐이에요.
  I just got lucky, that's all.

  不 过 是 运 气 好 了 点 罢 了。
  bú guò shì yùn qì hǎo le diǎn bà le
  부꿔쓰윈치 하오러디앤 빠러

□ 부끄럽습니다.
  You are making me blush.

  惭 愧 惭 愧。
  cán kuì cán kuì
  찬쿠이 찬쿠이

□ 앞으로 더 열심히 할게요.
  I'll give you my best.

  今 后 我 会 更 加 努 力。
  jīn hòu wǒ huì gèng jiā nǔ lì
  찐호우 워후이 껑찌아누리

인간관계

축하감사

# chapter 02 사과 표현

## 01_ 사과할 때

- 미안해요.
  I'm sorry.
  不好意思。
  bù hǎo yì si
  뿌하오이스

- 정말 죄송합니다.
  I'm very sorry.
  真是很抱歉。
  zhēn shì hěn bào qiàn
  쩐쓰 헌빠오치앤

- 죄송합니다. 저 때문에.
  Sorry that I blew it.
  很抱歉，都怪我。
  hěn bào qiàn  dōu guài wǒ
  헌빠오치앤, 또우꽈이워

- 죄송해요. 제 실수예요.
  I'm sorry, my mistake.
  对不起，是我的过错。
  duì bù qǐ  shì wǒ de guò cuò
  뚜이뿌치, 쓰워더꿔춰

- 잘못은 저에게 있습니다.
  I blame no one but myself.
  错在于我。
  cuò zài yú wǒ
  춰짜이위워

☐ 주의를 기울이지 못해 죄송합니다.
   I'm sorry for not being careful.

   我 很 粗 心 真 对 不 起。
   wǒ hěn cū xīn zhēn duì bù qǐ
   워헌추씬 쩐 뚜이뿌치

☐ 기분 나빴다면 미안해요.
   I'm sorry if it offended you.

   对 不 起 冒 犯 你 了。
   duì bù qǐ mào fàn nǐ le
   뚜이뿌치 마오판니러

☐ 부디 제 사과를 받아주세요.
   Please accept my apology.

   请 接 受 我 的 道 歉。
   qǐng jiē shòu wǒ de dào qiàn
   칭찌에쏘우워더 따오치앤

☐ 이 일에 대해서는 정말 미안하게 생각합니다.
   I feel really sorry about this.

   我 对 这 件 事 深 感 抱 歉。
   wǒ duì zhè jiàn shì shēn gǎn bào qiàn
   워뚜이 쩌찌앤쓰 썬건빠오치앤

☐ 일부러 그런 게 아니었습니다.
   I didn't do it on purpose.

   我 不 是 有 意 那 样 做 的。
   wǒ bú shì yǒu yì nà yàng zuò de
   워부쓰요우이 나양쭤더

☐ 제가 말실수를 했습니다.
   I shouldn't have said that.

   我 失 言 了。
   wǒ shī yán le
   워쓰이앤러

인간관계

사과표현

- 늦어서 미안합니다.
  I'm sorry I'm late.
  对不起, 我迟到了。
  duì bù qǐ, wǒ chí dào le
  뚜이뿌치, 워츠따오러

- 기다리게 해서 미안합니다.
  I'm sorry to keep you waiting.
  对不起, 让你久等了。
  duì bù qǐ, ràng nǐ jiǔ děng le
  뚜이뿌치, 랑니지우덩러

- 회의를 지연시켜 죄송합니다.
  I'm sorry for holding up the meeting.
  不好意思延迟了会议。
  bù hǎo yì si yán chí le huì yì
  뿌하오이스 이앤츠러 후이이

- 더 일찍 답장을 못해 드려서 대단히 죄송합니다.
  I'm very sorry not to have answered earlier
  很抱歉没能再早点给你答复。
  hěn bào qiàn méi néng zài zǎo diǎn gěi nǐ dá fù
  헌빠오치앤 메이넝 짜이 자오디앤 게이니 따푸

- 정말 미안해요. 뭐라고 드릴 말씀이 없어요.
  I'm very sorry. I don't know what to say.
  很抱歉不知道该对你说什么好。
  hěn bào qiàn bù zhī dào gāi duì nǐ shuō shén me hǎo
  헌빠오치앤 뿌쯔따오 까이뚜이니 쑤오선머하오

- 폐를 끼쳐서 대단히 죄송합니다.
  I'm sorry for all the troubles that I have caused.
  很抱歉给你添麻烦了。
  hěn bào qiàn gěi nǐ tiān má fan le
  헌빠오치앤 게이니 티앤마판러

## 02_ 용서 구하기

- 용서해 주십시오.
  Please forgive me.
  请 原 谅。
  qǐng yuán liàng
  칭 위앤리앙

- 한번만 봐 주세요.
  Give me a break.
  就 原 谅 我 这 一 次 吧。
  jiù yuán liàng wǒ zhè yí cì ba
  찌우위앤리앙워 쩌이츠바

- 만회할 기회를 한 번 주십시오.
  Give me a chance to make it up to you.
  请 给 我 一 次 挽 回 的 机 会。
  qǐng gěi wǒ yí cì wǎn huí de jī huì
  칭 게이워이츠 완후이더 찌후이

- 다시는 이런 일이 없을 겁니다.
  This won't happen again.
  不 会 再 有 这 样 的 事 了。
  bú huì zài yǒu zhè yàng de shì le
  부후이 짜이요우 쩌양더쓰러

- 저를 봐서 그를 용서해주십시오.
  Please forgive him for my sake.
  看 在 我 的 面 子 上 就 原 谅 他 吧。
  kàn zài wǒ de miàn zi shàng jiù yuán liàng tā ba
  칸짜이워더 미앤즈쌍 찌우위앤리앙타바

# 03_ 사과에 답할 때

- 사과해 줘서 고마워요.
  Thank you for apologizing.

  多谢你的道歉。
  duō xiè nǐ de dào qiàn
  뚜오씨에니더 따오치앤

- 괜찮습니다.
  Think no more of it.

  没关系。
  méi guān xì
  메이꾸안씨

- 괜찮아요. 그럴 수도 있죠.
  No problem. It can happen to anyone.

  没什么，不必放在心上。
  méi shén me bú bì fàng zài xīn shàng
  메이선머, 부삐 팡짜이씬쌍

- 당신의 사과를 받아드릴게요.
  I accept your apology.

  我接受你的道歉。
  wǒ jiē shòu nǐ de dào qiàn
  워찌에쏘우니더 따오치앤

- 앞으로는 조심하세요.
  From now on, be careful.

  以后要小心点儿。
  yǐ hòu yào xiǎo xīn diǎnr
  이호우야오 시아오씬디얠

□ 이번만 봐주는 거예요.
I will let you off this time.

我可是只原谅你这一回。
wǒ kě shì zhǐ yuán liàng nǐ zhè yì huí
워커쓰 즈 위앤리앙 니쩌이후이

□ 다시는 이런 일이 없도록 해주세요.
Don't let it happen again.

不许再有下回。
bù xǔ zài yǒu xià huí
뿌쉬 짜이요우 씨아후이

□ 유감스럽지만 당신 사과를 받아들일 수 없어요.
I'm afraid I can't accept your apology.

很遗憾我不能接受你的道歉。
hěn yí hàn wǒ bú néng jiē shòu nǐ de dào qiàn
헌이한 워부넝 찌에쏘우니더 따오치앤

□ 그를 용서할 수 없어요.
I can't forgive him.

我不能原谅他。
wǒ bù néng yuán liàng tā
워뿌넝 위앤리앙타

□ 변명하지 마세요.
Don't reason with me!

不要解释。
bú yào jiě shì
뿌야오 지에쓰

□ 사과할 필요 없어요.
You shouldn't apologize!

你不必道歉。
nǐ bú bì dào qiàn
니 부삐따오치앤

인간관계

사과표현

# chapter 03 부탁

## 01_ 부탁할 때

- 부탁을 해도 될까요?
  May I ask you a favor?

  我可以请你帮忙吗？
  wǒ kě yǐ qǐng nǐ bāng máng ma
  워커이 칭니 빵망마

- 개인적인 부탁 하나 해도 되겠습니까?
  Could I ask you for a personal favor?

  我可以请你帮个忙吗？
  wǒ kě yǐ qǐng nǐ bāng gè máng ma
  워커이 칭니 빵꺼망마

- 꼭 부탁드릴 게 있습니다.
  I need to ask you for a huge favor.

  我有事请你一定要帮我。
  wǒ yǒu shì qǐng nǐ yí dìng yào bāng wǒ
  워요우쓰 칭니이띵야오 빵워

- 당신에게 꼭 부탁할 게 있는데요.
  I have a big favor to ask.

  我有事一定要请你帮忙。
  wǒ yǒu shì yí dìng yào qǐng nǐ bāng máng
  워요우쓰 이띵야오 칭니 빵망

- 이 짐을 운반해 주십시오.
  Please carry this baggage.

  请帮我搬运一下这个行李。
  qǐng bāng wǒ bān yùn yí xià zhè gè xíng li
  칭빵워 빤윈이씨아 쩌꺼싱리

- 택시 좀 불러주시겠어요?
  Could you call me a taxi?

  请 帮 我 叫 辆 出 租 汽 车, 好 吗？
  qǐng bāng wǒ jiào liàng chū zū qì chē   hǎo ma
  칭빵워 찌아오리앙 추쭈치처, 하오마

- 팬을 좀 빌릴 수 있나요?
  Can I borrow your pen?

  我 可 以 借 一 下 你 的 笔 吗？
  wǒ kě yǐ jiè yí xià nǐ de bǐ ma
  워커이 찌에이씨아 니더비마

- 실례지만 차를 태워주실 수 있나요?
  Excuse me, Would you mind giving me a ride?

  不 好 意 思, 麻 烦 你 开 车 送 我, 好 吗？
  bù hǎo yì si   má fán nǐ kāi chē sòng wǒ   hǎo ma
  뿌하오이스, 마판니 카이처 쏭워, 하오마

- 차가운 물 한 잔 주시겠어요?
  May I have a cold water, please?

  请 你 给 我 一 杯 冰 凉 水, 好 吗？
  qǐng nǐ gěi wǒ yì bēi bīng liáng shuǐ   hǎo ma
  칭니게이워 이뻬이 삥리앙수이, 하오마

- 이 짐을 좀 보관해 주실래요?
  Can you keep this baggage for me?

  请 你 帮 我 保 管 一 下 这 个 行 李, 好 吗？
  qǐng nǐ bāng wǒ bǎo guǎn yí xià zhè ge xíng li   hǎo ma
  칭니 빵워바오구안 이씨아 쩌꺼싱리, 하오마

- 돈을 좀 빌릴 수 있나요?
  Can I borrow some money from you?

  你 可 以 借 给 我 一 些 钱 吗？
  nǐ kě yǐ jiè gěi wǒ yì xiē qián ma
  니커이 찌에게이워 이씨에 치앤마

인간관계

부탁

## 02_ 부탁 들어줄 때

- 물론이죠. 말만해요.
  Of course! Anything you say.

  当然可以，你说好啦。
  dāng rán kě yǐ  nǐ shuō hǎo la
  땅란커이, 니쑤오하오라

- 무엇을 도와드릴까요?
  What can I do to help?

  你要我做什么呢？
  nǐ yào wǒ zuò shén me ne
  니야오워 쭤선머너

- 말씀해보세요. 기꺼이 해 드릴게요.
  Go ahead. I'd be glad to.

  你说吧，我一定帮你。
  nǐ shuō ba  wǒ yí dìng bāng nǐ
  니쑤오바, 워 이띵빵니

- 어떻게 당신 부탁을 거절하겠어요?
  How can I say no to you?

  我怎么能拒绝你的请求呢？
  wǒ zěn me néng jù jué nǐ de qǐng qiú ne
  워전머넝 쮜쮜에 니더 칭치우너

- 당신을 돕게 돼서 기뻐요.
  I'd be happy to help you.

  我很高兴能够帮你。
  wǒ hěn gāo xìng néng gòu bāng nǐ
  워헌까오씽 넝꼬우 빵니

## 03_ 부탁 거절할 때

□ 안 되겠어요.
I'd rather not.

不行。
bù xíng
뿌싱

□ 그건 정말 할 수 없어요.
I really can't do it.

那真的不行。
nà zhēn de bù xíng
나쩐더 뿌싱

□ 죄송하지만, 당시의 요구에 응할 수 없습니다.
I'm sorry but I can't comply with your request.

很抱歉，我不能答应你的要求。
hěn bào qiàn wǒ bù néng dā yìng nǐ de yāo qiú
헌빠오치앤, 워뿌넝 따잉니더 야오치우

□ 미안하지만, 지금은 안 되겠어요.
I'm sorry but I can't now.

不好意思，我现在不行。
bù hǎo yì si wǒ xiàn zài bù xíng
뿌하오이스, 워씨앤짜이뿌싱

□ 제가 바빠서 당신 부탁을 들어줄 시간이 없군요.
I don't have the time to do what you are asking.

我很忙，帮不了你。
wǒ hěn máng bāng bù liǎo nǐ
워헌망, 빵뿌리아오니

# 04_ 양해, 허락 구하기

- 잠깐 실례하겠습니다.
  Excuse me for a moment, please.

  不好意思。
  bù hǎo yì si
  뿌하오이스

- 여기 앉아도 될까요?
  Do you mind if I sit here?

  我可以坐这儿吗？
  wǒ kě yǐ zuò zhèr ma
  워커이 쭤쩔마

- 저와 자리 좀 바꿔주시겠어요?
  Would you mind swapping seats with me?

  麻烦你跟我换一下位子，好吗？
  má fan nǐ gēn wǒ huàn yí xià wèi zǐ hǎo ma
  마판니 껀워 환이씨아 웨이즈, 하오마

- 이것 좀 빌릴 수 있어요?
  Can you lend this to me, please?

  这个我可以借一下吗？
  zhè gè wǒ kě yǐ jiè yí xià ma
  쩌꺼워커이 찌에이씨아마

- 전화 좀 사용할 수 있을까요?
  Do you have a phone that I can use?

  我可以用一下电话吗？
  wǒ kě yǐ yòng yí xià diàn huà ma
  워커이 용이씨아 띠앤화마

- 실례지만, 옆으로 좀 가주시겠어요?
  Excuse me, could you move over a little?

  不好意思，请靠边一点儿。
  bù hǎo yì si  qǐng kào biān yì diǎnr
  뿌하오이스, 칭카오삐앤이디앨

- 여기서 잠깐 기다려 주시겠어요?
  Would you please wait a moment here?

  请在这儿稍等一下。
  qǐng zài zhèr shāo děng yí xià
  칭짜이쩔 싸오덩이씨아

- 제가 동행해도 될까요?
  Do you mind if I join you?

  我可以陪你去吗？
  wǒ kě yǐ péi nǐ qù ma
  워 커이 페이니 취마

- 당신 사진을 찍어도 되겠습니까?
  May I take your picture?

  我可以给你照张相吗？
  wǒ kě yǐ gěi nǐ zhào zhāng xiàng ma
  워 커이 게이니 짜오짱씨앙마

- 창문을 열어도 되겠습니까?
  Would you mind if I open the window?

  我开窗户可以吗？
  wǒ kāi chuāng hù kě yǐ ma
  워카이 추앙후 커이마

- 담배를 피워도 될까요?
  Do you mind my smoking?

  我可以抽烟吗？
  wǒ kě yǐ chōu yān ma
  워커이 초우이앤마

인간관계

부탁

# 05_ 도움을 청할 때

- 저를 좀 도와주세요.
  Please help me.

  请帮帮我。
  qǐng bāng bāng wǒ
  **칭빵빵워**

- 저를 도와주실래요?
  Can you help me, please?

  你能帮我吗?
  nǐ néng bāng wǒ ma
  **니넝 빵워마**

- 저를 좀 도와주시겠어요?
  Can you give me a hand, please?

  请帮我一下, 好吗?
  qǐng bāng wǒ yí xià hǎo ma
  **칭 빵워이씨아, 하오마**

- 저는 곤경에 처해져 있어요.
  I have a terrible problem.

  我遇到麻烦了。
  wǒ yù dào má fan le
  **워위따오 마판러**

- 당신의 도움이 꼭 필요합니다.
  I need your help very badly.

  我非常需要你的帮助。
  wǒ fēi cháng xū yào nǐ de bāng zhù
  **워 페이창 쒸야오 니더 빵쭈**

□ 부탁합니다. 당신의 도움이 정말 필요합니다.
Please, I really need your help.

求 求 你, 我 真 的 需 要 你 的 帮 助。
qiú qiú nǐ    wǒ zhēn de xū yào nǐ de bāng zhù
치우치우니, 워쩐더 쒸야오니더 빵쭈

□ 짐 꾸리는 것을 좀 도와주실래요?
Could you lend me a hand with these parcels?

你 可 不 可 以 帮 我 包 一 下 行 李?
nǐ kě bù kě yǐ bāng wǒ bāo yí xià xíng li
니커뿌커이빵워 빠오이씨아 싱리

□ 이것 좀 거들어 주실래요?
Will you lend me a hand with this?

你 帮 我 把 这 个 收 拾 一 下, 好 吗?
nǐ bāng wǒ bǎ zhè gè shōu shí yí xià    hǎo ma
니 빵워바쩌꺼 쏘우스이씨아, 하오마

□ 저 대신 그 일을 해주실래요?
Will you do that for me?

那 件 事 请 你 帮 我 做, 好 吗?
nà jiàn shì qǐng nǐ bāng wǒ zuò    hǎo ma
나찌앤쓰 칭니 빵워쭤, 하오마

□ 이거 어떻게 작동하는지 알려주실래요?
Could you tell me how this works?

请 问 这 个 怎 么 打 开?
qǐng wèn zhè gè zěn me dǎ kāi
칭웬 쩌꺼 전머 다카이

□ 이 일 좀 도와주실래요?
Could you help me with this job?

这 件 事 请 你 帮 我, 好 吗?
zhè jiàn shì qǐng nǐ bāng wǒ    hǎo ma
쩌찌앤쓰 칭니빵워, 하오마

인간관계

부탁

# 06_ 도움을 줄 때

- 제가 도와 드릴게요.
  I'll help you.

  我来帮你。
  wǒ lái bāng nǐ
  워라이 빵니

- 언제든 도와 드릴게요.
  I'll always help you.

  无论是什么时候我都会帮你。
  wú lùn shì shén me shí hòu wǒ dōu huì bāng nǐ
  우룬쓰 선머스호우 워또우후이 빵니

- 제가 필요하면 언제든지 부르세요.
  Call me whenever you need me.

  你有事，请随时叫我。
  nǐ yǒu shì qǐng suí shí jiào wǒ
  니요우쓰, 칭 수이스 찌아오워

- 기꺼이 도와 드릴게요.
  I'm glad to help.

  我很乐意帮你。
  wǒ hěn lè yì bāng nǐ
  워헌러이 빵니

- 내가 할 수 있는 건 할게요.
  I will do what I can.

  要是我能做我就做。
  yào shì wǒ néng zuò wǒ jiù zuò
  야오쓰 워넝쭤 워찌우쭤

# 07_ 사양할 때

- 혼자 할 수 있어요.
  I can do it by myself.

  我能自己做。
  wǒ néng zì jǐ zuò
  워넝 쯔지쭤

- 제가 해야 할 일인데요.
  I'm the one who is responsible.

  这是我应该做的。
  zhè shì wǒ yīng gāi zuò de
  쩌스워 잉까이 쭤더

- 괜찮아요. 말이라도 고마워요.
  No thank you. Thanks for asking.

  不用了, 谢谢你。
  bú yòng le    xiè xie nǐ
  부용러, 씨에시에니

- 걱정하지 마세요.
  Don't worry about it.

  别担心。
  bié dān xīn
  비에딴씬

- 그러실 필요 없는데요.
  You don't have to do it.

  不必了。
  bú bì le
  부삐러

인간관계

부탁

# 08_ 충고할 때

- 충고 좀 해도 될까요?
  Can I give you some advice?

  > 我可以给你个忠告吗?
  > wǒ kě yǐ gěi nǐ gè zhōng gào ma
  > 워커이 게이니꺼 쭝까오마

- 이미 벌어진 일은 잊어버리세요.
  What's done is done, just get over it.

  > 既然发生了就忘掉吧。
  > jì rán fā shēng le jiù wàng diào ba
  > 찌란파썽러 찌우 왕띠아오바

- 최선을 다해서 열심히 하세요.
  Knock yourself out.

  > 要尽你所能地去做。
  > yào jìn nǐ suǒ néng de qù zuò
  > 야오 찐니수오넝더 취쭤

- 당신의 꿈을 포기하지 마세요.
  Don't give up on your dreams.

  > 请不要放弃你的理想。
  > qǐng bú yào fàng qì nǐ de lǐ xiǎng
  > 칭부야오 팡치 니더 리시앙

- 시작하기에 결코 늦지 않았어요.
  It's never too late to start.

  > 现在开始还不算太晚。
  > xiàn zài kāi shǐ hái bú suàn tài wǎn
  > 씨앤짜이 카이스 하이 부쑤안 타이완

# 09_ 재촉할 때

- 제가 좀 급해요.
  I'm in a hurry.
  我 很 急。
  wǒ hěn jí
  워헌지

- 서둘러 주시겠어요?
  Can you hurry, please?
  请 你 快 一 点 儿， 好 吗？
  qǐng nǐ kuài yì diǎnr hǎo ma
  칭니 콰이이디앨, 하오마

- 시간이 없습니다. 가능한 빨리 해주세요.
  There is no time to lose. Get it done as soon as you can.
  来 不 及 了。 请 尽 量 快 一 点 儿。
  lái bù jí le qǐng jìn liàng kuài yì diǎnr
  라이뿌지러. 칭 찐리앙 콰이이디앨

- 급한 일입니다.
  This is an emergency.
  这 件 事 很 急。
  zhè jiàn shì hěn jí
  쩌찌앤쓰 헌지

- 뭐가 그리 급해요.
  Why are you in such a hurry?
  什 么 事 那 么 急 呀？
  shén me shì nà me jí ya
  선머쓰나머 지야

인간관계

부탁

129

## 3 | 성격, 태도를 표현하다

적극적이다  主动 [zhǔ dòng 주똥]

소극적이다  被动 [bèi dòng 뻬이똥]

명랑하다  开朗 [kāi lǎng 카이랑]

제멋대로다  随便 [suí biàn 수이삐앤]

느긋하다  慢悠悠的 [màn yōu yōu de 만요우요우더]

겁이 많다  胆子小 [dǎn xiǎo 단시아오]

진지하다  认真 [rèn zhēn 런쩐]

유머가 있다  幽默 [yōu mò 요우모]

친절하다  热情 [rè qíng 러칭]

정직하다  正直 [zhèng zhí 쩡즈]

예의 바르다  有礼貌 [yǒu lǐ mào 요우리마오]

건방지다  没有礼貌 [méi yǒu lǐ mào 메이요우리마오]

민첩하다  敏捷 [mǐn jié 민지에]

둔하다  笨 [bèn 뻔]

# Part 4 만 남

## Meeting People

01 약속

02 초대와 방문

03 경조사

# chapter 01 약속

## 01_ 약속 제안

- 시간 좀 내주실래요?
  Do you have time to spare?

  你有空吗?
  nǐ yǒu kòng ma
  니요우콩마

- 일 끝나고 한가하세요?
  Are you free after work?

  下班以后你有空吗?
  xià bān yǐ hòu nǐ yǒu kòng ma
  씨아빤이호우 니요우콩마

- 오늘 저녁 시간 있으세요?
  Are you free this evening?

  今晚你有时间吗?
  jīn wǎn nǐ yǒu shí jiān ma
  찐완 니요우 스찌앤마

- 내일 바쁘세요?
  Are you busy tomorrow?

  明天你忙吗?
  míng tiān nǐ máng ma
  밍티앤 니망마

- 내일 일정이 어떻게 되세요?
  What is your schedule like tomorrow?

  你明天的日程怎么样?
  nǐ míng tiān de rì chéng zěn me yàng
  니밍티앤더 르청 전머양

□ 내일 점심식사 같이 할래요?
How about having lunch tomorrow?

明天我们一块儿吃午饭，好吗？
míng tiān wǒ men yí kuàir chī wǔ fàn  hǎo ma
밍티앤 워먼 이콸 츠 우판, 하오마

□ 우리 언제 한번 모입시다.
Let's get together sometime.

我们找个时间聚聚吧。
wǒ men zhǎo gè shí jiān jù jù ba
워먼 자오꺼스찌앤 쮜쮜바

□ 당신이 떠나기 전에 한번 봤으면 좋겠어요.
I want to see you before you leave.

你走以前我们要是能见个面就好了。
nǐ zǒu yǐ qián wǒ men yào shì néng jiàn gè miàn jiù hǎo le
니조우이치앤 워먼야오쓰 넝 찌앤꺼미앤 찌우하오러

□ 이번 화요일에 뭐하세요?
What are you doing this Tuesday?

这个礼拜二你做什么？
zhè gè lǐ bài èr nǐ zuò shén me
쩌꺼리빠이얼 니쭤선머

□ 수요일에 시간 있어요?
Are you free on Wednesday?

礼拜三你有空吗？
lǐ bài sān nǐ yǒu kòng ma
리빠이싼 니요우콩마

□ 이번 주말에 시간이 있어요?
Are you free this weekend?

这个周末你有空吗？
zhè gè zhōu mò nǐ yǒu kòng ma
쩌꺼쪼우모 니요우콩마

만남

약속

# 02_ 약속하기, 거절

□ 왜 그러는 건데요?
　Why do you ask?

　你怎么了？
　nǐ zěn me le
　니전머러

□ 나를 만나자는 이유라도?
　What is the occasion?

　你要见我有什么事吗？
　nǐ yào jiàn wǒ yǒu shén me shì ma
　니야오찌앤워 요우 선머쓰마

□ 네, 언제든 좋습니다.
　Yes, anytime will be fine.

　是的，什么时间都行。
　shì de    shén me shí jiān dōu xíng
　쓰더, 선머스찌앤 또우싱

□ 제 일정을 확인해 보겠어요.
　I will check my schedule.

　我看一下我的日程。
　wǒ kàn yí xià wǒ de rì chéng
　워 칸이씨아 워더 르청

□ 오후에는 시간이 있습니다.
　I'm free in the afternoon.

　我下午有时间。
　wǒ xia wǔ yǒu shí jiān
　워 시아우 요우 스찌앤

- 특별한 약속은 없어요.
  I have nothing on my calendar.
  我没有什么特别的事。
  wǒ méi yǒu shén me tè bié de shì
  워 메이요우 선머 터비에더쓰

- 사실 나도 한번 만났으면 했어요.
  In fact, I wanted to see you too.
  事实上我也想见你一面呢。
  shì shí shàng wǒ yě xiǎng jiàn nǐ yí miàn ne
  쓰스쌍 워이에시앙 찌앤니 이미앤너

- 저는 시간이 없어요.
  I don't have time.
  我没空。
  wǒ méi kòng
  워메이콩

- 미안해요. 시간이 안 되는데요.
  I'm sorry I have no time to spare.
  对不起啊，我没有时间。
  duì bù qǐ a  wǒ méi yǒu shí jiān
  뚜이뿌치아, 워 메이요우 스찌앤

- 마이크 씨와 6시에 약속이 있어요.
  I have an appointment with Mr. Mike at 6.
  我下午六点跟麦克先生有约。
  wǒ xià wǔ liù diǎn gēn mài kè xiān sheng yǒu yuē
  워씨아우 리우디앤 껀 마이커 씨앤성 요우 위에

- 다음 주에 시간이 좀 더 생길 거예요.
  I'll have more time next week.
  下周我有空。
  xià zhōu wǒ yǒu kòng
  씨아쪼우 워요우콩

만남

약속

## 03_ 장소 정하기

- 우리 어디서 만날까요?
  Where shall we meet?

  我们在哪里见面呢？
  wǒ men zài nǎ lǐ jiàn miàn ne
  워먼 짜이나리 찌앤미앤너

- 어디가 만나기 좋은 곳인가요?
  Where is a good place to meet?

  在哪里见面好呢？
  zài nǎ lǐ jiàn miàn hǎo ne
  짜이나리 찌앤미앤하오너

- 어디가 가장 편하시겠어요?
  Where is the most convenient for you?

  你觉得什么地方最方便啊？
  nǐ jué de shén me dì fang zuì fāng biàn a
  니쥐에더 선머띠팡 쭈이 팡삐앤아

- 어디 좋은 곳을 아세요?
  Do you know any good places?

  你知道不错的地方吗？
  nǐ zhī dào bú cuò de dì fang ma
  니쯔따오 부춰더 띠팡마

- 당신이 장소를 정하세요.
  You pick the place.

  你定地点吧。
  nǐ dìng dì diǎn ba
  니띵 띠디앤바

□ 근처에 근사한 레스토랑이 있어요.
　I know a good restaurant nearby.

### 附近有一个很不错的餐厅。
fù jìn yǒu yí gè hěn bú cuò de cān tīng
푸찐요우이꺼 헌 부춰더 찬팅

□ 제가 정말 좋은 곳을 알아요.
　I know a very good place.

### 我知道一个好地方。
wǒ zhī dào yí gè hǎo dì fang
워쯔따오 이꺼 하오띠팡

□ 당신 사무실 근처에서 만납시다.
　Let's meet nearby your office.

### 在你办公室的附近见面吧。
zài nǐ bàn gōng shì de fù jìn jiàn miàn ba
짜이니 빤꽁쓰더 푸찐 찌앤미앤바

□ 제가 그쪽으로 가는 게 어때요?
　Shall I come your way?

### 我去你那边，好吗？
wǒ qù nǐ nà biān hǎo ma
워취니 나삐앤, 하오마

□ 제 쪽으로 오실래요?
　Would you come my way?

### 你能来我这边吗？
nǐ néng lái wǒ zhè biān ma
니넝라이 워쩌삐앤마

□ 중간쯤에서 만나는 게 어때요?
　I think that we can meet halfway.

### 我们在中间的路段见面，怎么样？
wǒ men zài zhōng jiān de lù duàn jiàn miàn zěn me yàng
워먼짜이 쫑찌앤더 루뚜안 찌앤미앤, 전머양

만남

약속

# 04_ 시간 정하기

- 언제가 좋으시겠어요?
  When is it convenient for you?

  什么时间好啊？
  shén me shí jiān hǎo a
  선머스찌앤 하오아

- 우리 몇 시에 만날까요?
  What time shall we make it?

  我们几点见面呢？
  wǒ men jǐ diǎn jiàn miàn ne
  워먼 지디앤 찌앤미앤너

- 몇 시에 갈까요?
  What time do you want me to come?

  我几点去啊？
  wǒ jǐ diǎn qù a
  워지디앤 취아

- 10시에 만나 뵙기로 되어 있는데요.
  I'm supposed to meet him at 10.

  约好是十点见面。
  yuē hǎo shì shí diǎn jiàn miàn
  위에하오 쓰 스디앤 찌앤미앤

- 6시 괜찮아요?
  Is 6 o'clock OK for you?

  六点好吗？
  liù diǎn hǎo ma
  리우디앤 하오마

- 5시 이후라면 언제든 좋습니다.
  Anytime after 5 o'clock.
  ### 五点以后都可以。
  wǔ diǎn yǐ hòu dōu kě yǐ
  우디앤이아호우 또우 커이

- 오늘 저녁에 만날 수 있을까요?
  Can I see you this evening?
  ### 今晚能见面吗?
  jīn wǎn néng jiàn miàn ma
  찐완 넝 찌앤미앤마

- 7시 어떠세요?
  How about 7 o'clock?
  ### 七点怎么样啊?
  qī diǎn zěn me yàng a
  치디앤 전머양아

- 8시까지는 갈게요.
  I will be there by 8.
  ### 我最晚八点到。
  wǒ zuì wǎn bā diǎn dào
  워 쭈이완 빠디앤 따오

- 당신 일정에 맞게 정하세요.
  It's up to your schedule.
  ### 根据你的时间定吧。
  gēn jù nǐ de shí jiān dìng ba
  껀쮜니더 스찌앤 띵바

- 아무 때나요. 당신이 시간 정하세요.
  Anytime will be fine. You set the time.
  ### 我什么时间都行。你定时间吧。
  wǒ shén me shí jiān dōu xíng    nǐ dìng shí jiān ba
  워선머 스찌앤또우 싱. 니 띵 스찌앤바

만남

약속

# 05_ 약속 확인, 변경

- 우리 만나는 것 변동 없지요?
  Are we still on?

  我们见面, 没有变吧?
  wǒ men jiàn miàn, méi yǒu biàn ba
  워먼 찌앤미앤, 메요우 삐앤바

- 오늘 저녁 약속 안 잊었죠?
  You didn't forget about tonight, right?

  今晚的约会你没忘吧?
  jīn wǎn de yuē huì nǐ méi wàng ba
  찐완더 위에후이 니 메이왕바

- 늦지 마세요.
  Don't be late.

  别晚啦。
  bié wǎn la
  비에 완라

- 알았어요. 안 늦을 게요.
  OK. I won't be late.

  知道了, 我不会晚的。
  zhī dào le, wǒ bú huì wǎn de
  쯔따오러, 워부후이 완더

- 그럼 거기서 봅시다.
  I'll see you there then.

  好, 就在那里见吧。
  hǎo, jiù zài nà lǐ jiàn ba
  하오, 찌우짜이 나리찌앤바

- 약속을 앞당길 수 있을까요?
  Can we meet earlier?

  我们能提前见面吗？
  wǒ men néng tí qián jiàn miàn ma
  워먼넝 티치앤 찌앤미앤마

- 우리 다른 날 만나면 어때요?
  Why don't we meet another day?

  我们改天见, 好吗？
  wǒ men gǎi tiān jiàn, hǎo ma
  워먼 가이티앤 찌앤, 하오마

- 약속을 다음 기회로 미룰 수 있을까요?
  Can we do that next time?

  我们下回见, 好吗？
  wǒ men xià huí jiàn, hǎo ma
  워먼 씨아후이 찌앤, 하오마

- 약속을 6시로 바꾸고 싶습니다.
  I want to change the time to 6 o'clock.

  我想把见面的时间改到六点。
  wǒ xiǎng bǎ jiàn miàn de shí jiān gǎi dào liù diǎn
  워시앙바 찌앤미앤더 스찌앤 가이따오 리우디앤

- 오늘 약속을 내일로 미룰 수 있을까요?
  Can we meet tomorrow and not today?

  我们可不可以改到明天见？
  wǒ men kě bù kě yǐ gǎi dào míng tiān jiàn
  워먼 커뿌커이 가이따오 밍티앤 찌앤

- 미안하지만, 약속을 취소해야겠는데요.
  I'm sorry but I have to call off our engagement.

  很抱歉, 我们不能见面了。
  hěn bào qiàn, wǒ men bù néng jiàn miàn le
  헌빠오치앤, 워먼 뿌넝 찌앤미앤러

만남

약속

# 06_ 약속에 늦거나 어길 때

- 왜 안 오는 거예요?
  Why aren't you coming?

  你 怎 么 还 不 来 ?
  nǐ zěn me hái bù lái
  니 전머 하이 뿌라이

- 언제 도착해요?
  When will you get here?

  你 什 么 时 候 到 ?
  nǐ shén me shí hòu dào
  니선머스호우 따오

- 거의 다 왔어요.
  I'll be right there.

  我 差 不 多 就 要 到 了 。
  wǒ chà bù duō jiù yào dào le
  워 차뿌뚜오 찌우야오 따오러

- 그는 조금 늦는다고 했어요.
  He said she was going to be late.

  他 说 他 要 晚 一 点 。
  tā shuō tā yào wǎn yì diǎn
  타쑤오 타야오 완이 디앤

- 왜 이제 오세요?
  What took you so long?

  你 怎 么 才 来 ?
  nǐ zěn me cái lái
  니 전머차이라이

- 2시까지 온다고 했잖아요?
  Where were you at two?

  你 不 是 说 两 点 到 的 吗？
  nǐ  bú  shì shuō liǎng diǎn dào  de  ma
  니부쓰쑤오 리앙디앤 따오더마

- 약속을 잊은 거예요?
  Did you forget about the appointment?

  你 是 忘 记 了 我 们 的 约 会 吗？
  nǐ shì wàng jì  le  wǒ men de yuē huì ma
  니쓰 왕찌러 워먼더 위에후이마

- 더 이상은 못 기다리겠어요.
  I can't wait any more.

  我 不 能 再 等 了。
  wǒ bù néng zài děng le
  워뿌넝 짜이덩러

- 왜 나를 바람 맞혔어요?
  Why did you stand me up?

  你 为 什 么 放 我 鸽 子？
  nǐ wèi shén me fàng wǒ gē  zi
  니웨이선머 팡워 꺼즈

- 오랫동안 기다렸어요.
  I have been waiting for a long time.

  我 等 你 好 久 了。
  wǒ děng nǐ hǎo jiǔ  le
  워덩니 하오지우러

- 미안해요, 저녁은 제가 살게요.
  I'm sorry, I'll pay for dinner.

  对 不 起， 晚 饭 我 请。
  duì bù qǐ    wǎn fàn wǒ qǐng
  뚜이뿌치, 완판 워칭

만남

약속

# chapter 02 초대와 방문

## 01_ 초대 하기

□ 당신을 우리 집에 초대하고 싶습니다.
  We'd like to invite you to our place.

  我们想请你来我们家。
  wǒ men xiǎng qǐng nǐ lái wǒ men jiā
  워먼 시앙 칭니 라이워먼 찌아

□ 우리 집으로 저녁 드시러 오시겠어요?
  Would you like to come to our place for dinner?

  你来我们家吃晚餐，好吗？
  nǐ lái wǒ men jiā chī wǎn cān hǎo ma
  니라이워먼찌아 츠 완찬, 하오마

□ 들어와서 차나 한 잔 하고 가세요.
  Come in and have some tea.

  进来喝杯茶吧。
  jìn lái hē bēi chá ba
  찐라이 허뻬이 차바

□ 제 초대를 받아주시겠어요?
  Would you care to be my guest?

  你能应邀吗？
  nǐ néng yìng yāo ma
  니넝 잉야오마

□ 제 생일 파티에 오실래요?
  Could you make it to my birthday party?

  你能参加我的生日聚会吗？
  nǐ néng cān jiā wǒ de shēng rì jù huì ma
  니넝 찬찌아 워더 셩르쮜후이마

- 이번 주말에 모임이 있는데, 올래요?
  I'm having a party this weekend. Do you want to come?

  这 个 周 末 有 聚 会, 你 来 吗?
  zhè gè zhōu mò yǒu jù huì nǐ lái ma
  쩌꺼쪼우모 요우 쥐후이, 니라이마

- 토요일에 개업식이 있는데, 오실래요?
  It's an opening ceremony on Saturday. Would you like to come?

  周 六 有 开 业 典 礼, 你 来 吗?
  zhōu liù yǒu kāi yè diǎn lǐ nǐ lái ma
  쪼우리우 요우 카이이에 디앤리, 니라이마

- 주말에 저희 집에서 파티를 할 거예요.
  We'll throw a party at our house this weekend.

  周 末 在 我 们 家 有 聚 会。
  zhōu mò zài wǒ men jiā yǒu jù huì
  쪼우모 짜이워먼찌아 요우 쥐후이

- 우리와 함께 파티에 가요.
  Come to the party with us.

  跟 我 们 一 起 去 参 加 聚 会 吧。
  gēn wǒ men yì qǐ qù cān jiā jù huì ba
  껀워먼 이치취 찬찌아 쥐후이바

- 당신을 파티에 초대하고 싶어요.
  I'd like to invite you to my party.

  我 想 请 你 来 参 加 派 对。
  wǒ xiǎng qǐng nǐ lái cān jiā pài duì
  워시앙칭니 라이 찬찌아 파이뚜이

- 어떤 파티인가요?
  What kind of party are you having?

  是 什 么 派 对 呀?
  shì shén me pài duì ya
  쓰선머 파이뚜이야

만남

초대방문

## 02_ 초대에 응할 때

- 초대해 주셔서 감사합니다.
  Thank you for inviting me.

  多谢你的邀请。
  duō xiè nǐ de yāo qǐng
  뚜오씨에니더 야오칭

- 기대가 되네요.
  I'm looking forward to it.

  我很期待。
  wǒ hěn qī dài
  워헌 치따이

- 물론 제가 가야죠.
  Sure I'll come.

  我当然要去。
  wǒ dāng rán yào qù
  워땅란야오취

- 꼭 가겠습니다.
  I'll definitely go there.

  我一定去。
  wǒ yí dìng qù
  워이띵취

- 좋아요. 재미있겠어요.
  OK, that sounds like fun.

  好的，一定很有意思。
  hǎo de   yí dìng hěn yǒu yì si
  하오더, 이띵헌요우이스

# 03_ 초대 거절할 때

□ 저는 못 가요.
I can't come.

不好意思，我不能去。
bù hǎo yì si    wǒ bù néng qù
뿌하오이스, 워뿌넝취

□ 고맙지만 안 되겠어요.
Thank you just the same.

非常感谢，可是我不行。
fēi cháng gǎn xiè    kě shì wǒ bù xíng
페이창간씨에, 커쓰워 뿌싱

□ 유감스럽지만 참석하지 못할 것 같군요.
I'm afraid I won't be able to attend.

很可惜，恐怕我不能参加。
hěn kě xī    kǒng pà wǒ bù néng cān jiā
헌커씨, 콩파 워 뿌넝 찬찌아

□ 초대는 고맙지만 시간이 안 될 것 같아요.
Thank you for inviting me, but it's not possible.

很感谢你的邀请，可惜时间不行。
hěn gǎn xiè nǐ de yāo qǐng    kě xī shí jiān bù xíng
헌간씨에니더 야오칭, 커씨 스찌앤 뿌싱

□ 이번 주말에는 안 될 것 같아요.
I can't make it this weekend.

这个周末恐怕不行。
zhè gè zhōu mò kǒng pà bù xíng
쩌꺼쪼우모, 콩파 뿌싱

만남

초대방문

## 04_ 환영 인사

□ 안녕하세요, 들어오세요.
Hello, please come in.

你好, 请进来。
nǐ hǎo qǐng jìn lai
니하오, 칭찐라이

□ 저희 집에 오신 걸 환영합니다.
Welcome to my house!

欢迎你来我们家。
huān yíng nǐ lái wǒ men jiā
후안잉니라이 워먼찌아

□ 집들이에 오신 것을 환영합니다.
Welcome to my housewarming!

欢迎到我新家来玩。
huān yíng dào wǒ xīn jiā lái wánr
후안잉 따오워 씬찌아라이 왈

□ 당신이 와서 기뻐요.
I'm glad you've come.

很高兴你来。
hěn gāo xìng nǐ lái
헌까오씽 니라이

□ 기다리고 있었어요.
I've been waiting for you.

我一直在等你。
wǒ yì zhí zài děng nǐ
워이즈짜이 덩니

# 05_ 방문시 인사

- 저희 왔어요.
  Here we are!
  ### 我们来啦。
  wǒ men lái la
  워먼 라이라

- 여기 오게 돼서 저도 기뻐요.
  I'm happy to be here.
  ### 我也很开心到这里来。
  wǒ yě hěn kāi xīn dào zhè lǐ lái
  워이에 헌카이씬 따오 쩌리 라이

- 당신을 위한 작은 선물입니다.
  This is a small gift for you.
  ### 这是给你准备的小小礼物。
  zhè shì gěi nǐ zhǔn bèi de xiǎo xiǎo lǐ wù
  쩌쓰게이니 준뻬이더 시아오시아오 리우

- 꽃을 좀 사왔어요.
  I brought some flowers for you.
  ### 我买来了一些花。
  wǒ mǎi lái le yì xiē huā
  워마이라이러 이씨에후아

- 좋은 집에 사시는군요.
  You're living in a nice house.
  ### 你的家真漂亮啊。
  nǐ de jiā zhēn piào liàng a
  니더찌아 쩐 피아오리앙아

만남

초대방문

# 06_ 손님 접대

- 외투를 이곳에 거세요.
  Please hang your jacket here.

  把外套挂在这里。
  bǎ wài tào guà zài zhè lǐ
  바와이타오 꽈짜이 쩌리

- 편안히 앉으세요.
  Please make yourself at home.

  请随便坐。
  qǐng suí biàn zuò
  칭 수이삐앤쭤

- 집을 구경시켜 드릴게요.
  I'll show you around the place.

  我带你看看我的家。
  wǒ dài nǐ kàn kan wǒ de jiā
  워따이니 칸칸 워더찌아

- 마실 걸 좀 드시겠어요?
  Would you like something to drink?

  你要喝点儿什么呀?
  nǐ yào hē diǎnr shén me ya
  니야오허디앨 선머야

- 뭐 가져다 드릴까요?
  Can I get you anything?

  给你拿点儿什么呀?
  gěi nǐ ná diǎnr shén me ya
  게이니 나디앨 썬머야

- 한국음식 좋아하세요?
  How do you like Korean food?
  你喜欢吃韩国饭菜吗?
  nǐ xǐ huān chī hán guó fàn cài ma
  니시후안 츠 한구오 판차이마

- 식기 전에 드세요.
  Have some before it gets cold.
  趁热吃吧。
  chèn rè chī ba
  천 러츠바

- 마음껏 많이 드세요.
  Please help yourself.
  请随便吃。
  qǐng suí biàn chī
  칭 수이삐앤 츠

- 좀 더 드시겠어요?
  Would you like some more?
  你还要吃一点吗?
  nǐ hái yào chī yì diǎn ma
  니하이야오츠이디앤마

- 더 필요한 게 있으면 말씀하세요.
  Please tell me, if you need something else.
  如果你还要别的, 请跟我说。
  rú guǒ nǐ hái yào bié de qǐng gēn wǒ shuō
  루구오니하이야오 비에더, 칭껀워쑤오

- 후식은 뭐로 하시겠어요?
  What would you like for dessert?
  甜点吃什么?
  tián diǎn chī shén me
  티앤디앤츠선머

# 07_ 파티장에서

- 음료 마음껏 드세요.
  Help yourself to some drink.

  饮 料 请 随 便 喝。
  yǐn liào qǐng suí biàn hē
  인리아오 칭 수이삐앤허

- 이 파티 진짜 멋있다!
  This party is rocking!

  这 个 派 对 很 棒。
  zhè gè pài duì hěn bàng
  쩌꺼파이뚜이 헌빵

- 제가 대화에 끼어도 될까요?
  May I join in the conversation?

  我 可 以 加 入 你 们 的 谈 话 吗?
  wǒ kě yǐ jiā rù nǐ men de tán huà ma
  워커이 찌아루 니먼더 탄화마

- 저기 발코니 옆에 계신 분은 누구신가요?
  Who is that over there by the balcony?

  阳 台 旁 边 的 那 个 人 是 谁 啊?
  yáng tái páng biān de nà gè rén shì shéi a
  양타이팡삐앤더 나꺼런 쓰쉐이아

- 저와 춤추시겠어요?
  Would you like to dance with me?

  请 跟 我 跳 个 舞 好 吗?
  qǐng gēn wǒ tiào gè wǔ hǎo ma
  칭 껀워 티아오꺼우 하오마

# 08_ 배웅할 때

- 너무 즐거웠어요.
  I had a very good time.
  ### 我 很 开 心。
  wǒ hěn kāi xīn
  워헌 카이씬

- 환대해 주셔서 감사합니다.
  Thanks for your wonderful hospitality.
  ### 多 谢 你 的 款 待。
  duō xiè nǐ de kuǎn dài
  뚜오씨에니더 쿠안따이

- 와 주셔서 감사합니다.
  I'm glad you could make it.
  ### 多 谢 你 来。
  duō xiè nǐ lái
  뚜오씨에 니라이

- 다음에 또 저희 집에 오세요.
  Please come to my house next time.
  ### 下 回 请 再 来 我 们 家。
  xià huí qǐng zài lái wǒ men jiā
  씨아후이 칭 짜이라이 워먼 찌아

- 운전 조심하세요.
  Drive carefully.
  ### 开 车 要 小 心。
  kāi chē yào xiǎo xīn
  카이처 야오 시아오씬

만남

초대방문

# chapter 03 경조사

## 01_ 결혼식

□ 결혼 축하합니다.
Best regards on your wedding!

恭 喜 你 结 婚。
gōng xǐ nǐ jié hūn
꽁시니 지에훈

□ 두 분 행복하길 바랍니다.
I wish you both the best.

祝 愿 你 们 两 位 幸 福 美 满。
zhù yuàn nǐ men liǎng wèi xìng fú měi mǎn
쭈위앤니먼 리앙웨이 씽푸 메이만

□ 두 사람 행복하길 빌어요.
Best of luck to you both!

祝 你 们 两 位 幸 福。
zhù nǐ men liǎng wèi xìng fú
쭈니먼 리앙우이 씽푸

□ 신부가 참 아름다워요. 당신은 정말 행운아예요.
What a beautiful bride. You're a lucky man!

新 娘 子 真 漂 亮, 你 真 是 个 幸 运 儿。
xīn niáng zi zhēn piào liàng nǐ zhēn shì gè xìng yùn ér
씬니앙즈 쩐 피아오리앙, 니 쩐쓰꺼 씽윈얼

□ 신혼여행은 어디로 간다고 해요?
Where are they going on their honeymoon?

去 哪 里 度 蜜 月 呀?
qù nǎ lǐ dù mì yuè ya
취나리 뚜미위에야

- 정말 어울리는 한 쌍이군요.
  What a lovely couple you make!
  真是很相配的一对呀。
  zhēn shì hěn xiāng pèi de yí duì ya
  쩐쓰헌 씨앙페이더 이뚜이야

- 행복한 커플을 보니까 기분이 좋아요.
  It's nice to see such a happy couple.
  看到这么幸福的一对，我很开心。
  kàn dào zhè me xìng fú de yí duì wǒ hěn kāi xīn
  칸따오쩌머 씽푸더 이뚜이, 워헌카이씬

- 신랑 신부와는 어떻게 아시는 사이세요?
  How do you know the bride and groom?
  你跟新郎新娘是什么关系呀？
  nǐ gēn xīn láng xīn niáng shì shén me guān xì ya
  니껀씬랑 씬니앙 쓰 선머꾸안씨야

- 정말 아름다운 결혼식이었어요.
  That was a lovely ceremony!
  真是一个很美好的婚礼。
  zhēn shì yí gè hěn měi hǎo de hūn lǐ
  쩐쓰 이꺼 헌 메이하오더 훈리

- 결혼식에 참석해 주셔서 기뻐요.
  I'm glad you could make it.
  你来参加婚礼我很开心。
  nǐ lái cān jiā hūn lǐ wǒ hěn kāi xīn
  니라이 찬찌아 훈리 워헌 카이씬

- 결혼식에 와주셔서 정말 감사합니다.
  I really appreciate you coming to the wedding.
  多谢你来参加婚礼。
  duō xiè nǐ lái cān jiā hūn lǐ
  뚜오씨에 니라이 찬찌아 훈리

만남

경조사

# 02_ 장례식

□ 삼가 깊은 조의를 표합니다.
Present my deepest condolences.

表示我深切的哀悼。
biǎo shì wǒ shēn qiè de āi dào
비아오쓰 워 썬치에더 아이따오

□ 정말 안됐습니다. 마음이 아프군요.
I'm sorry to hear that. I'm in mourning.

很遗憾，我很悲痛。
hěn yí hàn  wǒ hěn bēi tòng
헌 이한, 워헌 뻬이통

□ 진심으로 애도의 뜻을 표하는 바입니다.
Please accept my sincere condolences.

表达衷心的哀悼。
biǎo dá zhōng xīn de āi dào
비아오다 쫑씬더 아이따오

□ 힘든 시간이시겠어요.
You must be having a hard time.

你一定很难过。
nǐ yí dìng hěn nán guò
니이띵 헌 난꿔

□ 뭐라고 드릴 말씀이 없습니다.
I'm sorry to hear about your loss.

请节哀顺便吧。
qǐng jié āi shùn biàn ba
칭지에아이 쑨삐앤바

- 우리 모두 가슴 아파하고 있습니다.
  We all grieve for you.
  ### 我们都很悲痛。
  wǒ men dōu hěn bēi tòng
  워먼또우 헌 뻬이통

- 이렇게 와서 조의를 표해주시니 감사합니다.
  Thank you for coming and offering your condolences.
  ### 谢谢你来吊唁。
  xiè xie nǐ lái diào yàn
  씨에시에니라이 띠아오이앤

- 저는 고인을 잊지 못할 것입니다.
  I'll never forget her.
  ### 我永远不会忘记他。
  wǒ yǒng yuǎn bú huì wàng jì tā
  워 용위앤 부 후이 왕찌타

- 고인을 알게된 것은 영광이었습니다.
  It was a privilege to know him.
  ### 认识他是我的荣幸。
  rèn shí tā shì wǒ de róng xìng
  런쓰타 쓰 워더 롱씽

- 고인은 우리 마음속에 영원히 살아 있을 것입니다.
  He will always live on in our hearts.
  ### 他将永远活在我们的心中。
  tā jiāng yǒng yuǎn huó zài wǒ men de xīn zhōng
  타찌앙용위앤후오짜이 워먼더씬쭝

- 제가 뭐 도울 일이라도 있을까요?
  Is there anything I can do?
  ### 我能帮你点什么吗?
  wǒ néng bāng nǐ diǎn shén me ma
  워넝 빵니디앤 선머마

만남

경조사

생활중국어에 도움을 주는 알짜 Key-word

## 4 | 사람을 만나고 관계를 맺다

소개하다 介绍 [jiè shào 찌에싸오]

초대하다 邀请 [yāo qǐng 야오칭]

방문하다 访问 [fǎng wèn 팡원]

환영하다 欢迎 [huān yíng 후안잉]

마중하다 接 [jiē 찌에]

배웅하다 送 [sòng 쏭]

인사하다 打招呼 [dǎ zhāo hu 다짜오후]

부탁하다 拜托 [bài tuō 빠이투오]

거절하다 拒绝 [jù jué 쮜쥐에]

싸움을 하다 打架 [dǎ jià 다찌아]

말싸움을 하다 吵架 [chǎo jià 차오찌아]

충고하다 忠告 [zhōng gào 쫑까오]

화해하다 和好 [hé hǎo 허하오]

약속하다 约定 [yuē dìng 위에띵]

상담하다 洽谈 [qià tán 치아탄]

# Part 5 화 제

Topics

01 시간과 날씨

02 개인의 신상

03 취미와 여가시간

# chapter 01 시간과 날씨

## 01_ 시간 물을 때

□ 몇 시인가요?
Do you know the time?

几点了？
jǐ diǎn le
지디앤러

□ 지금 몇 시인가요?
What time is it now?

现在几点了？
xiàn zài jǐ diǎn le
씨앤짜이 지디앤러

□ 몇 시인지 알려주시겠습니까?
Could you tell me what time it is?

请问现在几点？
qǐng wèn xiàn zài jǐ diǎn
칭원 씨앤짜이 지디앤

□ 7시 정각입니다.
It's seven o'clock on the dot.

七点整。
qī diǎn zhěng
치디앤정

□ 11시 15분입니다.
It's a quarter past eleven.

十一点十五分。
shí yī diǎn shí wǔ fēn
스이디앤 스우펀

## 화제 — 시간 날씨

- 3시 30분이야.
  It is half past three.
  
  三 点 三 十 分。
  sān diǎn sān shí fēn
  싼디앤싼스펀

- 6시가 조금 넘었어요.
  It's a little past six.
  
  六 点 过 了 一 点。
  liù diǎn guò le yì diǎn
  리우디앤 꿔러 이디앤

- 벌써 10시가 넘었어요.
  It's already after ten.
  
  都 十 点 多 了。
  dōu shí diǎn duō le
  또우 스디앤 뚜오러

- 정오가 되었네요.
  It becomes noon.
  
  正 午 到 了。
  zhèng wǔ dào le
  쩡우 따오러

- 당신 시계로는 몇 시인가요?
  What's the time on your watch?
  
  你 的 表 是 几 点？
  nǐ de biǎo shì jǐ diǎn
  니더비아오 쓰 지디앤

- 제 시계는 5시 30분을 가리키고 있어요.
  My watch says five-thirty.
  
  我 的 表 是 五 点 三 十 分。
  wǒ de biǎo shì wǔ diǎn sān shí fēn
  워더비아오쓰 우디앤 싼스펀

## 02_ 시간 관련 표현

□ 당신 시계는 정확한가요?
   Is your watch right?

   你 的 表 准 吗 ?
   nǐ  de  biǎo zhǔn ma
   니더 비아오 준마

□ 제 시계는 5분 빠르네요.
   My watch is five minutes early.

   我 的 表 快 五 分 钟 。
   wǒ  de  biǎo kuài wǔ  fēn zhōng
   워더비아오 콰이 우펀쫑

□ 제 시계는 고장났어요.
   My watch is wrong.

   我 的 表 坏 了 。
   wǒ  de  biǎo huài  le
   워더비아오 화이러

□ 제 시계는 5분 느리네요.
   My watch is five minutes behind.

   我 的 表 慢 五 分 钟 。
   wǒ  de  biǎo màn  wǔ  fēn zhōng
   워더 비아오 만 우펀쫑

□ 그 시계는 몇 분 느려요.
   The clock is a few minutes slow.

   那 个 表 慢 几 分 钟 。
   nà  gè  biǎo màn  jǐ  fēn zhōng
   나꺼비아오 만 지펀쫑

- 나는 매일 아침 8시에 사무실에 와요.
  I come to the office at 8 o'clock every morning.

  我 每 天 早 晨 八 点 来 办 公 室。
  wǒ měi tiān zǎo chén bā diǎn lái bàn gōng shì
  워메이티앤 자오천 빠디앤 라이 빤꽁스

- 오늘 몇 시까지 일할 거예요?
  What time do you get off work today?

  今 天 你 工 作 到 几 点？
  jīn tiān nǐ gōng zuò dào jǐ diǎn
  찐티앤니 꽁쭤따오 지디앤

- 나는 정확히 7시에 나갈 거예요.
  I'm going to leave at 7 o'clock sharp.

  我 七 点 整 出 去。
  wǒ qī diǎn zhěng chū qù
  워치디앤 정 추취

- 시간이 됐어요.
  Time is up.

  时 间 到 了。
  shí jiān dào le
  스찌앤따오러

- 서둘러요. 시간이 없어요.
  Hurry up. There is no time to lose.

  快 点， 时 间 来 不 及 了。
  kuài diǎn shí jiān lái bù jí le
  콰이디앤, 스찌앤 라이뿌지러

- 서두를 필요 없어요. 시간이 충분해요.
  There is no need to hurry. There's plenty of time.

  没 必 要 快， 时 间 来 得 及。
  méi bì yào kuài shí jiān lái de jí
  메이삐야오 콰이, 스찌앤 라이더지

화제

시간 날씨

## 03_ 날짜 물을 때

- 오늘이 며칠인가요?
  What's the date today?

  今 天 几 号 啊 ?
  jīn tiān jǐ hào a
  찐티앤 지하오 아

- 모레가 무슨 날이에요?
  What's the day after tomorrow?

  后 天 是 什 么 日 子 啊 ?
  hòu tiān shì shén me rì zi a
  호우티앤 쓰선머르즈아

- 다음주 화요일이 며칠인가요?
  What date is next Tuesday?

  下 周 四 是 几 号 啊 ?
  xià zhōu sì shì jǐ hào a
  씨아쪼우쓰 쓰지하오아

- 한국에는 언제 오셨어요?
  When did you come to Korea?

  你 是 什 么 时 候 来 韩 国 的 ?
  nǐ shì shén me shí hòu lái hán guó de
  니쓰선머 스호우 라이 한구오더

- 너 방학이 언제부터야?
  When do you start your vacation?

  你 什 么 时 候 开 始 放 假 ?
  nǐ shén me shí hòu kāi shǐ fàng jià
  니선머스호우 카이스 팡찌아

# 04_ 날짜 관련 표현

화제

시간 날씨

- 저는 2003년에 대학교를 졸업했어요.
  I graduated from university in 2003.

  我 是 二 零 零 三 年 大 学 毕 业 的。
  wǒ shì èr líng líng sān nián dà xué bì yè de
  워 쓰 얼링링싼니앤 따쉬에 삐이에더

- 당신 회사의 설명회는 언제인가요?
  When is your presentation meeting

  您 公 司 的 说 明 会 是 在 什 么 时 候 举 行？
  nín gōng sī de shuō míng huì shì zài shén me shí hòu jǔ xíng
  닌꽁쓰더 쑤오밍후이 쓰 짜이 선머스호우 쥐싱

- 내일 시간 있으세요?
  Do you have time tomorrow?

  明 天 你 有 时 间 吗？
  míng tiān nǐ yǒu shí jiān ma
  밍티앤 니 요우 스찌앤마

- 일주일간 휴가를 얻을 수 있을까요?
  May I take a week off?

  你 能 请 一 周 的 假 吗？
  nǐ néng qǐng yì zhōu de jià ma
  니넝 칭이쪼우더 찌아마

- 저는 8월 15일에 돌아올 겁니다.
  I'll come back to work on August 15th.

  我 八 月 十 五 号 回 来。
  wǒ bā yuè shí wǔ hào huí lai
  워 빠위에 스우하오 후이라이

165

# 05_ 요일 물을 때

- 오늘 무슨 요일인가요?
  What day is it today?

  今 天 星 期 几 ?
  jīn tiān xīng qī jǐ
  찐티앤 씽치지

- 오늘은 금요일입니다.
  Today is Friday.

  今 天 星 期 五 。
  jīn tiān xīng qī wǔ
  찐티앤 씽치우

- 어제는 무슨 요일이었나요?
  What day was it yesterday?

  昨 天 是 礼 拜 几 ?
  zuó tiān shì lǐ bài jǐ
  주오티앤쓰 리빠이지

- 화요일이었죠.
  It was Tuesday.

  昨 天 是 礼 拜 二 。
  zuó tiān shì lǐ bài èr
  주오티앤쓰 리빠이얼

- 내일은 무슨 요일인가요?
  What day will it be tomorrow?

  明 天 星 期 几 ?
  míng tiān xīng qī jǐ
  밍티앤 씽치지

- 오늘이 특별한 날인가요?
  Is today a special day?

  今 天 是 什 么 特 别 的 日 子 吗？
  jīn tiān shì shén me tè bié de rì zi ma
  찐티앤쓰 선머 터비에더 르즈마

- 크리스마스는 무슨 요일인가요?
  What day is Christmas on this year?

  圣 诞 节 是 礼 拜 几 啊？
  shèng dàn jié shì lǐ bài jǐ a
  썽딴지에 쓰 리빠이 지아

- 달력을 확인해 보겠어요.
  Let me check my calendar.

  我 要 看 看 日 历。
  wǒ yào kàn kan rì lì
  워야오 칸칸 르리

- 다음 주 금요일이 무슨 날인가요?
  What's the occasion next Friday?

  下 礼 拜 五 是 几 号？
  xià lǐ bài wǔ shì jǐ hào
  씨아리빠이우 쓰 지하오

- 19일이 무슨 요일인가요?
  What day of the week is the 19th?

  十 九 号 是 星 期 几 啊？
  shí jiǔ hào shì xīng qī jǐ a
  스지우하오 쓰 씽치지아

- 이번 달에 무슨 공휴일이 있나요?
  What holidays do we have this month?

  这 个 月 都 有 什 么 休 息 日 啊？
  zhè gè yuè dōu yǒu shén me xiū xi rì a
  쩌꺼위에또우요우 선머 씨우시르아

화제

시간 날씨

# 06_ 날씨 물을 때

- 오늘 날씨 어때요?
  How is the weather today?

  今天天气怎么样啊？
  jīn tiān tiān qì zěn me yàng a
  찐티앤 티앤치 전머양아

- 비가 올 것 같아요.
  It looks like rain.

  好像要下雨。
  hǎo xiàng yào xià yǔ
  하오씨앙 야오 씨아위

- 내일은 날씨가 좋을까요?
  Will it be fine tomorrow?

  明天天气会好吗？
  míng tiān tiān qì huì hǎo ma
  밍티앤티앤치 후이 하오마

- 너무 화창한 날씨군요.
  What a beautiful day!

  真是个晴朗的好天气呀。
  zhēn shì gè qíng lǎng de hǎo tiān qì ya
  쩐쓰꺼 칭랑더 하오티앤치야

- 오늘은 날씨가 좋아요.
  The weather is fine today.

  今天天气很好。
  jīn tiān tiān qì hěn hǎo
  찐티앤티앤치 헌하오

- 오늘은 날씨가 흐리군요.
  It's cloudy today.

  今天天气阴。
  jīn tiān tiān qì yīn
  찐티앤티앤치 인

- 오늘은 좀 쌀쌀해요.
  It's a bit chilly today.

  今天天气凉飕飕的。
  jīn tiān tiān qì liáng sōu sōu de
  찐티앤티앤치 리앙 쏘우쏘우더

- 오늘은 바람이 심해요.
  It's gusty today.

  今天风很大。
  jīn tiān fēng hěn dà
  찐티앤 펑헌따

- 오늘은 너무 춥군요.
  It's so cold today.

  今天很冷啊。
  jīn tiān hěn lěng a
  찐티앤 헌 렁 아

- 오늘은 날씨가 화창할 거예요.
  Today is supposed to be a sunny day.

  今天天气会很晴朗。
  jīn tiān tiān qì huì hěn qíng lǎng
  찐티앤티앤치 후이 헌 칭랑

- 오늘 비가 올까요?
  Is it going to rain today?

  今天会下雨吗?
  jīn tiān huì xià yǔ ma
  찐티앤 후이 씨아위마

화제

시간 날씨

# 07_ 날씨 관련 표현

- 오늘 일기예보는 어떤가요?
  What is the weather forecast for today?

  今天天气预报怎么说?
  jīn tiān tiān qì yù bào zěn me shuō
  찐티앤티앤치 위빠오 전머쑤오

- 일기예보가 틀렸어요.
  The weather forecast was wrong.

  天气预报不对。
  tiān qì yù bào bú duì
  티앤치위빠오 부뚜이

- 구름을 보니 비가 올 것 같아요.
  Those clouds look like rain.

  看天上的云，好像要下雨了。
  kàn tiān shàng de yún hǎo xiàng yào xià yǔ le
  칸티앤쌍더윈, 하오씨앙야오 씨아위러

- 밖에 억수 같은 비가 쏟아지고 있어요.
  It's just pouring rain out there.

  外边下着倾盆大雨呢。
  wài biān xià zhe qīng pén dà yǔ ne
  와이삐앤 씨아저 칭펀 따위너

- 오늘 고약한 날씨군요.
  The weather is nasty today.

  今天天气真糟糕。
  jīn tiān tiān qì zhēn zāo gāo
  찐티앤티앤치 쩐 짜오까오

☐ 내일 날씨가 어떨 것 같아요?
What's the weather going to be like tomorrow?

明 天 天 气 会 怎 样 啊？
míng tiān tiān qì huì zěn yàng a
밍티앤티앤치 후이 전양아

☐ 일기예보에선 내일 날씨가 흐릴 거라고 했어요.
The forecast calls for a cloudy day.

天 气 预 报 说 明 天 天 气 阴。
tiān qì yù bào shuō míng tiān tiān qì yīn
티앤치위빠오쑤오 밍티앤티앤치 인

☐ 저는 더운 날씨는 못 견디겠어요.
I can't take hot weather.

我 忍 受 不 了 热 的 天 气。
wǒ rěn shòu bù liǎo rè de tiān qì
워런쏘우뿌리아오 러더 티앤치

☐ 오늘 첫눈이 올 거래요.
There will be the first snowfall today.

听 说 今 天 会 下 第 一 场 雪。
tīng shuō jīn tiān huì xià dì yī chǎng xuě
팅쑤오찐티앤 후이씨아 띠이창쉬에

☐ 서울의 날씨는 어때요?
What is the weather like in Seoul?

首 尔 的 天 气 怎 么 样 啊？
shǒu ěr de tiān qì zěn me yàng a
소우얼더 티앤치 전머양아

☐ 그곳 날씨는 어때요?
How is the weather over there?

那 里 的 天 气 怎 么 样 啊？
nà lǐ de tiān qì zěn me yàng a
나리더 티앤치 전머양아

화제

시간날씨

# 08_ 기후, 계절

- 봄이 바로 코앞에 왔어요.
  Spring is just around the corner.

  春天眼看就要到了。
  chūn tiān yǎn kàn jiù yào dào le
  춘티앤 이앤칸 찌우야오 따오러

- 봄 날씨치고는 꽤 추워요.
  It is rather cold for spring weather.

  春天了还是这么冷。
  chūn tiān le hái shì zhè me lěng
  춘티앤러 하이쓰 쩌머렁

- 장마철이 되었군요. / 장마철이 끝났어요.
  The rainy season has set in. / The rainy season is over.

  雨季来了。 / 雨季过去了。
  yǔ jì lái le      yǔ jì guò qù le
  위찌 라이러 / 위찌 꿔취러

- 곧 태풍이 올 것 같아요.
  The storm is on the way.

  马上就要起台风了。
  mǎ shàng jiù yào qǐ tái fēng le
  마쌍찌우 야오 치 타이펑러

- 금년에는 유난히 비가 많이 오네요.
  There is so much rain this year.

  今年雨下得特别多。
  jīn nián yǔ xià de tè bié duō
  찐니앤 위씨아더 터비에뚜오

- 낙엽이 물들고 있어요.
  The fallen leaves are changing colors.
  ### 落 叶 红 了。
  luò yè hóng le
  뤄이에 훙러

- 날이 갈수록 추워지네요.
  It's getting colder day by day.
  ### 天 越 来 越 冷 了。
  tiān yuè lái yuè lěng le
  티앤 위에라이 위에렁러

- 이번 겨울은 이상하게 포근하네요.
  This winter is unusually mild.
  ### 今 年 冬 天 天 气 很 温 和。
  jīn nián dōng tiān tiān qì hěn wēn hé
  찐니앤똥티앤티앤치 헌 원허

- 금년에는 유난히 눈이 많이 오네요.
  There is so much snow this year.
  ### 今 年 雪 下 得 异 常 地 多。
  jīn nián xuě xià de yì cháng de duō
  찐니앤 쉬에 씨아더 이창더 뚜오

- 봄과 가을이 가장 좋은 계절이에요.
  Spring and Autumn are the best seasons.
  ### 春 天 和 秋 天 是 最 好 的 季 节。
  chūn tiān hé qiū tiān shì zuì hǎo de jì jié
  춘티앤허 치우티앤 쓰 쭈이하오더 찌지에

- 환절기에는 날씨가 변덕스러워요.
  The weather is changeable at the turn of the seasons.
  ### 换 季 时 天 气 变 化 多 端。
  huàn jì shí tiān qì biàn huà duō duān
  환찌스 티앤치 삐앤화뚜오뚜안

화제

시간 날씨

# chapter 02 개인의 신상

## 01_ 가족 관계

- 형제가 있나요?
  Do you have any siblings?

  你有兄弟姐妹吗？
  nǐ yǒu xiōng dì jiě mèi ma
  니 요우 씨옹띠지에메이마

- 저는 형제가 없어요.
  I have no siblings.

  我没有兄弟姐妹。
  wǒ méi yǒu xiōng dì jiě mèi
  워메이요우 씨옹띠 지에메이

- 누나와 두 형이 있어요. 저는 막내죠.
  I have a sister and two brothers. I'm the youngest.

  我有姐姐和两个哥哥。我是老小。
  wǒ yǒu jiě jiě hé liǎng gè gē ge    wǒ shì lǎo xiǎo
  워요우지에지에 허 리앙꺼 꺼거. 워쓰 라오시아오

- 부모님과 같이 사세요?
  Do you live with your parents?

  你跟父母亲一起住吗？
  nǐ gēn fù mǔ qīn yì qǐ zhù ma
  니껀푸무친 이치쭈마

- 저는 가족들과 떨어져 지내요.
  I live away from my family.

  我离开家一个人住。
  wǒ lí kāi jiā yí gè rén zhù
  워 리카이찌아 이꺼런쭈

□ 저는 결혼했어요. / 저는 미혼입니다.
I'm married. / I'm single.

我 结 婚 了。 / 我 未 婚。
wǒ jié hūn le    wǒ wèi hūn
워지에훈러 / 워웨이훈

□ 아직 제게 딱 맞는 상대를 찾고 있어요.
I'm still looking for Mr. Right.

我 正 在 找 跟 我 相 配 的 人。
wǒ zhèng zài zhǎo gēn wǒ xiāng pèi de rén
워쩡짜이 자오 껀워씨앙페이더런

□ 우리는 결혼한 지 3년이 됐어요.
We've been married for three years.

我 们 结 婚 三 年 了。
wǒ men jié hūn sān nián le
워먼지에 훈 싼니앤러

□ 자녀는 어떻게 되세요?
How many children do you have?

你 有 几 个 孩 子 啊?
nǐ yǒu jǐ gè hái zi a
니요우 지꺼 하이즈아

□ 우리는 아이가 없어요.
We don't have any children.

我 们 没 有 孩 子。
wǒ men méi yǒu hái zi
워먼 메이요우 하이즈

□ 딸이 하나 있어요.
I have one daughter.

我 只 有 一 个 女 儿。
wǒ zhǐ yǒu yí gè nǚ ér
워즈요우이꺼 뉘얼

화제

개인신상

# 02_ 고향, 출신지

- 어디 출신이세요?
  Where are you from?

  你 是 哪 儿 的 人 啊？
  nǐ shì nǎr de rén a
  니쓰날더런아

- 어디서 태어나셨어요?
  Where were you born?

  你 出 生 在 哪 里 啊？
  nǐ chū shēng zài nàr lǐ a
  니추썽짜이 나리아

- 어디서 자라셨어요?
  Where did you grow up?

  你 是 在 哪 里 长 大 的 呀？
  nǐ shì zài nǎ lǐ zhǎng dà de ya
  니쓰짜이 나리 장따더야

- 저는 상하이 출신입니다.
  I'm from Shang Hai.

  我 来 自 上 海。
  wǒ lái zì shàng hǎi
  워라이쯔 쌍하이

- 상하이에서 얼마나 사셨어요?
  How long have you been in Shang Hai?

  你 在 上 海 生 活 了 多 久？
  nǐ zài shàng hǎi shēng huó le duō jiǔ
  니짜이 쌍하이 썽후오러 뚜오지우

## 03_ 주거지

화제 / 개인신상

- 어디에 사세요?
  Where do you live?
  你 住 在 哪 里 啊?
  nǐ zhù zài nǎ lǐ a
  니쭈짜이 나리아

- 단독주택이세요, 아파트에 사세요?
  Do you live in a house or an apartment?
  是 平 房 还 是 公 寓 啊?
  shì píng fáng hái shì gōng yù a
  쓰핑팡 하이쓰 꽁위아

- 저는 이곳에서 3년째 살고 있어요.
  I've lived here for three years.
  我 在 这 里 住 了 三 年 了。
  wǒ zài zhè lǐ zhù le sān nián le
  워짜이 쩌리 쭈러 싼니앤러

- 저는 이 동네가 마음에 들어요.
  I like this neighborhood.
  我 喜 欢 住 这 一 带。
  wǒ xǐ huān zhù zhè yí dài
  워시후안쭈 쩌이따이

- 저희 집은 역에서 걸어서 10분 거리에 있어요.
  My house is about ten minutes on foot from the station.
  我 们 家 离 车 站 走 路 大 约 十 分 钟。
  wǒ men jiā lí chē zhàn zǒu lù dà yuē shí fēn zhōng
  워먼찌아 리 처짠 조우루 따위에 스펀쫑

# 04_ 일, 직업

- 무슨 일을 하시나요?
  What do you do for a living?

  ### 你做什么工作啊？
  nǐ zuò shén me gōng zuò a
  니쭤선머 꽁쭤아

- 저는 자영업을 하고 있어요.
  I'm self-employed.

  ### 我自己开公司。
  wǒ zì jǐ kāi gōng sī
  워쯔지 카이 꽁쓰

- 직책은 어떻게 되세요?
  What's your position at work?

  ### 你的职位是什么啊？
  nǐ de zhí wèi shì shén me a
  니더 즈웨이 쓰선머아

- 총지배인을 맡고 있어요.
  I'm a general manager.

  ### 我是总经理。
  wǒ shì zǒng jīng lǐ
  워쓰 종찡리

- 이 일을 하신 지는 얼마나 되셨어요?
  How long have you had this job?

  ### 你做这个工作多久了？
  nǐ zuò zhè gè gōng zuò duō jiǔ le
  니쭤쩌꺼 꽁쭤 뚜오지우러

- 정말 멋진 직업이군요.
  That must be a cool job.
  
  真 是 一 个 很 棒 的 工 作 呀。
  zhēn shì yí gè hěn bàng de gōng zuò ya
  쩐쓰이꺼 헌빵더 꽁쭤야

- 사무실이 어디에 있어요?
  Where's your office?
  
  办 公 室 在 哪 里 啊?
  bàn gōng shì zài nǎ lǐ a
  빤꽁쓰 짜이나리아

- 제 사무실은 시청 근처에 있어요.
  My office is near City Hall.
  
  我 的 办 公 室 在 市 政 府 大 楼 的 附 近。
  wǒ de bàn gōng shì zài shì zhèng fǔ dà lóu de fù jìn
  워더빤꽁쓰 짜이쓰쩡푸따로우더 푸찐

- 직장이 마음에 드세요?
  How do you like your job?
  
  你 对 自 己 的 工 作 单 位 满 意 吗?
  nǐ duì zì jǐ de gōng zuò dān wèi mǎn yì ma
  니뚜이쯔지더 꽁쭤딴웨이 만이마

- 저는 지금 하는 일에 만족하고 있어요.
  I'm happy with my work.
  
  我 对 现 在 的 工 作 满 意。
  wǒ duì xiàn zài de gōng zuò mǎn yì
  워뚜이씨앤짜이더 꽁쭤 만이

- 저는 파트타임으로 일해요.
  I'm working part-time.
  
  我 按 小 时 打 工。
  wǒ àn xiǎo shí dǎ gōng
  워안시아오스 다꽁

화제

개인신상

# 05_ 외모

- 저는 통통해요.
  I'm slightly plump.

  我 有 点 胖。
  wǒ yǒu diǎn pàng
  워요우디앤 팡

- 날씬하시군요.
  You're in good shape.

  你 真 苗 条 啊。
  nǐ zhēn miáo tiao a
  니쩐미아오티아오아

- 키가 크시네요.
  You're a tall fellow.

  你 个 子 真 高 啊。
  nǐ gè zi zhēn gāo a
  니꺼즈 쩐까오아

- 체격이 좋으시네요.
  You're well built.

  你 体 格 真 好 啊。
  nǐ tǐ gé zhēn hǎo a
  니 티거쩐하오아

- 정말 예쁘세요.
  You're so pretty.

  你 真 漂 亮 啊。
  nǐ zhēn piào liàng a
  니쩐피아오리앙아

- 당신은 자연스런 아름다움이 있어요.
  You're a natural beauty.

  你 有 着 一 种 自 然 美。
  nǐ yǒu zhe yì zhǒng zì rán měi
  니요우저 이종 쯔란메이

- 저는 화장을 거의 하지 않아요.
  I wear almost no make-up.

  我 几 乎 不 化 妆。
  wǒ jī hū bú huà zhuāng
  워 찌후부 화쭈앙

- 나이에 비해 젊어 보이세요.
  You look young for your age.

  你 看 上 去 很 年 轻。
  nǐ kàn shàng qù hěn nián qīng
  니칸쌍취 헌 니앤칭

- 당신 보조개가 예쁘네요.
  You have such cute dimples.

  你 的 酒 窝 好 漂 亮。
  nǐ de jiǔ wō hǎo piào liang
  니더 지우워 하오 피아오리앙

- 그는 잘생겼어요.
  He's so handsome.

  他 长 得 很 帅 气。
  tā zhǎng de hěn shuài qì
  타 장더 헌 쏴이치

- 제 키가 좀 더 컸으면 좋겠어요.
  I wish I were taller.

  我 希 望 个 子 再 高 一 点。
  wǒ xī wàng gè zi zài gāo yì diǎn
  워 씨왕 꺼즈 짜이 까오이디앤

화제

개인신상

# 06_ 성격

- 저는 덜렁대는 편이에요.
  I'm carefree.
  
  我 性 格 很 随 便。
  wǒ xìng gé hěn suí biàn
  워씽거 헌 수이삐앤

- 친구들은 저보고 내성적이라고 해요.
  My friends say that I'm an introvert.
  
  朋 友 们 都 说 我 性 格 内 向。
  péng yǒu men dōu shuō wǒ xìng gé nèi xiàng
  펑요우먼 또우쑤오 워씽거 네이씨앙

- 저는 낙천주의자예요.
  I'm such an optimist.
  
  我 是 个 乐 观 主 义 者。
  wǒ shì gè lè guān zhǔ yì zhě
  워 쓰꺼 러꾸안주이저

- 저는 밝고 쾌활하다는 소리를 많이 들어요.
  They say I'm a cheerful person.
  
  人 们 说 我 性 格 开 朗 活 泼。
  rén men shuō wǒ xìng gé kāi lǎng huó pō
  런먼쑤오워 씽거 카이랑 후오포

- 저는 누구에게나 허물없이 얘기하는 편이에요.
  I talk quite freely with everybody.
  
  我 跟 什 么 样 的 人 都 很 谈 的 来。
  wǒ gēn shén me yàng de rén dōu hěn tán de lái
  워껀선머양더런 또우헌 탄더라이

화제

개인신상

- 그 사람은 성격이 좋아요.
  He has a great personality.

  他 性 格 很 好。
  tā xìng gé hěn hǎo
  타씽거 헌하오

- 그는 다혈질이에요.
  He's hot-tempered.

  他 脾 气 暴 燥。
  tā pí qì bào zào
  타 피치 빠오짜오

- 그는 너무 보수적이에요.
  He's too conservative.

  他 太 保 守 了。
  tā tài bǎo shǒu le
  타타이 바오 소우러

- 그녀는 허풍쟁이에요.
  She has a big mouth.

  她 是 个 吹 牛 大 王。
  tā shì gè chuī niú dà wáng
  타쓰꺼 추이니우 따왕

- 그녀는 좀 수줍어하는 것 같아요.
  She seems to be kind of shy.

  她 好 像 有 点 害 羞。
  tā hǎo xiàng yǒu diǎn hài xiū
  타하오씨앙 요우디앤 하이씨우

- 그녀는 독립심이 강해요.
  She's independent.

  她 很 自 立。
  tā hěn zì lì
  타헌 쯔리

# chapter 03 취미와 여가시간

## 01_ 취미생활에 대해

□ 취미가 뭐예요?
What's your hobby?

你的爱好是什么啊？
nǐ de ài hào shì shén me a
니더 아이하오쓰 선머아

□ 저는 여행을 좋아해요.
I like to travel.

我喜欢旅行。
wǒ xǐ huān lǚ xíng
워시후안 뤼싱

□ 저는 요리하는 걸 좋아해요.
I like cooking.

我喜欢做菜。
wǒ xǐ huān zuò cài
워시후안 쭤차이

□ 저는 사진 찍는 것에 많은 관심이 있어요.
I'm very interested in taking photos.

我对摄影很感兴趣。
wǒ duì shè yǐng hěn gǎn xìng qù
워뚜이 써잉헌 간씽취

□ 저는 정원 가꾸기에 푹 빠져 있어요.
I'm really into gardening.

我迷上了布置庭院。
wǒ mí shàng le bù zhì tíng yuàn
워미쌍러 뿌쯔팅위앤

- 저는 영화광이에요.
  I'm a film buff.
  我 是 个 电 影 迷。
  wǒ shì gè diàn yǐng mí
  워쓰꺼 띠앤잉미

- 극장에는 자주 가세요?
  Do you go to the movies often?
  你 经 常 去 电 影 院 吗?
  nǐ jīng cháng qù diàn yǐng yuàn ma
  니찡창취 띠앤잉위앤마

- 제 취미는 골동품 수집이에요.
  My hobby is collecting antiques.
  我 的 爱 好 是 收 集 古 董。
  wǒ de ài hǎo shì shōu jí gǔ dǒng
  워더 아이하오쓰 쏘우지 구동

- 저는 CD를 수집해요.
  I'm a CD collector.
  我 在 收 集 光 碟。
  wǒ zài shōu jí guāng dié
  워 짜이 쏘우지 꾸앙디에

- 우표 수집은 마음을 편안하게 해주는 취미에요.
  Philately is a relaxing hobby.
  集 邮 使 人 心 情 平 静。
  jí yóu shǐ rén xīn qíng píng jìng
  지요우스런 씬칭 핑찡

- 뭔가 배우는 게 있나요?
  Do you take any kind of lessons?
  你 在 学 什 么 吗?
  nǐ zài xué shén me ma
  니짜이 쉬에선머마

화제

취미여가

□ 저는 꽃꽂이를 배우고 있어요.
I'm learning flower arrangement.

我 在 学 插 花。
wǒ zài xué chā huā
워짜이 쉬에 차후아

□ 저는 십자수를 자주 했어요.
I used to cross-stitch all the time.

我 经 常 刺 绣。
wǒ jīng cháng cì xiù
워 찡창 츠씨우

□ 특별히 좋아하는 게 있나요?
Do you have any special interests?

你 有 特 别 喜 欢 的 吗?
nǐ yǒu tè bié xǐ huān de ma
니요우 터비에시후안더마

□ 음악 감상이 유일한 즐거움이에요.
Listening to music is my only pleasure.

听 音 乐 是 我 唯 一 的 乐 趣。
tīng yīn lè shì wǒ wéi yī de lè qù
팅인러 쓰워 웨이더 러취

□ 저는 록 음악에 빠졌어요.
I'm really into rock music.

我 迷 上 了 摇 滚 音 乐。
wǒ mí shàng le yáo gǔn yīn yuè
워미쌍러 야오군인위에

□ 그 여자가수의 목소리는 정말 호소력이 있어요.
The woman singer's voice is very haunting.

那 位 女 歌 手 的 声 音 真 有 号 召 力 啊。
nà wèi nǚ gē shǒu de shēng yīn zhēn yǒu hào zhào lì a
나웨이 뉘꺼소우더 썽인 쩐요우 하오짜오리아

☐ 연주할 수 있는 악기가 있어요?
   Can you play any instrument?

   你能弹乐器吗？
   nǐ néng tán yuè qì ma
   니넝 탄 위에치마

☐ 저는 피아노를 쳐요.
   I play the piano.

   我能弹钢琴。
   wǒ néng tán gāng qín
   워넝 탄 깡친

☐ 저는 어렸을 때 바이올린을 배웠어요.
   I learned to play the violin when I was young.

   我小时候学过拉小提琴。
   wǒ xiǎo shí hòu xué guò lā xiǎo tí qín
   워 시아오스호우 쉬에꿔 라 시아오티친

화제 / 취미여가

## 스포츠 관련 표현

축구 足球 [zú qiú 주치우]
마라톤 马拉松 [mǎ lā sōng 마라쏭]
야구 棒球 [bàng qiú 빵치우]
배구 排球 [pái qiú 파이치우]
체조 体操 [tǐ cāo 티차오]
탁구 乒乓球 [pīng pāng qiú 핑팡치우]
태권도 跆拳道 [tái quán dào 타이취앤따오]
수영 游泳 [yóu yǒng 요우용]

월드컵 世界杯 [shì jiè bēi 쓰찌에뻬이]
조깅하다 跑步 [pǎo bù 파오뿌]
농구 篮球 [lán qiú 란치우]
테니스 网球 [wǎng qiú 왕치우]
배드민턴 羽毛球 [yǔ máo qiú 위마오치우]
당구 台球 [tái qiú 타이치우]
승마 骑马 [qí mǎ 치마]
스키 滑雪 [huá xuě 후아쉬에]

# 02_ 여가시간의 활동

□ 여가시간에 뭐하고 보내세요?
　What do you do in your spare time?
　你 没 事 的 时 候 一 般 做 什 么？
　nǐ  méi shì  de  shí hòu  yì  bān zuò shén me
　니메이 쓰더스호우 이반 쭤선머

□ 여가시간에 독서하는 게 좋아요.
　I like to read in my spare time.
　我 在 闲 暇 时 间 喜 欢 看 书。
　wǒ zài xián xiá shí jiān xǐ huān kàn shū
　워짜이 시앤시아 스찌앤 시후안 칸쑤

□ 저는 가능한 자주 운동을 하려고 노력해요.
　I try to exercise as often as possible.
　我 尽 量 做 运 动。
　wǒ  jǐn liàng zuò yùn dòng
　워찐리앙 쭤 윈똥

□ 최근에 조깅을 시작했어요.
　I've taken up jogging recently.
　我 最 近 开 始 跑 步 了。
　wǒ zuì jìn kāi shǐ pǎo bù  le
　워쭈이찐 카이스 파오뿌러

□ 저는 휴일엔 하루 종일 TV만 봐요.
　I just stay in and watch TV on the weekends
　我 周 末 整 天 在 家 里 看 电 视。
　wǒ zhōu mò zhěng tiān zài jiā  lǐ  kàn diàn shì
　워쪼우모 정티앤 짜이찌아리 칸 띠앤쓰

- 저는 주로 친구들을 만나요.
  I usually spend time with my friends.

  我 一 般 见 朋 友。
  wǒ yì bān jiàn péng yǒu
  워이빤 찌앤 펑요우

- 저는 등산에 푹 빠졌어요.
  I'm really into mountain climbing.

  我 迷 上 了 爬 山。
  wǒ mí shàng le pá shān
  워미쌍러 파싼

- 저는 경기를 보러 경기장에 가요.
  I go to the stadium to watch games.

  我 去 运 动 场 看 比 赛。
  wǒ qù yùn dòng chǎng kàn bǐ sài
  워취윈똥창 칸비싸이

- 드라이브 하는 거 어때요?
  How about going for a drive?

  开 车 兜 风 怎 么 样 啊？
  kāi chē dōu fēng zěn me yàng a
  카이처 또우펑 전머양아

- 골프 치세요?
  Do you play golf?

  你 打 高 尔 夫 球 吗？
  nǐ dǎ gāo ěr fū qiú ma
  니다 까오얼푸 치우마

- 저는 십 년 넘게 골프를 치고 있어요.
  I've been playing golf for over ten years.

  我 打 高 尔 夫 球 十 年 了。
  wǒ dǎ gāo ěr fū qiú shí nián le
  워다 까오얼푸치우 스니앤러

화제

취미여가

## 03_ TV나 비디오 보기

- TV에서 오늘 재미있는 것 좀 해요?
  Is there anything on TV today?

  今天电视有好看的节目吗？
  jīn tiān diàn shì yǒu hǎo kàn de jié mù ma
  찐티앤 띠앤쓰요우 하오칸더 지에무마

- 오늘밤 TV에서 뭐해요?
  What is on TV tonight?

  今晚电视里播什么？
  jīn wǎn diàn shì lǐ bō shén me
  찐완 띠앤쓰리 뽀선머

- 9번 채널로 돌려보세요.
  Please check channel nine.

  你看九频道吧。
  nǐ kàn jiǔ pín dào ba
  니칸 지우핀따오빠

- 엄마가 좋아하는 드라마 해요.
  There is that one drama mommy likes.

  正在播放妈妈爱看的电视剧呢。
  zhèng zài bō fàng mā ma ài kàn de diàn shì jù ne
  쩡 짜이 뽀팡 마마아이칸더 띠앤쓰쮜너

- 이건 재방송이에요.
  It's a rerun.

  这是重播。
  zhè shì chóng bō
  쩌쓰총뽀

□ 저는 그 배역이 싫어요.
I don't like that character.

我 不 喜 欢 那 个 角 色。
wǒ bù xī huān nà gè jué sè
워뿌시후안 나꺼 쥐에써

□ 저는 텔레비전 퀴즈 프로를 보면 너무 재미있어요.
I enjoying watching a TV quiz show.

我 爱 看 小 问 答 类 的 节 目。
wǒ ài kàn xiǎo wèn dá lèi de jié mù
워아이칸 시아오원다레이더 지에무

□ 이 시트콤 정말 재미없어요.
This sitcom is a pretty lame show.

这 个 室 内 剧 真 没 意 思。
zhè gè shì nèi jù zhēn méi yì si
쩌꺼 쓰네이쮜 쩐메이이스

□ 저는 주로 비디오로 빌려서 영화를 봐요.
I usually rent movies on videotape.

我 通 常 借 录 影 带 看。
wǒ tōng cháng jiè lù yǐng dài kàn
워통창 찌에 루잉따이 칸

□ 요즘 재미있는 비디오 본 거 있어요?
Have you seen any good video lately?

最 近 你 看 了 有 意 思 的 录 影 带 吗?
zuì jìn nǐ kàn le yǒu yì si de lù yǐng dài ma
쭈이찐 니칸러 요우이스더 루잉따이마

□ 저는 이 영화에 나오는 주연배우가 좋아요.
I like the main actor in this film.

我 喜 欢 这 部 电 影 里 的 主 角。
wǒ xī huān zhè bù diàn yǐng lǐ de zhǔ jué
워시후안 쩌뿌띠앤잉리더 주쥐에

화제

취미여가

생활중국어에 도움을 주는 알짜 Key-word

## 5 | 외모를 표현하다

키가 크다  个子高  [gè zǐ gāo 꺼즈까오]

키가 작다  个子矮  [gè zǐ ǎi 꺼즈아이]

뚱뚱하다  胖  [pàng 팡]

날씬하다  苗条  [miáo tiáo 미아오티아오]

마르다  瘦  [shòu 쏘우]

예쁘다  漂亮  [piào liàng 피아오리앙]

아름답다  美丽  [měi lì 메이리]

못생겼다  丑  [chǒu 초우]

귀엽다  可爱  [kě ài 커아이]

멋있다  帅气  [shuài qì 쏴이치]

매력적이다  有魅力  [yǒu mèi lì 요우메이리]

얼굴이 둥글다  脸圆圆的  [liǎn yuán yuán de 리앤위앤위앤더]

코가 높다  鼻子高高的  [bí zǐ gāo gāo de 비즈 까오까오더]

입이 크다  嘴大大的  [zuǐ dà dà de 주이 따따더]

어깨가 넓다  肩宽宽的  [jiān kuān kuān de 찌앤 쿠안쿠안더]

# Part 6 일상의 장소
## Everyday Life Place

01 우체국에서

02 은행에서

03 세탁소에서

04 미용실에서

05 부동산중개업소

06 공공기관

07 공연장에서

08 경기장에서

# chapter 01 우체국에서

## 01_ 일반 우편물

- 이 근처에 우체국이 있나요?
  Is there a post office near here?

  这儿附近有邮局吗?
  zhèr fù jìn yǒu yóu jú ma
  쩔 푸찐 요우 요우쥐마

- 우표는 어디에서 파나요?
  Where do they sell stamps?

  哪里卖邮票啊?
  nǎ lǐ mài yóu piào a
  나리 마이 요우피아오아

- 우체통은 어디에 있나요?
  Where is the mail box?

  哪里有邮筒啊?
  nǎ lǐ yǒu yóu tǒng a
  나리요우 요우통아

- 보통우편으로 보내주세요. / 빠른우편으로 부치고 싶어요.
  Please send it a regular mail. / I'd like to send this by express mail.

  请寄一般邮件。 / 我想寄快件。
  qǐng jì yì bān yóu jiàn    wǒ xiǎng jì kuài jiàn
  칭찌이빤 요우찌앤 / 워시앙찌 콰이찌앤

- 언제 도착하나요?
  How fast will it get there?

  什么时候到啊?
  shén me shí hòu dào a
  선머스호우따오아

- 빠른우편으로 부치면 얼마예요?
  How much is it to express mail?

  寄 快 件 多 少 钱 啊？
  jì  kuài jiàn duō shǎo qián  a
  찌 콰이찌앤 뚜오사오치앤아

- 이 편지에 얼마짜리 우표를 붙여야 하나요?
  How much is the postage for this letter?

  这 封 信 应 该 用 多 少 钱 的 邮 票 啊？
  zhè fēng xìn yīng gāi yòng duō shǎo qián de  yóu piào  a
  쩌펑씬 잉까이용 뚜오사오치앤더 요우피아오아

- 판매용 기념우표 있어요?
  Do you have any commemorative stamps for sale?

  有 用 于 销 售 的 纪 念 邮 票 吗？
  yǒu yòng yú xiāo shòu de  jì  niàn yóu piào ma
  요우 용위 씨아오쏘우더 찌니앤요우피아오마

- 이 엽서를 한국으로 보내고 싶어요.
  I want to send this cards to Korea.

  我 想 把 这 张 明 信 片 寄 到 韩 国 去。
  wǒ xiǎng bǎ  zhè zhāng míng xìn piàn  jì  dào hán guó  qù
  워시앙 바쩌짱 밍씬피앤 찌따오 한구오 취

- 한국까지 선박편으로 보내주세요.
  Please by sea-mail to Korea.

  请 用 船 运 寄 到 韩 国。
  qǐng yòng chuán yùn jì  dào hán guó
  칭용 추안 원찌따오 한구오

- 모두 항공편으로 보내주세요.
  Please send everything by airmail.

  请 全 部 寄 航 空 快 件。
  qǐng quán bù   jì  háng kōng kuài jiàn
  칭취앤뿌 찌 항콩콰이찌앤

일상장소

우체국

## 02_ 전보, 등기

□ 전보를 치고 싶어요.
   I want to send a telegram.

   我想打电报。
   wǒ xiǎng dǎ diàn bào
   워시앙 다 띠앤빠오

□ 한국으로 전보를 치고 싶어요.
   I'd like to send a telegram to Korea.

   我想往韩国打电报。
   wǒ xiǎng wǎng hán guó dǎ diàn bào
   워 시앙 왕 한구오 다 띠앤빠오

□ 이 편지를 등기로 해주세요.
   Please register this letter.

   这封信请寄挂号。
   zhè fēng xìn qǐng jì guà hào
   쩌펑씬 칭찌 꽈하오

□ 요금은 얼마인가요?
   How much is the postage?

   邮费是多少啊？
   yóu fèi shì duō shǎo a
   요우페이쓰 뚜오사오아

□ 얼마나 걸릴까요?
   How long do you think it will take?

   要多长时间啊？
   yào duō cháng shí jiān a
   야오 뚜오창스찌앤아

## 03_ 소포 보낼 때

□ 이 소포를 한국에 보내고 싶습니다.
   I'd like to have a package delivered to Korea.

   我 想 把 这 个 包 裹 寄 往 韩 国。
   wǒ xiǎng bǎ zhè gè bāo guǒ jì wǎng hán guó
   워시앙 바쩌꺼 빠오구오 찌왕 한구오

□ 여기서 소포용 박스를 파나요?
   Do you sell boxes here?

   这 儿 有 卖 装 包 裹 的 纸 箱 吗?
   zhèr yǒu mài zhuāng bāo guǒ de zhǐ xiāng ma
   쩔 요우마이 쭈앙 빠오구오더 즈씨앙마

□ 이 소포 중량을 달아주실래요?
   Would you weigh this package?

   请 称 称 这 个 包 裹 的 重 量, 好 吗?
   qǐng chēngcheng zhè gè bāo guǒ de zhòng liàng hǎo ma
   칭 청청쩌꺼 빠오구오더 쫑리앙, 하오마

□ 소포를 보험에 들어주세요.
   Please insure this parcel just in case.

   请 将 你 的 包 裹 加 入 保 险 吧。
   qǐng jiāng nǐ de bāo guǒ jiā rù bǎo xiǎn ba
   칭 찌앙니더 빠오구오 찌아루 바오시앤바

□ 그것이 언제 거기에 도착할 수 있을까요?
   When do you think it will get there?

   那 个 什 么 时 候 会 到 啊?
   nà gè shén me shí hòu huì dào a
   나꺼 선머스호우 후이따오아

일상장소

우체국

# chapter 02 은행에서

## 01_ 환전할 때

□ 오늘 환율은 어떤가요?
What's the exchange rate today?
今天的汇率是多少啊？
jīn tiān de huì lǜ shì duō shǎo a
찐티앤더 후이뤼 쓰 뚜오사오아

□ 환전 수수료는 얼마인가요?
How much commission do you charge?
兑换手续费是多少？
duì huàn shǒu xù fèi shì duō shǎo
뚜이환 소우쒸 페이쓰 뚜오사오

□ 1달러에 인민폐는 얼마인가요?
How much is the Renminbi against the U.S. dollars?
请问一美金是多少人民币啊？
qǐng wèn yì měi jīn shì duō shǎo rén mín bì a
칭원 이메이찐쓰 뚜오사오 런민삐아

□ 이 달러를 인민폐로 바꿔주세요.
Please exchange this dollar into Renminbi.
请把这个美金换成人民币。
qǐng bǎ zhè gè měi jīn huàn chéng rén mín bì
칭바 쩌꺼 메이찐 환청 런민삐

□ 200달러를 바꾸고 싶어요.
I'd like to exchange 200 dollars.
我要兑换二百美金的。
wǒ yào duì huàn èr bǎi měi jīn de
워야오 뚜이환 얼바이 메이찐더

198

□ 한화를 인민폐로 바꿔주세요.
Please exchange Korean won into Renminbi.

请把这个韩币换成人民币。
qǐng bǎ zhè gè hán bì huàn chéng rén mín bì
칭바 쩌꺼 한삐 환청 런민삐

□ 미국 달러로 바꾸고 싶어요.
I'd like to exchange this into U.S. dollars.

我要兑换成美金。
wǒ yào duì huàn chéng měi jīn
워야오 뚜이환청 메이찐

□ 홍콩 달러로 바꿔주세요.
Please change this to Hong Kong dollars.

我要兑换港币。
wǒ yào duì huàn gǎng bì
워야오뚜이환 강삐

□ 이 여행자수표를 현금으로 바꾸고 싶어요.
I'd like to cash this traveller's check, please.

我想把这旅行支票换成现金。
wǒ xiǎng bǎ zhè lǚ xíng zhī piào huàn chéng xiàn jīn
워시앙 바쩌 뤼싱쯔피아오 환청 씨앤찐

□ 지폐를 동전으로 바꿔주시겠어요?
Could you break this, please?

请把纸币换成硬币，好吗？
qǐng bǎ zhǐ bì huàn chéng yìng bì hǎo ma
칭바즈삐 환청 잉삐, 하오마

□ 이것을 잔돈으로 바꿀 수 있습니까?
Can you break this into small money?

这个可以换零钱吗？
zhè gè kě yǐ huàn líng qián ma
쩌꺼 커이 환 링치앤마

일상장소

은행

## 02_ 입출금

□ 예금하려고 해요.
I'd like to deposit money, please.

我要存款。
wǒ yào cún kuǎn
워야오 춘쿠안

□ 돈을 찾고 싶어요. / 예금을 인출하고 싶어요.
I want to take money out. / I want to make a withdrawal.

我要取钱。 / 我要把钱取出来。
wǒ yào qǔ qián   wǒ yào bǎ qián qǔ chū lái
워야오 취치앤 / 워야오 바치앤 취추라이

□ 입금전표를 작성해주세요.
Fill out this deposit slip, please.

请填写取款单。
qǐng tián xiě qǔ kuǎn dān
칭티앤시에 취쿠안딴

□ 현금으로 드릴까요, 수표로 드릴까요?
Do you want it in cash or check?

给你现金还是支票？
gěi nǐ xiàn jīn hái shì zhī piào
게이니 씨앤찐 하이쓰 쯔피아오

□ 현금으로 주실 수 있습니까?
Can I have it in cash, please?

能给我现金吗？
néng gěi wǒ xiàn jīn ma
넝게이워 씨앤찐마

# 03_ 통장 개설, 해약

- 통장을 개설하고 싶어요.
  I'd like to open a savings account, please.

  我想做个存折。
  wǒ xiǎng zuò gè cún zhé
  워시앙 쮜꺼 춘저

- 이자는 어느 정도 되나요?
  What's the interest?

  利息有多少啊?
  lì xī yǒu duō shǎo a
  리씨요우 뚜오사오아

- 어떤 예금을 원하십니까?
  What type of account do you want?

  你想开什么样的帐户啊?
  nǐ xiǎng kāi shén me yàng de zhàng hù a
  니시앙 카이 선머양더 짱후아

- 예금을 해약하려고 합니다.
  I'd like to close my account.

  我想把存款全部取出来。
  wǒ xiǎng bǎ cún kuǎn quán bù qǔ chū lái
  워 시앙 바 춘쿠안 취앤뿌 취추라이

- 이 양식을 작성해 주시겠어요?
  Can you fill out this form?

  请填写一下这个表格。
  qǐng tián xiě yí xià zhè gè biǎo gé
  칭티앤시에이씨아 쩌꺼 비아오거

일상장소

은행

# 04_ 현금 자동인출기

□ 어떻게 돈을 인출하나요? / 어떻게 입금을 하나요?
How do I withdraw money? / How do I make a deposit?

怎 么 取 钱 啊 ？ / 怎 么 样 入 款 啊 ？
zěn me qǔ qián a　　　　zěn me yàng rù kuǎn a
전머 취치앤아 / 전머양 루쿠안아

□ 여기에 당신카드를 넣어주세요.
Insert your card here.

请 把 你 的 卡 插 入 这 里 边 。
qǐng bǎ nǐ de kǎ chā rù zhè lǐ biān
칭바 니더카 차루쩌리삐앤

□ 비밀번호를 입력하세요.
Enter your pin numbers, please.

请 输 入 密 码 。
qǐng shū rù mì mǎ
칭쑤루 미마

□ 승인을 눌러주세요.
Please accept.

请 按 承 认 键 。
qǐng àn chéng rèn jiàn
칭안 청런찌앤

□ 현금자동인출기를 사용하는데 문제가 생겼어요.
I'm having some trouble using the ATM.

我 在 使 用 提 款 机 的 时 候 出 问 题 了 。
wǒ zài shǐ yòng tí kuǎn jī de shí hòu chū wèn tí le
워짜이스용 티쿠안찌더스호우 추원티러

# 05_ 신용카드, 대출

- 신용카드를 신청하려고 합니다.
  I want to apply for a credit card.

  我想申请一张信用卡。
  wǒ xiǎng shēn qǐng yì zhāng xìn yòng kǎ
  워시앙 썬칭이짱 씬용카

- 카드가 언제 발급이 되나요?
  When will it be issued?

  信用卡什么时候能取啊？
  xìn yòng kǎ shén me shí hòu néng qǔ a
  씬용카 선머스호우 넝 취아

- 대출을 받을 수 있을까요?
  Would I qualify for the loan?

  我能申请贷款吗？
  wǒ néng shēn qǐng dài kuǎn ma
  워넝 썬칭 따이쿠안마

- 대출 받는 데 얼마나 걸릴까요?
  How long will it take to get a loan?

  申请贷款需要多久啊？
  shēn qǐng dài kuǎn xū yào duō jiǔ a
  썬칭 따이쿠안 쒸야오 뚜오지우아

- 주택융자를 받을 수 있을까요?
  Can I get a housing loan?

  我能够申请住房贷款吗？
  wǒ néng gòu shēn qǐng zhù fáng dài kuǎn ma
  워넝꼬우 썬칭 쭈팡 따이쿠안마

일상장소

은행

# chapter 03 세탁소에서

## 01_ 세탁물 맡길 때

☐ 이 바지를 다리고 싶어요.
I'd like these pants to be pressed.

我 想 熨 烫 这 条 裤 子。
wǒ xiǎng yùn tàng zhè tiáo kù zi
워시앙 윈탕쩌티아오 쿠즈

☐ 이 정장을 세탁하고 다려주세요.
Please clean and press this suit.

这 套 制 服 先 干 洗, 然 后 熨 烫 一 下。
zhè tào zhì fú xiān gān xǐ, rán hòu yùn tàng yí xià
쩌타오쯔푸 씨앤 깐시, 란호우 윈탕이시아

☐ 제가 양복에 와인을 쏟았어요.
I spilled wine all over my suit.

我 把 葡 萄 酒 洒 到 了 西 装 上 了。
wǒ bǎ pú táo jiǔ sǎ dào le xī zhuāng shàng le
워바푸타오지우사 따오러 씨쭈앙쌍러

☐ 이 옷 드라이클리닝 해주실래요?
Could I get these dry cleaned?

这 件 衣 服 要 干 洗。
zhè jiàn yī fu yào gān xǐ
쩌찌앤이푸 야오 깐시

☐ 코트를 드라이클리닝 하고 싶어요.
I'd like to have my coat dry-cleaned.

这 件 大 衣 我 要 干 洗。
zhè jiàn dà yī wǒ yào gān xǐ
쩌찌앤따이 워야오 깐시

- 이 양복 금요일까지는 세탁해 주셔야 해요.
  I'll need this suit cleaned on Friday.

  这 套 西 装 到 星 期 五 要 干 洗 完。
  zhè tào xī zhuāng dào xīng qī wǔ yào gān xǐ wán
  쩌타오 씨쭈앙 따오 씽치우 우 야오 깐시완

- 얼룩 좀 제거해 주실래요?
  Could you take out the stains?

  请 把 污 垢 去 干 净。
  qǐng bǎ wū gòu qù gān jìng
  칭바우꼬우 취 깐찡

- 제 정장이 손상되는 일은 없겠죠?
  This won't damage my suit, will it?

  我 的 西 装 不 会 给 弄 坏 吧?
  wǒ de xī zhuāng bú huì gěi nòng huài ba
  워더씨쭈앙 부후이 게이 농화이바

- 옷이 줄어들지는 않겠죠?
  My clothes won't shrink, will they?

  衣 服 不 会 缩 短 吧?
  yī fu bú huì suō duǎn ba
  이푸부후이 쑤오두안바

- 카펫도 세탁할 수 있나요?
  Can you clean carpets?

  地 毯 也 可 以 洗 吗?
  dì tǎn yě kě yǐ xǐ ma
  띠탄이에커이 시마

- 언제 다 될까요?
  When will it be ready?

  什 么 时 候 可 以 弄 好 啊?
  shén me shí hòu kě yǐ nòng hǎo a
  선머스호우 커이 농하오아

일상장소

세탁소

## 02_ 세탁물 찾을 때

□ 제 세탁물 다 됐어요?
　Is my laundry ready?

　　我 的 洗 衣 物 都 弄 好 了 吗？
　　wǒ de xǐ yī wù dōu nòng hǎo le ma
　　　워더 씨이우 또우 농하오러마

□ 세탁물을 찾으러 왔어요.
　I want to pick up my laundry.

　　我 来 取 我 的 衣 物。
　　wǒ lái qǔ wǒ de yī wù
　　　워 라이 취워더 이우

□ 여기 제 세탁확인증이에요.
　Here's my claim ticket.

　　这 是 我 的 洗 衣 证。
　　zhè shì wǒ de xǐ yī zhèng
　　　쩌쓰워더 시이쩡

□ 얼룩이 빠지지 않았어요.
　You didn't remove the stains.

　　污 垢 没 有 去 掉。
　　wū gòu méi yǒu qù diào
　　　우꼬우메이요우 취띠아오

□ 언제 찾아갈 수 있어요?
　When can I get it back?

　　什 么 时 候 可 以 来 取 啊？
　　shén me shí hòu kě yǐ lái qǔ a
　　　선머스호우커이 라이취아

## 03_ 수선할 때

□ 옷 수선도 해주시나요?
  Do you fix clothes as well?

  也 给 改 衣 服 吗？
  yě gěi gǎi yī fu ma
  이에게이 가이 이푸마

□ 바지를 좀 줄여주세요.
  I'd like have the pants shorten.

  请 把 我 的 裤 子 给 改 短 一 点。
  qǐng bǎ wǒ de kù zi gěi gǎi duǎn yì diǎn
  칭바워더 쿠즈 게이 가이 두안이디앤

□ 바지를 좀 늘려주실래요?
  Could you lengthen the pants?

  请 把 我 的 裤 子 给 改 长 一 点。
  qǐng bǎ wǒ de kù zi gěi gǎi cháng yì diǎn
  칭바워더 쿠즈 게이 가이 창이디앤

□ 치마 길이를 좀 줄여주시겠어요?
  Can you bring this skirt up a bit?

  请 把 裙 子 的 长 度 给 弄 短 一 点。
  qǐng bǎ qún zi de cháng dù gěi nòng duǎn yì diǎn
  칭바췬즈더 창뚜 게이 농두안이디앤

□ 지퍼가 떨어졌어요. 갈아주실래요?
  This zipper fell off. Can you replace it?

  拉 链 掉 了， 请 给 换 一 下。
  lā liàn diào le   qǐng gěi huàn yí xià
  라리앤 띠아오러, 칭게이 환이씨아

일상장소

세탁소

# chapter 04 미용실에서

## 01_ 원하는 헤어스타일

- 어떤 헤어스타일을 원하세요?
  What kind of hair-style would you like?
  你要做什么样的发型啊?
  nǐ yào zuò shén me yàng de fà xíng a
  니야오쭤 선머양더 파싱아

- 생각하신 머리모양 있으세요?
  What did you have in mind?
  你有想要做的发型吗?
  nǐ yǒu xiǎng yào zuò de fà xíng ma
  니요우 시앙야오 쭤더 파싱마

- 제 머리가 너무 길고 지저분해진 것 같아요.
  My hair has gotten so long and messy.
  我的头发太长了而且有点乱。
  wǒ de tóu fà tài cháng le ér qiě yǒu diǎn luàn
  워더토우파 타이창러, 얼치에 요우디앤 루안

- 머리를 좀 풍성하게 하고 싶어요.
  I'd like my hair to have more body.
  我想让头发显得多一点。
  wǒ xiǎng ràng tóu fà xiǎn de duō yì diǎn
  워시앙랑토우파 시앤더 뚜오이디앤

- 사진의 여자배우처럼 해주세요.
  I want to look like the woman star in photo.
  要做得跟照片里的女演员一样。
  yào zuò de gēn zhào piàn lǐ de nǚ yǎn yuán yí yàng
  야오쭤더껀 짜오피앤리더 뉘이앤위앤 이양

- 머리를 드라이해 주세요.
  Blow dry my hair, please.
  我要给头发吹风。
  wǒ yào gěi tóu fà chuī fēng
  워야오 게이토우파 추이펑

- 나는 헤어스타일을 바꾸고 싶어요.
  I'd like to go for a new hair-style.
  我想改换发型。
  wǒ xiǎng gǎi huàn fà xíng
  워시앙가이환 파싱

- 지금 머리도 길고 예뻐요.
  Your hair is so long and pretty.
  现在的头发也很长而且还漂亮。
  xiàn zài de tóu fà yě hěn cháng ér qiě hái piào liàng
  씨앤짜이더 토우파이에 헌창 얼치에 하이피아오리앙

- 나는 왼쪽으로 가르마를 타는데요.
  I separate my hairs to the left.
  我的头发是左分头。
  wǒ de tóu fà shì zuǒ fēn tóu
  워더 토우파쓰 주오 펀토우

- 어디서 머리를 염색했어요?
  Where did you have your hair dyed?
  你是在哪里染的头发呀?
  nǐ shì zài nǎ lǐ rǎn de tóu fà ya
  니쓰짜이 나리 란더 토우파야

- 머리모양이 마음에 드는군요.
  I like what you did with my hair.
  你给我做的发型我喜欢。
  nǐ gěi wǒ zuò de fà xíng wǒ xǐ huān
  니게이워쭤더 파싱 워시후안

일상장소

미용실

# 02_ 머리 자를 때

□ 어떻게 잘라드릴까요?
How do you want it cut?

你想怎么剪头发啊？
nǐ xiǎng zěn me jiǎn tóu fà a
니시앙 전머 지앤 토우파아

□ 그냥 다듬어 주세요.
Just a trim, please.

只是修剪修剪吧。
zhǐ shì xiū jiǎn xiū jiǎn ba
즈쓰 씨우지앤씨우지앤바

□ 스포츠형으로 잘라주세요.
I want a crew cut.

请给我剪短发。
qǐng gěi wǒ jiǎn duǎn fà
칭게이워지앤 두안 파

□ 머리를 짧게 자르고 싶어요.
I'd like to have my hair cut short.

我要剪得短一点。
wǒ yào jiǎn de duǎn yì diǎn
워야오지앤더 두안이디앤

□ 어깨 길이로 잘라주실래요?
Can you cut it shoulder length, please?

请剪到肩部。
qǐng jiǎn dào jiān bù
칭 지앤따오찌앤뿌

## 03_ 염색, 파마

- 머리를 염색하고 싶어요.
  I'd like to have my hair dyed, please.

  我要染发。
  wǒ yào rǎn fà
  워야오 란파

- 갈색으로 염색하실래요?
  Can you color my hair brown?

  你要不要染褐色？
  nǐ yào bú yào rǎn hè sè
  니야오부야오 란허써

- 파마를 해주세요.
  I want to get a perm.

  我要烫发。
  wǒ yào tàng fà
  워야오 탕파

- 어떤 파마를 원하세요?
  What kind of perm do you want?

  你要烫什么样的发型啊？
  nǐ yào tàng shén me yàng de fà xíng a
  니야오 탕 선머양더 파싱아

- 매직을 해주실래요?
  I'd like a magic please.

  我要拉直头发。
  wǒ yào lā zhí tóu fà
  워야오 라즈 토우파

일상장소

미용실

# chapter 05 부동산중개업소

## 01_ 집을 구할 때

□ 임대할 집을 찾고 있어요.
We are looking for a house to rent.

我在找要租住的房子。
wǒ zài zhǎo yào zū zhù de fáng zi
워짜이 자오 야오쭈쭈더 팡즈

□ 어느 정도의 집을 찾고 계세요?
How big a place are you looking for?

你要租什么样的房子?
nǐ yào zū shén me yàng de fáng zi
니야오쭈 선머양더 팡즈

□ 학교에서 가까운 곳을 원합니다.
I'd like to be close to the school.

我要租离学校近的房子。
wǒ yào zū lí xué xiào jìn de fáng zi
워야오쭈 리쉬에씨아오 찐더 팡즈

□ 지하철역에서 가까운 집이 있나요?
Do you have a house close to a subway station?

有没有离地铁站近的房子啊?
yǒu méi yǒu lí dì tiě zhàn jìn de fáng zi a
요우메요우 리 띠티에짠 찐더 팡즈아

□ 이 아파트는 방이 몇 개인가요?
How many rooms does this apartment have?

这套公寓有几个房间啊?
zhè tào gōng yù yǒu jǐ gè fáng jiān a
쩌타오 꿍위 요우 지꺼 팡찌앤아

## 02_ 집 구경할 때

- 이 집은 햇빛이 잘 들죠.
  This house gets a lot of sun.

  这个房子阳光充足。
  zhè gè fáng zi yáng guāng chōng zú
  쩌꺼 팡즈 양꾸앙 총주

- 교통은 어떤가요?
  What's the transportation like?

  交通状况怎么样啊?
  jiāo tōng zhuàng kuàng zěn me yàng a
  찌아오통 쭈앙쿠앙 전머양아

- 임대료는 얼마입니까?
  How much is the rent?

  租金是多少啊?
  zū jīn shì duō shǎo a
  쭈찐쓰 뚜오사오아

- 저희 동네는 집세가 아주 비싸요.
  The rent is sky-high in my area.

  我们这个区域房子的租金很贵。
  wǒ men zhè gè qū yù fáng zi de zū jīn hěn guì
  워먼쩌꺼취위 팡즈더 쭈찐헌 꾸이

- 계약 기간은 얼마입니까?
  How long is the lease?

  合同期限是多久啊?
  hé tóng qī xiàn shì duō jiǔ a
  허통치씨앤쓰 뚜오지우아

일상장소 / 부동산

# 03_ 계약할 때

□ 언제 이사 올 수 있을까요?
  When can I move in?

  我 什 么 时 候 可 以 搬 进 来 住 啊？
  wǒ shén me shí hòu kě yǐ bān jìn lái zhù a
  워 선머스호우커이 빤찐라이 쭈아

□ 계약하겠어요.
  I want to sign the lease.

  我 要 签 合 约。
  wǒ yào qiān hé yuē
  워야오 치앤허위에

□ 이 아파트를 임대하겠습니다.
  I'd like to rent this apartment.

  我 要 租 这 套 公 寓。
  wǒ yào zū zhè tào gōng yù
  워야오 쭈쩌타오 꽁위

□ 월세는 어떻게 냅니까?
  How do I pay the rent?

  月 租 金 怎 么 付 啊？
  yuè zū jīn zěn me fù a
  위에쭈찐 전머푸아

□ 월세는 매월 1일에 내시면 됩니다.
  Your rent is due on the 1st of each month.

  月 租 金 在 每 个 月 的 一 号 付 就 行 了。
  yuè zū jīn zài měi gè yuè de yī hào fù jiù xíng le
  위에쭈찐 짜이 메이꺼위에더 이하오 푸찌우 싱러

# 04_ 이사하기

□ 이삿짐은 모두 쌌어요?
Are you all packed?

搬 家 行 李 都 包 好 了 吗？
bān jiā xíng li dōu bāo hǎo le ma
빤찌아싱리 또우빠오 하오러마

□ 이삿짐 대행회사에 맡겼어요.
The moving company is taking care of it.

我 托 付 给 搬 家 公 司 了。
wǒ tuō fù gěi bān jiā gōng sī le
워투오푸게이 빤찌아꽁쓰러

□ 가스는 언제 공급됩니까?
When will you supply the gas?

煤 气 什 么 时 候 给 啊？
méi qì shén me shí hòu gěi a
메이치 선머스호우 게이아

□ 수도꼭지가 고장 났어요.
The water tap is broken.

水 龙 头 坏 了。
shuǐ lóng tóu huài le
수이롱토우 화이러

□ 집들이 언제 할 거예요?
When is the housewarming?

什 么 时 候 庆 祝 乔 迁 之 喜 呀？
shén me shí hòu qìng zhù qiáo qiān zhī xǐ ya
선머스호우 칭쭈 치아오치앤쯔시야

일상장소 | 부동산

215

# chapter 06 공공기관

## 01_ 관공서 이용

□ 담당 부서를 알려주시겠어요?
Would you direct me to right section?

请问主管部门在哪儿?
qǐng wèn zhǔ guǎn bù mén zài nǎr
칭원 주구안뿌먼 짜이날

□ 어느 분이 이 업무를 담당하십니까?
Who am I supposed to see about this?

哪位主管这项工作啊?
nǎ wèi zhǔ guǎn zhè xiàng gōng zuò a
나웨이 주구안 쩌씨앙 꽁쭤아

□ 제가 작성해야 할 서류가 뭔가요?
Which am I supposed to fill out?

我要填写的文件是哪一个啊?
wǒ yào tián xiě de wén jiàn shì nǎ yí gè a
워야오 티앤시에더 원찌앤쓰 나이꺼아

□ 제가 어디에 서명해요?
Where do I sign?

我在哪里签名啊?
wǒ zài nǎ lǐ qiān míng a
워 짜이나리 치앤밍아

□ 왜 이렇게 오래 걸리나요?
Why is this taking so long?

怎么这么长时间啊?
zěn me zhè me cháng shí jiān a
전머 쩌머창 스찌앤아

## 02_ 도서관 이용

□ 이 책이 있는지 확인해 주십시오.
Please check out if this book is in.

请看一下有没有这本书。
qǐng kàn yí xià yǒu méi yǒu zhè běn shū
칭 칸 이씨아 요우메요우 쩌번쑤

□ 이 책을 대출할 수 있나요?
Can I check this book out?

我可以出借这本书吗?
wǒ kě yǐ chū jiè zhè běn shū ma
워커이 추찌에 쩌번쑤마

□ 대출 기간은요?
How long can I check out this book?

出借期限是多长时间啊?
chū jiè qī xiàn shì duō cháng shí jiān a
추찌에 치씨앤 쓰뚜오창스찌앤아

□ 한번에 몇 권을 대출할 수 있나요?
How many books can I borrow at once?

一次能借几本啊?
yí cì néng jiè jǐ běn a
이츠넝찌에 지번아

□ 이 책을 어디에 반납해야 하나요?
Where do I return this book?

这本书应该还到哪儿啊?
zhè běn shū yīng gāi huán dào nǎr a
쩌번쑤 잉까이 후안따오 날아

일상장소 | 공공기관

217

# 03_ 경찰서에서

□ 경관님, 제 아이가 없어졌어요.
Officer, my child is missing.

警察先生，我的孩子不见了。
jǐng chá xiān sheng  wǒ de hái zi bú jiàn le
찡차씨앤성, 워더하이즈 부찌앤러

□ 아이가 어떻게 생겼죠?
Describe your child for me?

孩子长得什么样啊？
hái zi zhǎng de shén me yàng a
하이즈 장더 선머양아

□ 나이나 인상을 설명해주세요.
Tell me how old he is and what he looks like.

请说说他的年纪跟长相。
qǐng shuō shuō tā de nián jì gēn zhǎng xiàng
칭쑤오쑤오타더 니앤찌 껀 장씨앙

□ 아이를 마지막 본 게 어딥니까?
Where did you last see the child.

你最后看到孩子是在哪里啊？
nǐ zuì hòu kàn dào hái zi shì zài nǎ lǐ a
니쭈이호우칸따오 하이즈 쓰짜이나리아

□ 지갑을 도난당했어요.
My wallet was taken.

我的钱包给人偷走了。
wǒ de qián bāo gěi rén tōu zǒu le
워더 치앤빠오 게이런 토우조우러

□ 응급상황이에요!
　That's an emergency!

> 这是紧急情况。
> zhè shì jǐn jí qíngkuàng
> 　쩌쓰 진지칭쾅

□ 교통사고를 신고하려고 해요.
　I'd like to report a traffic accident.

> 我要将这个交通事故报警。
> wǒ yào jiāng zhè gè jiāo tōng shì gù bào jǐng
> 　워야오찌앙 쩌꺼 찌아오통 쓰꾸 빠오징

□ 화재 신고를 하려고 해요.
　I'd like to report a fire.

> 我要报火灾。
> wǒ yào bào huǒ zāi
> 　워야오 빠오후오짜이

□ 다친 사람이 있어요.
　There is someone injured here.

> 有人受伤了。
> yǒu rén shòu shāng le
> 　요우런 쏘우쌍러

□ 제 친구 머리에서 피가 나요.
　My friend is bleeding from the head.

> 我朋友的头上流血了。
> wǒ péng you de tóu shàng liú xiě le
> 　워 펑요우더 토우쌍 리우시에러

□ 제가 충돌사고를 당했습니다.
　I had a traffic accident.

> 我被车给撞了。
> wǒ bèi chē gěi zhuàng le
> 　워 뻬이처 게이 쭈앙러

일상장소

공공기관

# chapter 07 공연장에서

## 01_ 티켓, 공연문의

- 매표소가 어디인가요?
  Where is the ticket office?

  卖 票 处 在 哪 儿 啊？
  mài piào chù zài nǎr a
  마이피아오추 짜이날아

- 오늘 밤 좌석을 예약하고 싶어요.
  I'd like to reserve some seats for tonight.

  我 要 预 定 今 晚 的 座 位。
  wǒ yào yù dìng jīn wǎn de zuò wèi
  워야오위띵 찐완더 쭤웨이

- 표가 매진되었어요.
  The tickets are sold out.

  票 卖 完 了。
  piào mài wán le
  피아오마이완러

- 마지막 공연이 언제인가요?
  When is the last show?

  最 后 的 演 出 是 在 什 么 时 候 啊？
  zuì hòu de yǎn chū shì zài shén me shí hòu a
  쭈이호우더 이앤추 쓰짜이 선머스호우아

- 내일 좌석을 예약할 수 있나요?
  Can I reserve two seats for tomorrow?

  能 预 定 明 天 的 座 位 吗？
  néng yù dìng míng tiān de zuò wèi ma
  넝 위띵 밍티앤더 쭤웨이마

- 입장료는 얼마인가요?
  How much is the admission fee?

  门 票 是 多 少 钱 啊？
  mén piào shì duō shǎo qián a
  먼피아오쓰 뚜오사오치앤아

- 학생 요금할인이 되나요?
  Do you have student rate discounts?

  学 生 票 给 减 价 吗？
  xué shēng piào gěi jiǎn jià ma
  쉬에셩피아오 게이 지앤찌아마

- 어떤 좌석을 원하세요?
  Which seats do you want?

  你 要 什 么 样 的 座 位 啊？
  nǐ yào shén me yàng de zuò wèi a
  니야오 선머양더 쭤웨이아

- 가장 싼 좌석으로 2장 주세요.
  Two cheapest tickets, please.

  请 给 我 两 张 最 便 宜 的 座 位。
  qǐng gěi wǒ liǎng zhāng zuì pián yi de zuò wèi
  칭게이워 리앙짱 쭈이피앤이더 쭤웨이

- 공연은 몇 시에 시작하나요?
  What time does the performance begin?

  演 出 什 么 时 候 开 始 啊？
  yǎn chū shén me shí hòu kāi shǐ a
  이앤추 선머스호우 카이스아

- 공연 팸플릿을 판매하나요?
  Do you sell show pamphlets?

  卖 演 出 小 册 子 吗？
  mài yǎn chū xiǎo cè zi ma
  마이 이앤추 시아오처즈마

일상장소

공연장

## 02_ 경극 & 공연관람

□ 어디서 경극을 볼 수 있나요?
Where can I see an Beijing Opera?

请问在哪里能看到京剧啊？
qǐng wèn zài nǎ lǐ néng kàn dào jīng jù a
칭원 짜이나리 넝칸따오 찡쮜아

□ 경극표는 어디서 살 수 있나요?
Where is the Beijing Opera ticket office?

请问在哪里能买到京剧票啊？
qǐng wèn zài nǎ lǐ néng mǎi dào jīng jù piào a
칭원 짜이나리 넝마이따오 찡쮜피아오아

□ 다음 경극 공연은 몇 시부터인가요?
What time does the next Beijing Opera begin?

下场京剧是在几点啊？
xià chǎng jīng jù shì zài jǐ diǎn a
씨아창 찡쮜쓰 짜이 지디앤아

□ 안에서 사진 찍어도 되나요?
May I take some pictures inside?

可以在里边照相吗？
kě yǐ zài lǐ biān zhào xiàng ma
커이 짜이리삐앤 짜오씨앙마

□ 경극 공연이 너무 멋졌어요.
The Beijing Opera was simply amazing.

京剧真是太棒了。
jīng jù zhēn shì tài bàng le
찡쮜 쩐쓰 타이빵러

□ 요즘 극장에서는 뭐가 공연 중인가요?
What's playing at the theater these days?

### 最近剧场都在上演什么啊？
zuì jìn jù chǎng dōu zài shàng yǎn shén me a
쭈이찐 쥐창 또우짜이샹이앤 선머아

□ 요즘 공연하는 뮤지컬은 뭔가요?
Which musical is currently showing?

### 最近上演的音乐剧是什么啊？
zuì jìn shàng yǎn de yīn yuè jù shì shén me a
쭈이찐 쌍이앤더 인위에쮜쓰 선머아

□ 출연진은 누구누구인가요?
Who are the stars?

### 演员都有谁啊？
yǎn yuán dōu yǒu shéi a
이앤위앤 또우요우쉐이아

□ 휴식시간은 얼마동안인가요?
How long is the intermission?

### 休息多长时间啊？
xiū xi duō cháng shí jiān a
씨우시 뚜오창스찌앤아

□ 그 오페라는 모두 아주 훌륭했어요.
All in all, the opera was quite good!

### 那些歌剧都非常好。
nà xiē gē jù dōu fēi cháng hǎo
나씨에꺼쮜 또우 페이창하오

□ 오페라는 이해하기가 어려워요.
Opera can be difficult to understand.

### 歌剧很难看明白。
gē jù hěn nán kàn míng bai
꺼쮜 헌난칸밍바이

일상장소

공연장

## 03_ 영화 볼 때

□ 최근에 좋은 영화 본 거 있어요?
   Have you seen any good movies lately?

   最近你看过好电影吗？
   zuì jìn nǐ kàn guò hǎo diàn yǐng ma
   쭈이찐 니칸꿔 하오 띠앤잉마

□ 어떤 영화를 즐겨보세요?
   What kind of movies do you enjoy watching?

   你爱看什么样的电影啊？
   nǐ ài kàn shén me yàng de diàn yǐng a
   니아이칸 선머양더 띠앤잉아

□ 중국영화 좋아하세요?
   Do you like chinese movie?

   你喜欢中国电影吗？
   nǐ xǐ huān zhōng guó diàn yǐng ma
   니씨후안 쭝구오띠앤잉마

□ 저는 액션 영화를 좋아해요.
   I like action adventure films.

   我爱看武打片。
   wǒ ài kàn wǔ dǎ piàn
   워아이칸 우다피앤

□ 어느 배우를 가장 좋아하세요?
   Who are the most favorite movie star?

   你最喜欢哪个演员？
   nǐ zuì xǐ huān nǎ gè yǎn yuán
   니쭈이시후안 나꺼이앤위앤

- 그 영화는 몇 시에 상영하나요?
  What time does the movie begin?
  ### 那部电影几点上映？
  nà bù diàn yǐng jǐ diǎn shàng yìng
  나뿌띠앤잉 지디앤쌍잉

- 그 영화의 주인공은 누구인가요?
  Who's starring in that movie?
  ### 那部电影的主角是谁啊？
  nà bù diàn yǐng de zhǔ jué shì shéi a
  나뿌띠앤잉더 주쥐에쓰 쉐이아

- 저랑 자리 좀 바꿔주시겠어요?
  Would you mind swapping seats with me?
  ### 请跟我换一下位子，好吗？
  qǐng gēn wǒ huàn yí xià wèi zi hǎo ma
  칭껀워 환이씨아 웨이즈, 하오마

- 우리 팝콘 먹을까요?
  Why don't we get some popcorn?
  ### 我们吃玉米花好不好啊？
  wǒ men chī yù mǐ huā hǎo bù hǎo a
  워먼츠 위미후아 하오뿌하오아

- 영화가 정말 감동적이에요.
  That film told an emotionally moving story.
  ### 这部电影真感人。
  zhè bù diàn yǐng zhēn gǎn rén
  쩌뿌띠앤잉 쩐 간런

- 그 영화는 지루했어요.
  The movie was so boring.
  ### 那部电影很没有意思。
  nà bù diàn yǐng hěn méi yǒu yì si
  나뿌 띠앤잉 헌 메이요우이스

일상장소

공연장

# 04_ 음악감상 & 전시회

□ 어떤 음악을 좋아하세요?
What kind of music do you like?

你 喜 欢 什 么 样 的 音 乐 啊 ?
nǐ  xǐ huān shén me yàng de yīn yuè a
니시후안 선머양더 인위에아

□ 저는 재즈를 좋아해요.
I love jazz.

我 喜 欢 爵 士 音 乐。
wǒ xǐ huān jué shì yīn yuè
워시후안 쥐에쓰인위에

□ 가장 좋아하는 음악가는 누구예요?
Who's your favorite musician?

你 最 喜 欢 的 音 乐 家 是 谁 啊 ?
nǐ zuì xǐ huān de yīn yuè jiā shì shéi a
니쭈이 시후안더 인위에찌아 쓰쉐이아

□ 그 콘서트는 정말 멋졌어요.
The concert was simply amazing.

那 个 音 乐 会 非 常 棒。
nà gè yīn yuè huì fēi cháng bàng
나꺼 인위에후이 페이창 빵

□ 미술전시회에 가실래요?
Do you like to art exhibition?

你 去 不 去 看 画 展 ?
nǐ qù bu qù kàn huà zhǎn
니 취부취 칸화잔

□ 추상화 좋아하세요?
Do you appreciate abstract art?

你 喜 欢 抽 象 画 儿 吗 ?
nǐ xǐ huān chōu xiàng huàr ma
니시후안 초우씨앙후알마

□ 아뇨, 이해하기가 어려워요.
No, it's just too hard to understand.

不 , 很 难 看 明 白 。
bù hěn nán kàn míng bai
뿌, 헌난칸밍바이

□ 좋아하는 화가는 누구예요?
Who are the favorite artist?

你 喜 欢 的 画 家 是 谁 ?
nǐ xǐ huān de huà jiā shì shéi
니씨후안더 화찌아 쓰쉐이

□ 이 작품 누가 그린 거예요?
Whose work is this?

这 个 作 品 是 谁 画 的 呀 ?
zhè gè zuò pǐn shì shéi huà de ya
쩌꺼쭤핀쓰 쉐이화더야

□ 정말 훌륭한 작품이군요.
It's a wonderful piece of art.

真 是 个 很 不 错 的 作 品 啊 。
zhēn shì gè hěn bú cuò de zuò pǐn a
쩐쓰꺼 헌부춰더 쭤핀아

□ 이 그림 진품이에요?
This painting isn't the original, is it?

这 幅 画 是 原 作 吗 ?
zhè fú huà shì yuán zuò ma
쩌푸화쓰 위앤쭤마

일상장소

공연장

227

# chapter 08 경기장에서

## 01_ 경기 관람

□ 이곳에서 스포츠 경기가 있나요?
   Are there any sport events here?

   这 个 地 方 有 没 有 体 育 比 赛 啊？
   zhè gè dì fāng yǒu méi yǒu tǐ yù bǐ sài a
   쩌꺼띠팡 요우메이요우 티위비싸이아

□ 오늘 시합이 있나요?
   Are there any games today?

   今 天 有 比 赛 呀？
   jīn tiān yǒu bǐ sài ma
   찐티앤요우비싸이마

□ 어떤 팀의 경기가 열리나요?
   Which teams are playing?

   有 哪 个 队 的 比 赛 啊？
   yǒu nǎ gè duì de bǐ sài a
   요우나꺼뚜이더 비싸이아

□ 게임은 몇 시에 시작하나요?
   What time does the game start?

   比 赛 几 点 开 始 啊？
   bǐ sài jǐ diǎn kāi shǐ a
   비싸이지디앤 카이스아

□ 어떤 팀을 응원할 거예요?
   Who will you root for in this game?

   你 为 哪 个 队 加 油 啊？
   nǐ wèi nǎ gè duì jiā yóu a
   니웨이나꺼뚜이 찌아요우아

□ 저 팀은 수비가 정말 좋아요.
They are playing tight defense.

那个队守门员很好。
nà gè duì shǒu mén yuán hěn hǎo
나꺼뚜이 소우먼위앤헌하오

□ 막상막하의 게임이군요.
The game is neck and neck.

这个比赛真是不分胜负啊。
zhè gè bǐ sài zhēn shì bù fēn shèng fù a
쩌꺼비싸이쩐쓰 뿌펀셩푸아

□ 누가 이길 거라고 생각해요?
Who do you think will win?

你认为哪个队会赢啊？
nǐ rèn wéi nǎ gè duì huì yíng a
니런웨이 나꺼뚜이 후이잉아

□ 점수가 더 나지 않으면 연장전으로 들어갈 거예요.
If no one scores, It will go into extra innings.

如果还是平分，就会加场比赛。
rú guǒ hái shì píng fēn jiù huì jiā chǎng bǐ sài
루구오하이쓰핑펀, 찌우후이 찌아창 비싸이

□ 경기가 끝났어요! 우리 팀이 간신히 이겼어요.
Time's up! We edged out the other team.

比赛结束了！我们队好不容易赢了。
bǐ sài jié shù le wǒ men duì hǎo bù róng yì yíng le
비싸이 지에쑤러. 워먼뚜이 하오뿌롱이 잉러

□ 우리가 결승전에 진출했어요.
We made it to the finals.

我们进入了决赛。
wǒ men jìn rù le jué sài
워먼찐루러 쥐에싸이

일상장소

경기장

## 02_ 스포츠, 레저

- 수영 잘하세요?
  Can you swim well?

  你 游 泳 游 得 好 吗?
  nǐ yóu yǒng yóu de hǎo ma
  니 요우용 요우더하오마

- 저는 지금 접영을 연습 중이에요.
  I've been working on the butterfly stroke.

  我 目 前 正 在 练 习 蝶 泳。
  wǒ mù qián zhèng zài liàn xí dié yǒng
  워무치앤 쩡짜이리앤시 디에용

- 스키는 얼마나 탔어요?
  How much experience have you had skiing?

  你 滑 雪 有 多 久 了?
  nǐ huá xuě yǒu duō jiǔ le
  니후아쉐에 요우뚜오지우러

- 저는 겨울마다 스키를 타러 가요.
  I always go skiing in the winter.

  我 每 年 冬 天 都 去 滑 雪。
  wǒ měi nián dōng tiān dōu qù huá xuě
  워메이니앤 똥티앤 또우취 후아쉐에

- 스키를 빌리고 싶어요.
  I'd like to rent a pair of skis.

  我 想 租 借 滑 板。
  wǒ xiǎng zū jiè huá bǎn
  워시앙쭈찌에 후아반

- 리프트를 타는 곳이 어디인가요?
  Where can I get on a ski lift?

  起跳的地方在哪里啊?
  qǐ tiào de dì fāng zài nǎ lǐ a
  치티아오더띠팡 짜이나리아

- 골프장 사용료는 얼마인가요?
  How much is the green fee?

  高尔夫球场地的使用费是多少啊?
  gāo ěr fū qiú chǎng dì de shǐ yòng fèi shì duō shǎo a
  까오얼푸치우창띠더 스용페이쓰 뚜오사오아

- 다음 주말에 골프 치러 가시겠어요?
  Do you want to go golfing next weekend?

  下个周末你去不去打高尔夫球啊?
  xià gè zhōu mò nǐ qù bú qù dǎ gāo ěr fū qiú a
  씨아꺼쪼우모 니취부취 다 까오얼푸치우아

- 당구 한 게임 할래요?
  Do you feel like shooting a game of pool?

  想不想打场台球啊?
  xiǎng bù xiǎng dǎ chǎng tái qiú a
  시앙뿌시앙 다창 타이치우아

- 스쿠버다이빙 하는 장소가 있어요?
  Are there any places for scuba diving?

  有跳水的地点吗?
  yǒu tiào shuǐ de dì diǎn ma
  요우티아오수이더 띠디앤마

- 내년 겨울에는 스노보드를 타 볼 거예요.
  I'll try snow-boarding next winter.

  明年我打算滑雪橇。
  míng nián wǒ dǎ suàn huá xuě qiāo
  밍니앤워 다쑤안 후아쉬에치아오

일상장소

경기장

# 03_ 헬스클럽에서

□ 체격이 참 좋으시네요.
You have a built figure.

你 体 格 真 不 错 啊。
nǐ tǐ gé zhēn bú cuò a
니 티거쩐 부춰아

□ 매일 운동을 해서 그래요.
I work out every day.

因 为 我 每 天 坚 持 做 运 动。
yīn wèi wǒ měi tiān jiān chí zuò yùn dòng
인웨워 메이티앤 찌앤츠 쭤윈동

□ 그동안 헬스를 열심히 하셨나 봐요.
I can tell he did a lot of weight training.

他 一 定 是 坚 持 练 身 了。
tā yí dìng shì jiān chí liàn shēn le
타이띵쓰 찌앤츠 리앤썬러

□ 저는 살을 좀 빼야겠어요.
I need to lose some weight.

我 应 该 减 肥 了。
wǒ yīng gāi jiǎn féi le
워잉까이 지앤페이러

□ 저는 몸매를 좀 가꾸려고 해요.
I'm trying to get in shape.

我 要 练 身。
wǒ yào liàn shēn
워야오 리앤썬

- 운동하기 전에 준비운동 하는 거 잊지 마세요.
  Remember to stretch before you work out.

  运动前请不要忘记先舒展一下全身。
  yùn dòng qián qǐng bú yào wàng jì xiān shū zhǎn yí xià quán shēn
  윈똥치앤 칭부야오왕찌 씨앤 쑤잔이씨아 취앤썬

- 저는 이두박근 운동 중이에요.
  I'm working on my biceps of the arm.

  我在做两臂伸展运动。
  wǒ zài zuò liǎng bì shēn zhǎn yùn dòng
  워짜이쭤 리앙삐 썬잔 윈똥

- 저는 가슴운동에 집중하고 있어요.
  I'm focusing on building up my breast.

  我正在专心做健胸运动呢。
  wǒ zhèng zài zhuān xīn zuò jiàn xiōng yùn dòng ne
  워쩡짜이쭈안 씬쭤 찌앤씨옹윈똥너

- 어떤 근력운동을 더 해야 합니까?
  What muscle groups should I be working more?

  我还应该做什么样的健肌运动啊?
  wǒ hái yīng gāi zuò shén me yàng de jiàn jī yùn dòng a
  워하이 잉까이쭤선머양더 찌앤찌 윈똥아

- 이 역기를 몇 번이나 들어야 하나요?
  How many repetitions should I do with this barbell?

  这个杠铃应该举几次啊?
  zhè gè gàng líng yīng gāi jǔ jǐ cì a
  쩌꺼깡링 잉까이 쥐지츠아

- 너무 무리하지 마세요.
  Dont overdo it!

  不要做得太剧烈了。
  bú yào zuò de tài jù liè le
  부야오 쭤더 타이쮜리에러

일상장소

경기장

생활중국어에 도움을 주는 알짜 Key-word

## 6 | 일상을 말하다

일어나다 起来 [qǐ lái 치라이]

잠을 깨다 睡醒 [shuì xǐng 쑤이싱]

이를 닦다 刷牙 [shuā yá 쑤아야]

세수를 하다 洗脸 [xǐ liǎn 시리앤]

밥을 먹다 吃饭 [chī fàn 츠판]

신문을 보다 看报纸 [kàn bào zhǐ 칸빠오즈]

출근하다 上班 [shàng bān 쌍빤]

일하다 工作 [gōng zuò 꽁쭤]

퇴근하다 下班 [xià bān 씨아빤]

쉬다 休息 [xiū xi 씨우시]

외출하다 出去 [chū qù 추취]

일기를 쓰다 写日记 [xiě rì jì 시에르찌]

잠자다 睡觉 [shuì jiào 쑤이찌아오]

꿈을 꾸다 做梦 [zuò mèng 쭤멍]

# Part 7  건 강

## Health

01 건강관리

02 병원에서

03 약국에서

# chapter 01 건강관리

## 01_ 건강 체크

□ 건강은 어떠세요?
How do you feel?

你身体怎么样啊?
nǐ shēn tǐ zěn me yàng a
니쎤티 전머양아

□ 건강관리는 어떻게 하세요?
How do you keep in shape?

你怎么样管理你的健康啊?
nǐ zěn me yàng guǎn lǐ nǐ de jiàn kāng a
니전머양 구안리니더 찌앤캉아

□ 저는 규칙적으로 운동을 해요.
I exercise regularly.

我有规律地锻炼身体。
wǒ yǒu guī lǜ de duàn liàn shēn tǐ
워 요우꾸이루더 뚜안리앤쎤티

□ 건강을 위해서 수영하러 다녀요.
I go swimming for health.

为了身体健康我去游泳。
wèi le shēn tǐ jiàn kāng wǒ qù yóu yǒng
웨이러 쎤티찌앤캉 워취요우용

□ 술을 줄이려고 노력 중이에요.
I'm trying to drink less.

我在努力尽量少喝酒。
wǒ zài nǔ lì jìn liàng shǎo hē jiǔ
워짜이 누리 찐리앙사오허지우

- 담배를 끊었어요.
  I gave up smoking.
  我 戒 烟 了。
  wǒ jiè yān le
  워찌에이앤러

- 지금 다이어트 중이에요.
  I'm on a diet now.
  我 现 在 在 减 肥 呢。
  wǒ xiàn zài zài jiǎn féi ne
  워씨앤짜이 짜이지앤페이너

- 요즘 체력이 떨어지는 걸 느껴요.
  I feel my strength declining these days.
  最 近 我 常 感 觉 没 有 力 气。
  zuì jìn wǒ cháng gǎn jué méi yǒu lì qi
  쭈이찐 워창간쥐에 메이요우리치

- 요즘 몸이 안 좋아요.
  There days I don't feel very well.
  最 近 我 身 体 不 太 好。
  zuì jìn wǒ shēn tǐ bú tài hǎo
  쭈찐 워 썬티 부타이하오

- 저는 쉽게 피곤해져요.
  I easily get tired.
  我 动 不 动 就 觉 得 累。
  wǒ dòng bú dòng jiù jué de lèi
  워똥부똥찌우 쥐에더 레이

- 저는 건강이 좋지 않아요.
  My Health is not so good.
  我 健 康 不 太 好。
  wǒ jiàn kāng bú tài hǎo
  워찌앤캉 부타이하오

건강

건강관리

## 02_ 건강 검진

- 건강 진단을 받으러왔어요.
  I've come for a checkup.

  我来做身体检查。
  wǒ lái zuò shēn tǐ jiǎn chá
  워 라이 쭤 썬티 지앤차

- 저는 정기적으로 치과검진을 받아요.
  I have dental checkups regularly.

  我定期去牙科接受治疗。
  wǒ dìng qī qù yá kē jiē shòu zhì liáo
  워띵치 취야커 찌에쏘우 쯔리아오

- 한동안 건강검진을 받지 않았어요.
  I haven't had any medical checkups for a while.

  我已经有一段时间没做身体检查了。
  wǒ yǐ jīng yǒu yí duàn shí jiān méi zuò shēn tǐ jiǎn chá le
  워이찡요우이뚜안 스찌앤 메이쭤 썬티지앤차러

- 저는 검진결과 아무 이상이 없어요.
  I didn't have any disorders at the checkup.

  我检查的结果是正常。
  wǒ jiǎn chá de jié guǒ shì zhèng cháng
  워지앤차더 지에구오쓰 쩡창

- 검사는 조금도 아프지 않을 겁니다.
  This won't hurt a bit.

  检查一点也不疼。
  jiǎn chá yì diǎn yě bù téng
  지앤차 이디앤이에뿌텅

- 소변 샘플이 필요합니다.
  I need to get a urine sample.

  我 需 要 你 的 尿 样 品。
  wǒ xū yào nǐ de niào yàng pǐn
  워쒸야오 니더 니아오 양핀

- 엑스레이를 찍겠어요.
  I need to take your X-ray.

  我 要 给 你 照 X 光 片。
  wǒ yào gěi nǐ zhào X guāng piàn
  워야오 게이니짜오 엑스꾸앙피앤

- 혈압을 재겠어요.
  I have to take your blood pressure.

  我 要 量 量 你 的 血 压。
  wǒ yào liáng liang nǐ de xuè yā
  워야오 리앙리앙니더 쒸에야

- 혈압이 조금 높으시군요.
  Your pressure is a little high.

  你 的 血 压 有 点 高。
  nǐ de xuè yā yǒu diǎn gāo
  니더 쒸에야 요우디앤까오

- 언제 검사결과를 볼 수 있어요?
  When can I get the test results?

  什 么 时 候 能 看 到 检 查 结 果 啊？
  shén me shí hòu néng kàn dào jiǎn chá jié guǒ a
  선머스호우 넝 칸따오 지앤차 지에구오아

- 얼마나 자주 다시 검진 받으러 와야 해요?
  How often do I need to come back?

  应 该 隔 多 久 再 来 做 一 次 检 查 啊？
  yīng gāi gé duō jiǔ zài lái zuò yí cì jiǎn chá a
  잉까이거 뚜오지우 짜이라이쭤 이츠 지앤차아

건강

건강관리

# chapter 02 병원에서

## 01_ 진료 예약

- 이 근처에 병원이 있나요?
  Is there a hospital near here?

  这儿附近有医院吗？
  zhèr fù jìn yǒu yī yuàn ma
  쩔푸찐 요우이위앤마

- 좋은 의사 좀 소개해 주시겠어요?
  Could you recommend a good doctor?

  能不能给我介绍一位好大夫啊？
  néng bù néng gěi wǒ jiè shao yí wèi hǎo dài fu a
  넝뿌넝 게이워 찌에사오이웨이 하오따이푸아

- 진료예약을 하고 싶어요.
  I'd like to see a doctor.

  我想要预约看医生。
  wǒ xiǎng yào yù yuē kàn yī shēng
  워시앙야오 위위에칸이썽

- 언제 진료 받을 수 있나요?
  When would he be available?

  什么时候可以看医生啊？
  shén me shí hòu kě yǐ kàn yī shěng a
  선머스호우 커이 칸이성아

- 가능한 한 가장 빠른 시간은 언제인가요?
  What is the earliest time you have available?

  最快时间是什么时候啊？
  zuì kuài shí jiān shì shén me shí hòu a
  쭈이콰이스찌앤쓰 선머스호우아

□ 의료보험증을 가져오셨어요?
Do you have your healthcare card?

你 带 来 了 医 疗 保 险 卡 吗？
nǐ dài lái le yī liáo bǎo xiǎn kǎ ma
니따이라이러 이리아오바시앤카마

□ 선생님께 진찰 받으러 왔습니다.
I'm here to see the doctor.

我 来 找 您 看 病。
wǒ lái zhǎo nín kàn bìng
워라이 자오닌 칸삥

□ 어느 의사선생님께 진찰 받기 원하세요?
Which doctor would you like to see?

你 想 看 哪 位 医 生 啊？
nǐ xiǎng kàn nǎ wèi yī shēng a
니시앙칸 나웨이이썽아

□ 왕 박사님께 진찰 예약을 하고 싶습니다.
I'd like to make an appointment to see Dr. Wang.

我 想 预 约 王 医 生 看。
wǒ xiǎng yù yuē wáng yī shēng kàn
워시앙위위에 왕이썽칸

□ 예약은 안 했지만 의사선생님을 만나볼 수 있을까요?
I don't have an appointment, but could I see a physician?

我 没 有 预 约 可 以 看 医 生 吗？
wǒ méi yǒu yù yuē kě yǐ kàn yī shēng ma
워메이요우위위에 커이 칸이썽마

□ 한국어를 하실 수 있는 의사선생님이 계신가요?
Is there a doctor who speaks Korean?

有 没 有 能 讲 韩 国 语 的 医 生 啊？
yǒu méi yǒu néng jiǎng hán guó yǔ de yī shēng a
요우메이요우 넝지앙한구오위더 이썽아

건강

병원

## 02_ 진찰할 때

- 어디가 어떻게 안 좋으신가요?
  What are your symptoms?

  你 哪 里 怎 么 不 舒 服 啊？
  nǐ   nǎ   lǎ   zěn  me  bù  shū  fu   a
  니나라 전머 뿌쑤푸아

- 최근에 쉽게 피곤해져요.
  Lately, I get tired very easily.

  最 近 经 常 感 觉 很 累。
  zuì  jìn  jīng cháng gǎn jué hěn lèi
  쭈이찐 찡창 간쥐에 헌 레이

- 통증을 더는 못 참겠어요.
  I can't take this pain any more.

  我 疼 得 不 能 再 忍 受 了。
  wǒ  téng de  bù  néng zài rěn shòu le
  워텅더 뿌넝 짜이런쏘우러

- 여기를 누르면 아프신가요?
  Does it hurt when I press here?

  按 这 儿 疼 吗？
  àn   zhèr    téng ma
  안쩔 텅마

- 이 근처를 누르면 아파요.
  This part hurts when I press it.

  这 个 部 位 按 下 去 疼。
  zhè gè  bù  wèi àn  xià qù  téng
  쩌꺼뿌웨이 안씨아취 텅

- 바로 여기가 아파요.
  It hurts right here.
  ### 就是这里疼。
  jiù shì zhè lǐ téng
  찌우쓰쩌리 텅

- 이렇게 아프신 지 오래되셨어요?
  Have you had this for long?
  ### 这样的疼痛持续很久了吗?
  zhè yàng de téng tòng chí xù hěn jiǔ le ma
  쩌양더 텅통 츠쒸 헌지우러마

- 어젯밤부터 아프기 시작했어요.
  The pain started last night.
  ### 从昨晚就开始疼起来了。
  cóng zuó wǎn jiù kāi shǐ téng qǐ lái le
  총주오완찌우카이스 텅치라이러

- 수면은 충분히 취하고 있나요?
  Have you been getting enough sleep?
  ### 睡眠充足吗?
  shuì mián chōng zú ma
  쑤이미앤총주마

- 수술하신 적이 있으세요?
  Have you ever had surgery?
  ### 做过手术吗?
  zuò guò shǒu shù ma
  쭤꿔소우쑤마

- 저는 혈액형이 A형이고, 알레르기 체질이에요.
  My blood type is A and I have allergies.
  ### 我的血型是A型,有过敏反应。
  wǒ de xuè xíng shì A xíng yǒu guò mǐn fǎn yìng
  워더 쒸에싱쓰 에이싱, 요우꿔민판잉

건강

병원

## 03_ 내과

- 몸살이 났습니다.
  I ache all over.
  我 全 身 疼 痛。
  wǒ quán shēn téng tòng
  워취앤썬텅통

- 배가 아파요.
  My stomach is upset.
  我 肚 子 疼。
  wǒ dù zi téng
  워뚜즈텅

- 가슴이 답답해요.
  I have a heaviness in my chest.
  我 胸 很 闷。
  wǒ xiōng hěn mén
  워씨옹헌먼

- 열이 많이 났어요.
  I had a high fever.
  我 发 了 高 烧。
  wǒ fā le gāo shāo
  워파러 까오싸오

- 속이 쓰리고 소화가 안돼요.
  I've heartburn and indigestion.
  我 胃 酸 酸 的 而 且 不 消 化。
  wǒ wèi suān suān de ér qiě bù xiāo huà
  워웨이쑤안쑤안더 얼치에 뿌씨아오화

- 설사를 하고 현기증이 있어요.
  I have diarrhea and I feel dizzy.
  我拉肚子而且还头晕。
  wǒ lā dù zi ér qiě hái tóu yūn
  워라뚜즈 얼치에하이 토우윈

- 변비가 있어요.
  I'm constipated.
  我有便秘。
  wǒ yǒu biàn mì
  워요우삐앤미

- 식욕이 없어요.
  I have no appetite.
  我没有胃口。
  wǒ méi yǒu wèi kǒu
  워메이요우웨이코우

- 식중독인 것 같아요.
  I seem to get food poisoning.
  看来是食物中毒。
  kàn lái shì shí wù zhòng dú
  칸라이 쓰 스우쭝두

- 두드러기가 납니다. 온몸이 가려워요.
  My skin is breaking out. I fell itchy all over.
  我皮肤起疙瘩。全身痒痒。
  wǒ pí fū qǐ gē da  quán shēn yǎng yang
  워피푸치꺼다. 취앤썬 양양

- 감기 증상이 있어요. 기침을 하고 콧물이 나와요.
  I have a bit of a cold. I have a cough and my nose is running.
  我有点儿感冒。咳嗽还流鼻涕。
  wǒ yǒu diǎnr gǎn mào  ké sòu hái liú bí tì
  워요우디앨간마오. 커쏘우 하이 리우비티

건강

병원

# 04_ 외과

- 왼쪽 어깨가 뻐근해요.
  My left shoulder is heavy.
  
  我左肩不舒服。
  wǒ zuǒ jiān bù shū fu
  워주오찌앤뿌쑤푸

- 팔이 부러진 것 같아요.
  I think I broke my arm.
  
  我的胳膊好像骨折了。
  wǒ de gē bo hǎo xiàng gǔ zhé le
  워더꺼보 하오씨앙 구저러

- 미끄러져 넘어졌어요.
  I slipped and fell.
  
  我滑倒了。
  wǒ huá dǎo le
  워후아다오러

- 발목을 삐었어요. / 허리를 삐었어요.
  I sprained my ankle. / My back went out.
  
  我扭伤了脚踝。 / 我扭伤了腰。
  wǒ niǔ shāng le jiǎo huái    wǒ niǔ shāng le yāo
  워니우쌍러 지아오후아이 / 워니우쌍러 야오

- 넘어져서 다리를 다쳤어요.
  I hurt my leg when I fell.
  
  我摔伤了腿。
  wǒ shuāi shāng le tuǐ
  워쑤아이쌍러 투이

□ 운동하다가 다쳤어요.
I hurt myself working out.

我 做 运 动 时 弄 伤 了 腿。
wǒ zuò yùn dòng shí nòng shāng le tuǐ
워쭤윈똥스 농쌍러 투이

□ 스키를 타다가 다리가 부러졌어요.
I broke my leg skiing.

我 滑 雪 把 腿 给 弄 骨 折 了。
wǒ huá xuě bǎ tuǐ gěi nòng gǔ zhé le
워후아쉬에 바투이 게이농 구저러

□ 햇빛에 심한 화상을 입었어요.
I got a severe sunburn.

我 被 阳 光 给 晒 伤 了。
wǒ bèi yáng guāng gěi shài shāng le
워뻬이양꾸앙게이 싸이쌍러

□ 칼로 손가락을 베였어요.
I cut my finger on a knife.

我 用 刀 给 手 指 头 割 破 了。
wǒ yòng dāo gěi shǒu zhǐ tóu gē pò le
워용따오게이 소우즈토우 꺼포러

□ 깨진 유리 조각을 밟았어요.
I stepped on a piece of broken glass.

我 踩 到 了 碎 玻 璃 片。
wǒ cǎi dào le suì bō lí piàn
워차이따오러 쑤이뽀리피앤

□ 저는 한 달간 깁스를 해야 합니다.
I have to be in a cast for a month.

我 要 打 一 个 月 的 石 膏。
wǒ yào dǎ yí gè yuè de shí gāo
워야오다 이꺼위에더 스까오

건강

병원

## 05_ 치과

□ 잇몸이 부었어요.
My gums are swollen.

我牙龈肿起来了。
wǒ yá yín zhǒng qǐ lái le
워야인 종치라이러

□ 잇몸에서 피가 나요.
My gums blood.

我牙龈出血了。
wǒ yá yín chū xiě le
워야인 추시에러

□ 충치가 생긴 것 같아요.
It looks like you have a cavity.

我好像有蛀牙了。
wǒ hǎo xiàng yǒu zhù yá le
워하오씨앙 요우 쭈야러

□ 이를 때워야 해요.
I need to get a filling.

你需要补牙。
nǐ xū yào bǔ yá
니쒸야오 부야

□ 스케일링 하러 왔어요.
I'm here for a regular cleaning.

我来洗牙。
wǒ lái xǐ yá
워라이시야

# 06_ 안과

- 아침에 눈에서 눈곱이 많이 낍니다.
  I have a lot of gunk in my eyes morning.
  早 晨 眼 睛 里 有 很 多 眼 屎。
  zǎo chén yǎn jīng lǐ yǒu hěn duō yǎn shǐ
  자오천이앤찡리 요우헌뚜오 이앤스

- 요즈음 시야가 흐릿하게 보여요.
  My vision is blurry these days.
  我 最 近 视 觉 很 模 糊。
  wǒ zuì jìn shì jué hěn mó hú
  워쭈이찐 쓰쥐에 헌모후

- 눈이 아주 간지러워요.
  My eyes are really itchy.
  眼 睛 很 痒 痒。
  yǎn jīng hěn yǎng yang
  이앤찡 헌 양양

- 안경을 쓰면 머리가 아파요.
  I get a headache when I wear my glasses.
  我 戴 眼 镜 就 头 疼。
  wǒ dài yǎn jìng jiù tóu téng
  워따이이앤찡 찌우토우텅

- 두어 시간 컴퓨터를 하면 눈이 너무 아파요.
  After using a computer for a couple of hours my eyes very hurt.
  弄 几 个 钟 头 电 脑 就 眼 睛 疼。
  nòng jǐ gè zhōng tóu diàn nǎo jiù yǎn jīng téng
  농 지꺼쭁토우 띠앤나오 찌우 이앤 찡텅

병원

# 07_ 피부과

- 입술이 하도 터서 피가 납니다.
  My lips are so chapped they are bleeding.

  嘴 唇 干 裂 得 都 出 血 了。
  zuǎ chún gān liè de dōu chū xiě le
  주아춘 깐리에더 또우추시에러

- 피부가 건조해요.
  My skin is dry.

  皮 肤 很 干 燥。
  pí fū hěn gān zào
  피푸헌 깐짜오

- 여드름이 심각해요.
  My acne is very severe.

  粉 刺 起 得 很 厉 害。
  fěn cì qǐ de hěn lì hài
  펀츠치더 헌리하이

- 화장품 때문에 피부에 발진이 생겼어요.
  I have skin rash caused by cosmetics

  因 为 化 妆 品 皮 肤 起 疙 瘩 了。
  yīn wèi huà zhuāng pǐn pí fū qǐ gē da le
  인웨이화쭈앙핀 피푸치 꺼다러

- 제 얼굴에 기미가 끼어 있더군요.
  I found faint flecks on my face.

  我 发 觉 脸 上 有 黑 痣。
  wǒ fā jué liǎn shàng yǒu hēi zhì
  워파쥐에 리앤쌍 요우헤이쯔

250

## 08_ 이비인후과

□ 귀에서 웅웅 거리는 소리가 계속 들려요.
I keep hearing this ringing sound.

耳朵里一直有嗡嗡的响声。
ěr duǒ lǐ yì zhí yǒu wēng weng de xiǎng shēng
얼두오리 이즈요우 웡웡더 시앙썽

□ 코가 막혔어요.
My nose is stuffed up.

鼻子堵了。
bí zi dǔ le
비즈두러

□ 계속 코피가 나요.
My nose bleeds all the time.

一直在流鼻血。
yì zhí zài liú bí xiě
이즈짜이리우비시에

□ 목에 뭔가 걸린 것 같아요.
I've got a lump in my throat.

我的嗓子里好像有什么东西。
wǒ de sǎng zi lǐ hǎo xiàng yǒu shén me dōng xi
워더상즈리 하오씨앙 요우선머 똥시

□ 편도선이 부었어요.
My tonsils are swollen.

扁桃腺肿了。
biǎn táo xiàn zhǒng le
비앤타오씨앤 종러

건강

병원

251

# 09_ 진단

- 아픈 원인이 뭔가요, 선생님?
  What's causing it, doctor?

  大夫, 是什么原因啊?
  dài fu    shì shén me yuán yīn   a
  따이푸, 쓰 선머위앤인아

- 저는 어디가 안 좋은가요?
  What's wrong with me?

  我什么地方不好啊?
  wǒ shén me  dì fang  bù hǎo  a
  워선머띠팡 뿌하오아

- 이 통증의 원인이 무엇인가요?
  What is the cause of this pain?

  疼痛的原因是什么啊?
  téng tòng de yuán yīn  shì shén me   a
  텅통더 위앤인쓰 선머아

- 제가 어떤 치료를 받게 되나요?
  What kind of treatment will I have?

  我将要接受什么样的治疗啊?
  wǒ jiāng yào  jiē shòu shén me yàng  de  zhì liáo   a
  워찌앙 야오 찌에쏘우 선머양더 쯔리아오아

- 제가 검사를 받아야 하나요?
  Do I need to have tests?

  我需要做检查吗?
  wǒ  xū  yào  zuò  jiǎn chá  ma
  워쒸야오쭤 지앤차마

□ 상처가 남을까요?
Will there be a scar?

会 不 会 留 下 疤 痕 呢？
huì bú huì liú xià bā hén ne
후이부후이 리우씨아 빠헌너

□ 입원해야 합니까?
Do I have to be in the hospital?

要 不 要 住 院 啊？
yào bú yào zhù yuàn a
야오부야오 쭈위앤아

□ 얼마동안 재활치료를 해야 하나요?
How long do I need to rehab it?

要 接 受 多 久 的 恢 复 治 疗 啊？
yào jiē shòu duō jiǔ de huī fù zhì liáo a
야오 찌에쏘우 뚜오지우더 후이푸 쯔리아오아

□ 제가 수술을 받아야 하나요?
Do I need surgery?

我 需 要 做 手 术 吗？
wǒ xū yào zuò shǒu shù ma
워쒸야오 쭤 소우쑤마

□ 낫는데 얼마나 걸릴까요?
How long will it take me to get better?

要 多 久 才 能 好 啊？
yào duō jiǔ cái néng hǎo a
야오 뚜오지우차이넝 하오아

□ 언제쯤 나을 수 있을까요?
When will I get well?

什 么 时 候 能 好 啊？
shén me shí hòu néng hǎo a
선머스호우 넝 하오아

건강

병원

# 10_ 문병하기

- 몇 시가 방문 시간인가요?
  What are the visiting hours?

  探病时间是几个钟头啊？
  tàn bìng shí jiān shì jǐ gè zhōng tóu a
  탄삥스찌앤쓰 지꺼 쫑토우아

- 환자에게 뭘 갖다 주면 될까요?
  What should I bring the patient?

  给病人带去什么好呢？
  gěi bìng rén dài qù shén me hǎo ne
  게이삥런 따이취선머 하오너

- 건강이 좋지 않다니 안됐어요.
  I'm sorry that you are ill.

  你身体不好我感到很遗憾。
  nǐ shēn tǐ bù hǎo wǒ gǎn dào hěn yí hàn
  니썬타뿌하오 워간따오 헌 이한

- 건강 조심하세요.
  Take care of your health.

  要多注意身体健康。
  yào duō zhù yì shēn tǐ jiàn kāng
  야오뚜오쭈이 썬티찌앤캉

- 당신이 회복되고 있는 걸 보니 좋습니다.
  Good to see you're recovering.

  看到你好起来我真开心。
  kàn dào nǐ hǎo qǐ lái wǒ zhēn kāi xīn
  칸따오니 하오치라이 워쩐 카이씬

- 의사가 수술이 잘 됐다고 하더군요.
  The doctor said the surgery went well.

  医生说你的手术做得很成功。
  yī shēng shuō nǐ de shǒu shù zuò de hěn chéng gōng
  이썽쑤오 니더 소우쑤 쭤더 헌 청꽁

- 오늘은 좀 어때요?
  How do you feel today?

  今天感觉怎么样？
  jīn tiān gǎn jué zěn me yàng
  찐티앤 간쮜에 전머양

- 약은 먹었어요?
  Have you taken any medicine?

  吃药了吗？
  chī yào le ma
  츠야오러마

- 얼마나 더 병원에 있어야 해요?
  How much longer do you need to stay in the hospital?

  还要在医院呆多久啊？
  hái yào zǎi yī yuàn dāi duō jiǔ a
  하이야오자이 이위앤 따이뚜오지우아

- 부디 몸조리 잘 하십시오.
  Please take good care of yourself.

  请你好好养身体。
  qǐng nǐ hǎo hǎo yǎng shēn tǐ
  칭니 하오하오 양 썬티

- 빨리 건강을 회복하길 바랍니다.
  I hope you will regain your health soon.

  希望你早日康复。
  xī wàng nǐ zǎo rì kāng fù
  씨왕니 자오르 캉푸

건강

병원

# chapter 03 약국에서

## 01_ 약을 살 때

- 소독약 좀 있나요?
  Do you have any disinfectant?

  有没有消毒水儿啊？
  yǒu méi yǒu xiāo dú shuǐr a
  요우메이요우 씨아오두수얼아

- 반창고와 붕대 좀 살 수 있나요?
  Can I have some plaster and bandages?

  我要买胶布和绷带。
  wǒ yào mǎi jiāo bù hé bēng dài
  워야오마이 찌아오뿌허 뻥따이

- 아스피린 좀 주시겠어요?
  Can I have an aspirin?

  请给我阿斯匹林。
  qǐng gěi wǒ ā sī pī lín
  칭게이워아쓰피린

- 두통약이 있나요?
  Do you have anything for a headache?

  有没有头痛药？
  yǒu méi yǒu tóu tòng yào
  요우메이요우 토우통야오

- 이 아픈데 먹는 약 있나요?
  Do you have anything for a toothache?

  我牙疼，有没有可吃的药？
  wǒ yá téng  yǒu méi yǒu kě chī de yào
  워야텅, 요우메이요우 커츠더야오

□ 진통제 좀 주시겠어요?
Can I have some painkillers, please?

请 给 我 镇 痛 药。
qǐng gěi wǒ zhèn tòng yào
칭게이워 쩐통야오

□ 감기약을 사려고 합니다.
I'd like to have something for a cold.

我 要 买 感 冒 药。
wǒ yào mǎi gǎn mào yào
워야오마이 간마오야오

□ 여기 제 처방전이 있어요.
Here's my prescription.

这 儿 有 我 的 处 方。
zhèr yǒu wǒ de chǔ fāng
쩔요우워더 추팡

□ 처방대로 약을 지어주세요.
Fill this prescription, please.

请 按 照 处 方 给 我 开 药 吧。
qǐng àn zhào chǔ fāng gěi wǒ kāi yào ba
칭안짜오 추팡 게이워 카이야오바

□ 처방전이 없는데요.
I don't have a prescription.

我 没 有 处 方。
wǒ méi yǒu chǔ fāng
워메이 요우 추팡

□ 처방전 없이 이 약을 팔 수 없습니다.
We can't sell this without a prescription.

这 个 药 没 有 处 方 不 能 卖。
zhè gè yào méi yǒu chǔ fāng bù néng mài
쩌꺼야오 메이요우추팡 뿌넝마이

건강

약국

# 02_ 복용법 문의

- 약을 먹어야 합니까?
  Do I need to take any medicine?

  要 不 要 吃 药 啊？
  yào bú yào chī yào a
  야오부야오 츠야오아

- 약을 어떻게 복용할까요?
  How do I take this medicine?

  这 个 药 怎 么 服 用 啊？
  zhè gè yào zěn me fú yòng a
  쩌꺼 야오 전머 푸용아

- 식전에 드시는 거 잊지 마세요.
  Remember to take them before meals.

  记 住 一 定 要 在 饭 后 吃。
  jì zhù yí dìng yào zài fàn hòu chī
  찌쭈이띵야오짜이 판호우츠

- 식후 30분에 복용하세요.
  To be Taken half an hour after meals.

  要 在 饭 后 三 十 分 服 用。
  yào zài fàn hòu sān shí fēn fú yòng
  야오짜이 판호우 싼스펀 푸용

- 술을 마셔도 괜찮습니까?
  Is it all right to drink?

  喝 酒 可 以 吗？
  hē jiǔ kě yǐ ma
  허지우 커이마

- 이 약은 무슨 약입니까?
  What is this medicine for?

  这 个 药 是 什 么 药 啊 ?
  zhè gè yào shì shén me yào a
  쩌꺼야오 쓰선머야오아

- 특정 약에 대해 알레르기가 있나요?
  Are you allergic to any medicines?

  你 对 有 些 药 有 过 敏 吗 ?
  nǐ duì yǒu xiē yào yǒu guò mǐn ma
  니뚜이 요우씨에 야오 요우 꿔민마

- 이 약을 하루 몇 차례나 복용해야 하나요?
  How often should I take this medicine?

  这 个 药 一 天 吃 几 次 啊 ?
  zhè gè yào yì tiān chī jǐ cì a
  쩌꺼야오 이티앤츠 지츠아

- 하루에 몇 알씩 먹어야 합니까?
  How many tablets should I take a day?

  一 天 吃 几 粒 啊 ?
  yì tiān chī jǐ lì a
  이티앤츠 지리아

- 한번에 한 알씩, 하루 세 번 드세요.
  Take one pill three times a day.

  一 次 吃 一 粒 , 一 天 吃 三 次 。
  yí cì chī yí lì yì tiān chī sān cì
  이츠츠이리, 이티앤츠싼츠

- 식후 30분 후에 한 알 복용하세요.
  Take one pill half an hour after eating.

  饭 后 三 十 分 后 服 用 一 粒 。
  fàn hòu sān shí fēn hòu fú yòng yí lì
  판호우 싼스펀호우 푸용이리

건강

약국

생활중국어에 도움을 주는 알짜 Key-word

# 7 | 아픈 증상을 말하다

열이 나다　发烧　[fā shāo 파싸오]

머리가 아프다　头疼　[tóu téng 토우텅]

어지럽다　头晕　[tóu yūn 토우윈]

기침하다　咳嗽　[ké sòu 커쏘우]

목이 붓다　嗓子肿　[sǎng zǐ zhǒng 상즈 종]

콧물이 나다　流鼻涕　[liú bí tì 리우비티]

감기에 걸리다　得感冒　[dé gǎn mào 더간마오]

몸이 나른하다　浑身没力气　[hún shēn méi lì qì 훈썬 메이리치]

배가 아프다　肚子疼　[dù zǐ téng 뚜즈 텅]

설사하다　拉肚子　[lā dù zǐ 라뚜즈]

구토가 나다　呕吐　[ǒu tù 오우투]

이가 아프다　牙疼　[yá téng 야텅]

코피가 나다　出鼻血　[chū bí xiě 추비시에]

주사를 놓다(맞다)　打针　[dǎ zhēn 다쩐]

약을 먹다　吃药　[chī yào 츠야오]

# Part 8 전화

Telephone

**01 전화 통화**

**02 전화에 이상이 있을 때**

**03 전화 관련 표현**

# chapter 01 전화 통화

## 01_ 전화 걸 때

- 안녕하세요, 마이크 있나요?
  Hi, is Mike there?

  你好，麦克先生在吗？
  nǐ hǎo　mài kè xiān sheng zài ma
  니하오, 마이커씨앤셩 짜이마

- 여보세요, 저는 김수미라고 합니다.
  Hello. This is Kim Su-mi.

  喂，我是金秀美。
  wéi　wǒ shì jīn xiù měi
  웨이, 워쓰 찐씨우메이

- 왕하오 씨인가요?
  Is this Mr. Wanghao?

  你是王浩先生吗？
  nǐ shì wáng hào xiān sheng ma
  니쓰 왕하오씨앤셩마

- 존슨 씨와 통화하고 싶습니다.
  I'd like to speak to Mr. Johnson.

  请约翰先生听电话。
  qǐng yuē hàn xiān sheng tīng diàn huà
  칭위에한씨앤셩 팅 띠앤화

- 존슨 씨 좀 바꿔주시겠어요?
  Can I speak to Mr. Johnson, please?

  请给我换一下约翰先生。
  qǐng gěi wǒ huàn yí xià yuē hàn xiān sheng
  칭게이워 환이씨아 위에한씨앤셩

□ 저는 HD사의 장영입니다.
This is Zhangying of HD Company.

我 是 HD 公 司 的 张 英。
wǒ shì HD gōng sī de zhāng yīng
워쓰 에이치디 꽁쓰더 짱잉

□ 금방 전화했던 사람인데요. 이리 있나요?
I just called a minute ago. Is Lili there?

我 刚 才 打 过 电 话， 请 问 李 丽 在 吗?
wǒ gāng cái dǎ guò diàn huà qǐng wèn lǐ lì zài ma
워깡차이 다꿔띠앤화, 칭원 리리 짜이마

□ 왕핑 씨와 연결시켜 주십시오.
Please connect me with Mr. Wangping.

请 给 我 转 一 下 王 平 先 生。
qǐng gěi wǒ zhuǎn yí xià wáng píng xiān sheng
칭게이워주안이씨아 왕핑씨앤성

□ 그의 내선번호가 바뀐 것 같은데요.
I think he changed his extension.

他 的 内 线 电 话 可 能 变 了。
tā de nèi xiàn diàn huà kě néng biàn le
타더네이씨앤띠앤화 커넝삐앤러

□ 그가 돌아오셨습니까?
Has he returned yet?

他 回 来 了 吗?
tā huí lai le ma
타후이라이러마

□ 언제쯤 그와 통화할 수 있을까요?
When can I expect to talk to him?

什 么 时 间 能 跟 他 通 上 电 话 呢?
shén me shí jiān néng gēn tā tōng shàng diàn huà ne
선머스찌앤 넝껀타 통상 띠앤화너

전화

전화통화

# 02_ 전화 받을 때

- 여보세요, 왕하오입니다.
  Hello, this is Henny Wanghao speaking.

  喂 ， 我 是 王 浩 。
  wéi    wǒ  shì wáng hào
  웨이, 워쓰 왕하오

- 여보세요, 전화거신 분은 누구세요?
  Hello, who's calling?

  喂 ， 请 问 你 是 哪 位 啊 ？
  wéi    qǐng wèn nǐ shì nǎ wèi a
  웨이, 칭원 니쓰 나웨이아

- 전데요. 누구신가요?
  Speaking. Who's calling?

  我 就 是 ， 您 是 哪 位 啊 ？
  wǒ jiù shì    nín shì nǎ wèi a
  워찌우쓰, 닌쓰 나웨이아

- 누구시라고 전해드릴까요?
  May I ask who's calling?

  请 问 您 是 哪 位 ？
  qǐng wèn nín shì nǎ wèi
  칭원 닌쓰 나웨이

- 어느 분을 찾으십니까?
  Whom would you like to speak to?

  请 问 您 找 哪 位 啊 ？
  qǐng wèn nín zhǎo nǎ wèi a
  칭원 닌자오 나웨이아

□ 그의 내선번호는 302번이에요.
His extension is 302.

他 的 内 线 电 话 是 三 零 二。
tā de nèi xiàn diàn huà shì sān líng èr
타더네이씨앤 띠앤화쓰 싼링얼

□ 전화가 오는데 누구 전화 좀 받아주세요.
The phone's ringing. Somebody, answer the phone.

来 电 话 了, 快 接 电 话 吧。
lái diàn huà le kuài jiē diàn huà ba
라이띠앤화러, 콰이 찌에띠앤화바

□ 누구 전화 받을 사람 없어요?
Is anyone gonna get that?

没 有 人 接 电 话 吗?
méi yǒu rén jiē diàn huà ma
메이요우런 찌에 띠앤화마

□ 제가 받을게요.
I'll get it

我 来 接 吧。
wǒ lái jiē ba
워라이찌에바

□ 이만 끊어야겠어요, 다른 전화가 와서요.
I have to go. I've another call.

我 不 得 不 挂 了, 因 为 来 了 其 他 电 话。
wǒ bù dé bù guà le yīn wèi lái le qí tā diàn huà
워뿌더부꽈러, 인웨이라이러 치타띠앤화

□ 지금은 바빠요, 나중에 다시 걸게요.
I'm busy now. I will call back later.

现 在 我 很 忙, 以 后 再 打 给 你。
xiàn zài wǒ hěn máng yǐ hòu zài dǎ gěi nǐ
씨앤짜이워 헌망, 이호우짜이 다게이니

전화

전화통화

# 03_ 전화 연결

□ 그에게 연결해 드리겠습니다.
I'll put you through to him.

我 给 你 换 他。
wǒ gěi nǐ huàn tā
워게이니 환타

□ 끊지 말고 기다려주세요.
Hold on a minute, please.

别 挂 掉 请 等 一 下。
bié guà diào qǐng děng yí xià
비에꽈띠아오 칭덩이씨아

□ 잠깐만요, 전화를 연결해 드릴게요.
Hold, please. I will transfer your call.

请 稍 等, 我 给 你 转 换。
qǐng shāo děng   wǒ gěi nǐ zhuǎn huàn
칭싸오덩, 워게이니 주안환

□ 전화 받으세요.
There's a call for you.

请 接 电 话。
qǐng jiē diàn huà
칭찌에 띠앤화

□ 2번에 전화가 와 있습니다.
There is a call for you on line two.

二 号 线 来 电 话 了。
èr hào xiàn lái diàn huà le
얼하오씨앤 라이 띠앤화러

# 04_ 잘못 걸었을 때

- 전화 잘못 거셨습니다.
  You've dialed the wrong number.

  你打错电话了。
  nǐ dǎ cuò diàn huà le
  니다춰 띠앤화러

- 몇 번으로 전화하셨나요?
  What number are you calling?

  你打的是什么号?
  nǐ dǎ de shì shén me hào
  니다더쓰 선머하오

- 여기 그런 사람 없어요.
  No one by that name lives here.

  这里没有那个人。
  zhè lǐ méi yǒu nà gè rén
  쩌리 메이요우나꺼런

- 이 사무실에 마이크라는 사람은 없어요.
  There is no Mike in this office.

  我们办公室没有叫麦克的人。
  wǒ men bàn gōng shì méi yǒu jiào mài kè de rén
  워먼빤꽁쓰 메이요우 찌아오 마이커더 런

- 제가 전화를 잘못 걸었나 봅니다.
  I must have dialed the wrong number.

  看来我是打错电话了。
  kàn lái wǒ shì dǎ cuò diàn huà le
  칸라이 워쓰다춰띠앤화러

# 05_ 통화 곤란, 부재중

- 제가 지금 통화하기 어렵습니다.
  I'm not available at the moment.

  我 现 在 不 方 便 听 电 话。
  wǒ xiàn zài bù fāng biàn tīng diàn huà
  워씨앤짜이 뿌팡삐앤 팅띠앤화

- 나중에 전화 드려도 될까요?
  Can I call you back?

  我 过 一 会 儿 给 你 打 电 话 好 吗?
  wǒ guò yí huìr gěi nǐ dǎ diàn huà hǎo ma
  워꿔이후얼 게이니 다띠앤화 하오마

- 그는 지금 다른 전화를 받고 있어요.
  He is on another line right now.

  他 现 在 在 听 别 的 电 话 呢。
  tā xiàn zài zài tīng bié de diàn huà ne
  타씨앤짜이 짜이팅 비에더 띠앤화너

- 그는 지금 회의 중입니다.
  He's in a meeting right now.

  他 现 在 正 在 开 会 呢。
  tā xiàn zài zhèng zài kāi huì ne
  타씨앤짜이 쩡짜이 카이후이너

- 죄송하지만 통화중이신데요.
  I'm afraid his line is busy at the moment.

  不 好 意 思, 他 正 在 通 话 呢。
  bù hǎo yì si tā zhèng zài tōng huà ne
  뿌하오이스, 타쩡짜이 통화너

□ 그는 아직 안 나오셨습니다.
He hasn't arrived yet.

他 现 在 还 没 上 班。
tā xiàn zài hái méi shàng bān
타씨앤짜이 하이 메이쌍빤

□ 그는 식사하러 나가셨어요.
He on his lunch break.

他 吃 饭 去 了。
tā chī fàn qù le
타츠판 취러

□ 그는 방금 나가셨어요. / 그는 퇴근하셨어요.
He just stepped out / He's gone for the day.

他 刚 刚 出 去。 / 他 下 班 了。
tā gānggāng chū qù     tā xià bān le
타 깡깡 추취 / 타씨아빤러

□ 그는 출장 중입니다.
He's on a business trip.

他 出 差 了。
tā chū chāi le
타추차이러

□ 그는 휴가 중입니다.
He's on holiday

他 在 休 假。
tā zài xiū jià
타짜이 씨우찌아

□ 언제쯤 돌아오실까요?
When do you expect him back?

什 么 时 候 回 来 呀?
shén me shí hòu huí lai ya
선머스호우 후이라이야

# 06_ 전화 통화 중에

- 통화가 돼서 다행입니다.
  I'm so glad I caught you.

  能 够 通 上 电 话 真 是 太 好 了。
  néng gòu tōng shàng diàn huà zhēn shì tài hǎo le
  넝꼬우 통쌍 띠앤화 쩐쓰 타이하오러

- 마침 전화 잘 하셨습니다.
  You called me at the right time.

  你 电 话 来 得 正 好。
  nǐ diàn huà lái de zhèng hǎo
  니띠앤화 라이더 쩡하오

- 막 전화 드리려던 참이었어요.
  I was just about to give you a call.

  我 正 要 给 你 打 电 话 呢。
  wǒ zhèng yào gěi nǐ dǎ diàn huà ne
  워쩡 야오 게이니 다띠앤화너

- 미안해요. 한동안 연락 못했어요.
  I'm sorry, I couldn't call you for some time.

  不 好 意 思， 好 久 没 有 联 络 了。
  bù hǎo yì si hǎo jiǔ méi yǒu lián luò le
  뿌하오이스, 하오지우 메이요우 리앤루오러

- 너무 일찍 전화해서 죄송합니다.
  Forgive me for calling so early.

  不 好 意 思， 我 打 电 话 太 早 了。
  bù hǎo yì si wǒ dǎ diàn huà tài zǎo le
  뿌하오이스, 워다띠앤화 타이자오러

- 너무 늦게 전화한 건 아닌가요?
  Is this too late?

  我 是 不 是 电 话 打 得 太 晚 了?
  wǒ shì bú shì diàn huà dǎ de tài wǎn le
  워쓰부쓰 띠앤화 다더 타이완러

- 당신과 어떻게 연락할 수 있어요?
  How can I get hold of you?

  我 怎 么 跟 你 联 络 啊?
  wǒ zěn me gēn nǐ lián luò a
  워전머 껀니 리앤 루오아

- 제 휴대폰으로 연락주시는 게 좋겠어요.
  You'd be better off calling my cell phone.

  还 是 往 我 手 机 打 吧。
  hái shì wǎng wǒ shǒu jī dǎ ba
  하이쓰 왕 워 소우찌 다바

- 집에 가서 다시 연락할게요.
  I'll call you back when I get home.

  我 回 家 再 给 你 打 电 话。
  wǒ huí jiā zài gěi nǐ dǎ diàn huà
  워 후이찌아 짜이 게이니 다띠앤화

- 당신과 통화 한번 하기 정말 어렵군요.
  You're too difficult to get through to!

  跟 你 通 电 话 真 难 啊。
  gēn nǐ tōng diàn huà zhēn nán a
  껀니 통띠앤화 쩐난아

- 휴대폰도 꺼놓고 뭐해요?
  Why was your phone off?

  干 嘛 把 手 机 也 关 掉 了?
  gàn má bǎ shǒu jī yě guān diào le
  깐마 바소우찌 이에 꾸안띠아오러

전화

전화통화

# 07_ 메시지 남길 때

- 그에게 메시지 남겨드릴까요?
  May I take a message for him?

  要不要给他留言？
  yào bú yào gěi tā liú yán
  야오부야오 게이타 리우이앤

- 기다리시겠어요, 아니면 메시지를 남기시겠어요?
  Would you like to hold or leave a message?

  你要等呢还是要留言呢？
  nǐ yào děng ne hái shì yào liú yán ne
  니야오 덩너 하이쓰 야오 리우이앤너

- 메모를 부탁드립니다.
  Please make a note of my call.

  请您留言。
  qǐng nín liù yán
  칭닌 리우이앤

- 제게 전화 좀 해달라고 전해주실래요?
  Will you tell him to please return my call?

  请你转告他给我回个电话。
  qǐng nǐ zhuǎn gào tā gěi wǒ huí gè diàn huà
  칭니 주안까오타 게이워 후이꺼 띠앤화

- 존에게 전화 왔었다고 전해주시겠어요?
  Could you just tell him that John called?

  请你转告他约翰来过电话。
  qǐng nǐ zhuǎn gào tā yuē hàn lái guò diàn huà
  칭니 주안까오타 위에한 라이꿔 띠앤화

□ 네, 그렇게 전해 드릴게요.
Yes, I'll make sure he gets the message.

好的, 我 就 那 样 转 告 他。
hǎo de   wǒ jiù nà yàng zhuǎn gào tā
하오더, 워찌우나양 주안까오타

□ 당신에게 바로 연락하라고 할게요.
I will have him get back to you.

我 让 他 马 上 就 给 你 打 电 话。
wǒ ràng tā mǎ shàng jiù gěi nǐ dǎ diàn huà
워랑타 마쌍 찌우 게이니 다띠앤화

□ 제게 전화 온 데 없었습니까?
Were there any calls for me?

有 没 有 打 给 我 的 电 话？
yǒu méi yǒu dǎ gěi wǒ de diàn huà
요우메이요우 다게이워더 띠앤화

□ 전화번호 받아놨어요?
What was the number?

我 记 下 了 电 话 号 码？
wǒ jì xià le diàn huà hào mǎ
워찌씨아러 띠앤화 하오마

□ 제 휴대폰에 메시지 남겨주세요.
Leave a message on my cell phone.

请 给 我 的 手 机 留 言。
qǐng gěi wǒ de shǒu jī liú yán
칭게이워더 소우찌 리우이앤

□ 전화 안 받으면 자동응답기에 메시지 남겨주세요.
Please leave your message if I don't answer.

我 不 接 电 话 的 话 就 请 录 音 留 言。
wǒ bù jiē diàn huà de huà jiù qǐng lù yīn liú yán
워뿌찌에 띠앤화더화 찌우칭 루인 리우이앤

전화

전화통화

# chapter 02 전화에 이상이 있을 때

## 01_ 통화 불량, 혼선

□ 제 말 잘 들리세요?
Can you hear my voice?

你能听清楚我的话吗？
nǐ néng tīng qīng chǔ wǒ de huà ma
니 넝팅칭추 워더화마

□ 다시 전화 해줄래요?
Can you call me back?

请你重新打电话好吗？
qǐng nǐ chóng xīn dǎ diàn huà hǎo ma
칭니 총씬 다띠앤화 하오마

□ 전화 연결이 안 좋군요.
There is too much static.

电话接触不太好。
diàn huà jiē chù bú tài hǎo
띠앤화 찌에추 부타이하오

□ 안 들리네요. 끊었다가 다시 걸게요.
I can't hear you. I'll hang up and call you again.

听不到，我挂掉后再打。
tīng bú dào wǒ guà diào hòu zài dǎ
팅부따오, 워꽈띠아오호우 짜이다

□ 다른 전화기로 걸게요.
I'll switch over to another phone.

我用别的电话机打。
wǒ yòng bié de diàn huà jī dǎ
워용비에더 띠앤화찌 다

- 전화기에 잡음이 있어요.
  There is noise on the line.
  电话机有杂音。
  diàn huà jī yǒu zá yīn
  띠앤화찌 요우자인

- 전화가 혼선이 되네요.
  There is some interference on the line.
  电话串线了。
  diàn huà chuàn xiàn le
  띠앤화 추안씨앤러

- 다른 사람의 목소리가 들리네요.
  I hear somebody else talking on the same line.
  怎么有其他人的声音啊?
  zěn me yǒu qí tā rén de shēng yīn a
  전머요우 치타런더 썽인아

- 제 휴대전화는 잡음이 많이 납니다.
  My cell phone has lots of static.
  我的手机杂音很大。
  wǒ de shǒu jī zá yīn hěn dà
  워더 소우찌 자인헌따

- 전화기에서 지지직 소리가 들리는 것 같지 않나요?
  Can you hear that static on the phone?
  电话机里怎么有吱吱的声音啊?
  diàn huà jī lǐ zěn me yǒu zhī zhi de shēng yīn a
  띠앤화찌리 전머요우 쯔즈더 썽인아

- 말하는 것을 알아들을 수가 없군요.
  I can't make out what you are saying.
  我听不懂你说什么。
  wǒ tīng bù dǒng nǐ shuō shén me
  워팅뿌동 니쑤오선머

전화

전화이상

## 02_ 전화 고장

☐ 전화가 고장 났어요.
Your phone's out of order.

电话坏了。
diàn huà huài le
띠앤화 화이러

☐ 고장신고는 몇 번인가요?
What number do I call for repairs?

电话维修打什么号码啊?
diàn huà wéi xiū dǎ shén me hào mǎ a
띠앤화웨이씨우 다 선머하오마아

☐ 이 전화기 뭐가 잘못됐나요?
What is wrong with this phone?

这个电话机出什么毛病了?
zhè gè diàn huà jī chū shén me máo bìng le
쩌꺼 띠앤화찌 추선머 마오삥러

☐ 발신음이 안 납니다.
There is no dial tone.

没有来电话的声音。
méi yǒu lái diàn huà de shēng yīn
메이요우 라이띠앤화더 썽인

☐ 발신음이 들리지 않아요.
I don't get a dial tone.

听不到来电话的声音。
tīng bú dào lái diàn huà de shēng yīn
팅부따오 라이띠앤화더 썽인

☐ 신호는 가는데 전화를 안 받아요.
　It's ringing but no answer.

电话打过去了，可是不接。
diàn huà dǎ guò qù le　　kě shì bù jiē
　　띠앤화다꿔취러, 커쓰 뿌찌에

☐ 잘 안 들리네요.
　I can't hear you well.

我听不清楚。
wǒ tīng bù qīng chǔ
　워팅뿌칭추

☐ 받을 수는 있는데 걸 수가 없어요.
　I can receive calls, but I can't make any.

能接不能打。
néng jiē bù néng dǎ
　넝찌에 뿌넝다

☐ 제 전화기에 이상이 있는 것 같아요.
　I think it's my phone.

可能是我的电话机有问题。
kě néng shì wǒ de diàn huà jī yǒu wèn tí
　커넝쓰 워더 띠앤화찌 요우원티

☐ 내 휴대폰이 말을 듣지 않네요.
　My cell phone's not working right.

我的手机不好使了。
wǒ de shǒu jī bù hǎo shǐ le
　워더 소우찌 뿌하오스러

☐ 이 휴대폰이 제대로 작동하지 않아요.
　This cell phone is not working properly.

这个手机不好用了。
zhè gè shǒu jī bù hǎo yòng le
　쩌꺼 소우찌 뿌하오용러

# chapter 03 전화 관련 표현

## 01_ 휴대전화

□ 휴대폰으로 연락할까요?
　Can I call you on your cell phone?

　**往你的手机打吗？**
　wǎng nǐ de shǒu jī dǎ ma
　왕 니더 소우찌다마

□ 휴대폰으로 뭘 하세요?
　What are you doing with your cell phone?

　**你拿手机做什么啊？**
　nǐ ná shǒu jī zuò shén me a
　니나 소우찌 쭤선머아

□ 당신 전화 오는 것 아니에요?
　Is that your call phone ringing?

　**是不是你的电话响了？**
　shì bú shì nǐ da diàn huà xiǎng le
　쓰부쓰 니따 띠앤화 시앙러

□ 배터리가 얼마 없어요.
　My batteries are very low.

　**快没电池了。**
　kuài méi diàn chí le
　콰이메이 띠앤츠러

□ 휴대폰 통화 오래 하지 마세요.
　Don't be on the cell phone long.

　**不要用手机通话太久了。**
　bú yào yòng shǒu jī tōng huà tài jiǔ le
　부야오 용 소우찌 통화 타이지우러

- 이번 달 휴대폰 요금이 엄청 나왔어요.
  My cell phone bill is sky high this month.

  这个月手机通话费非常多。
  zhè gè yuè shǒu jī tōng huà fèi fēi cháng duō
  쩌꺼위에 소우찌 통화페이 페이창뚜오

- 끊어지면, 메시지 남겨주세요.
  If you get disconnected, leave a message.

  断了的话就给我留言吧。
  duàn le de huà jiù gěi wǒ liú yán ba
  뚜안러더화 찌우게이워 리우이앤바

- 문자 메시지 보낼게요.
  I'll send you a text message.

  我给你发短信。
  wǒ gěi nǐ fā duǎn xìn
  워게이니 파 두안씬

- 음성메시지를 남기는 게 어때요?
  Why don't you just leave a spoken message?

  录音留言怎么样?
  lù yīn liú yán zěn me yàng
  루인 리우이앤 전머양

- 진동이라서 못 들었어요.
  I didn't hear the phone ring, it was set to vibrate.

  因为是震动，所以没能听到。
  yīn wèi shì zhèn dòng suǒ yǐ méi néng tīng dào
  인웨이 쓰쩐뚱, 수오이메이닝 팅따오

- 내 휴대폰 배터리가 거의 다 닳았어요.
  My cell phone battery is almost dead.

  我手机的电池快要用完了。
  wǒ shǒu jī de diàn chí kuài yào yòng wán le
  워소우찌더 띠앤츠 콰이야오 용완러

전화

전화관련

## 02_ 국제전화

- 교환입니다.
  Operator, may I help you?

  我是接线员。
  wǒ shì jiē xiàn yuán
  워쓰 찌에씨앤위앤

- 한국에 국제전화를 걸고 싶어요.
  I'd like to make an international call to Korea, please.

  我要往韩国打国际长途。
  wǒ yào wǎng hán guó dǎ guó jì cháng tú
  워야오 왕한구오 다 구오찌 창투

- 한국 어디로 거십니까?
  Which city, sir?

  你要打到韩国什么地方?
  nǐ yào dǎ dào hán guó shén me dì fang
  니야오 다따오 한구오선머띠팡

- 한국의 서울로 수신자부담 전화를 걸고 싶어요.
  I'd like to make a collect call to Seoul Korea, please.

  我要打对方付款到韩国的首尔。
  wǒ yào dǎ duì fāng fù kuǎn dào hán guó de shǒu ěr
  워야오다 뚜이팡푸쿠안 따오 한구오더 소우얼

- 전화 받는 사람은 누구라도 상관없어요.
  Anyone who answers will be fine.

  接电话的人是谁都可以。
  jiē diàn huà de rén shì shéi dōu kě yǐ
  찌에띠앤화더런 쓰쉐이 또우 커이

- 번호는 2-6221-3020이에요.
  The number is 2-6221-3020
  电话号码是二六二二一三零二零。
  diàn huà hào mǎ shì èr liù èr èr yī sān líng èr líng
  띠앤화하오마쓰 얼 리우얼얼이 싼링얼링

- 당신 이름과 번호를 알려주실래요?
  Your name and number, please.
  请告诉我你的名字和电话号吗?
  qǐng gào sù wǒ nǐ de míng zì hé diàn huà hào ma
  칭까오쑤워 니더 밍쯔허 띠앤화 하오마

- 끊지 말고 기다려주세요.
  Hold on a minute, please.
  请不要挂掉等一下。
  qǐng bú yào guà diào děng yí xià
  칭부야오 꽈띠아오 덩이씨아

- 상대방이 나왔어요, 말씀하세요.
  Your party is on the line, go ahead.
  对方接电话了, 请说吧。
  duì fāng jiē diàn huà le qǐng shuō ba
  뚜이팡 찌에 띠앤화러, 칭 쑤오바

- 공중전화는 어디에 있나요?
  Where's the public phone?
  请问公用电话在哪里?
  qǐng wèn gōng yòng diàn huà zài nǎ lǐ
  칭원 꽁용띠앤화 짜이나리

- 전화카드는 어디서 사나요?
  Where can I get a calling card?
  请问电话卡在哪里买啊?
  qǐng wèn diàn huà kǎ zài nǎ lǐ mǎi a
  칭원 띠앤화카 짜이나리 마이아

전화

전화관련

생활중국어에 도움을 주는 알짜 Key-word

# 8 | 연애와 결혼을 말하다

연애 恋爱 [liàn ài 리앤아이]

남자친구 男朋友 [nán péng yǒu 난펑요우]

여자친구 女朋友 [nǚ péng yǒu 뉘펑요우]

짝사랑 单相思 [dān xiāng sī 딴씨앙쓰]

첫사랑 初恋 [chū liàn 추리앤]

사귀다 交往 [jiāo wǎng 찌아오왕]

만날 약속을 하다 约会 [yuē huì 위에후이]

러브레터 情书 [qíng shū 칭쑤]

양다리 걸치다 脚踏两只船
　　　　　　[jiǎo tà liǎng zhī chuán 지아오타리앙쯔추안]

결혼하다 结婚 [jié hūn 지에훈]

임신하다 怀孕 [huái yùn 후아이윈]

바람피우다 有外遇 [yǒu wài yù 요우와이위]

실연 失恋 [shī liàn 쓰리앤]

헤어지다 分手 [fēn shǒu 펀소우]

이혼하다 离婚 [lí hūn 리훈]

# Part 9 교통

## Transportation

01 길 찾기

02 자동차 이용

03 대중교통

# chapter 01 길 찾기

## 01_ 길 물어보기

- 실례합니다, 길을 좀 물어봐도 될까요?
  Excuse me, can I ask you for directions?

  不好意思，我想问一下路可以吗？
  bù hǎo yì si  wǒ xiǎng wèn yí xià lù kě yǐ ma
  뿌하오이스, 워시앙원이씨아 루 커이마

- 길을 잃었는데, 도와주시겠어요?
  I'm lost. Can you help me?

  我迷路了，请帮我好吗？
  wǒ mí lù le  qǐng bāng wǒ hǎo ma
  워미루러, 칭 빵워 하오마

- 공항으로 가는 길을 가르쳐 주십시오.
  Please tell me the way to the airport.

  请问去机场怎么走啊？
  qǐng wèn qù jī chǎng zěn me zǒu a
  칭원 취 찌창전머 조우아

- 공항까지 얼마나 걸립니까?
  How far is the airport from here?

  请问去机场需要多长时间啊？
  qǐng wèn qù jī chǎng xū yào duō cháng shí jiān a
  칭원 취찌창 쒸야오 뚜오창스찌앤아

- 시청으로 가는 길을 가르쳐 주시겠어요?
  Could you tell me the way to the City Hall?

  请问去市政府大楼怎么走啊？
  qǐng wèn qù shì zhèng fǔ dà lóu zěn me zǒu a
  칭원취 쓰쩡푸따로우 전머 조우아

☐ 국립박물관에 가려면 이 길이 맞나요?
Is this the right way to the National Museum?

去国立博物馆走这条路对吗？
qù guó lì bó wù guǎn zǒu zhè tiáo lù duì ma
취 구오리 보우구안 조우쩌티아오루 뚜이마

☐ 좀더 자세히 안내해 주실래요?
Can you tell me in more detail?

请说得再详细一点儿。
qǐng shuō de zài xiáng xì yì diǎnr
칭쑤오더 짜이 시앙씨이디앨

☐ 거기까지 걸어서 얼마나 걸릴까요?
How long will it take to walk there?

去那里走路要多长时间？
qù nà lǐ zǒu lù yào duō cháng shí jiān
취나리 조우루 야오 뚜오창스찌앤

☐ 어느 길로 가야 해요? 지름길이 있나요?
Which way can I go? Is there a shortcut?

应该走哪条路啊？有没有近路啊？
yīng gāi zǒu nǎ tiáo lù a    yǒu méi yǒu jìn lù a
잉까이조우나티아오루아. 요우메이요우 찐루아

☐ 여기서 얼마나 먼가요?
How far is it from here?

离这里有多远啊？
lí zhè lǐ yǒu duō yuǎn a
리쩌리 요우뚜오위앤아

☐ 저는 여기가 초행길입니다.
I'm a stranger here.

我第一次走这条路。
wǒ dì yí cì zǒu zhè tiáo lù
워띠이츠 조우쩌티아오루

교통

길찾기

## 02_ 장소, 위치 확인

- 여기가 어디인가요?
  Which street am I on?

  这 是 什 么 地 方 啊?
  zhè shì shén me dì fang a
  쩌쓰 선머띠팡아

- 가장 가까운 은행을 알려주시겠어요?
  Please tell me how to get to the nearest bank.

  请 问 最 近 的 银 行 在 哪 儿?
  qǐng wèn zuì jìn de yín háng zài nǎr
  칭원 쭈이찐더 인항 짜이날

- 은행 근처에 표시가 될 만한 게 있나요?
  Are there any landmarks near the bank?

  银 行 附 近 有 没 有 什 么 标 记?
  yín háng fù jìn yǒu méi yǒu shén me biāo jì
  인항푸찐 요우메이요우 선머 삐아오찌

- 지도에서 위치를 알려주시겠어요?
  Could you show me the location on the map?

  在 地 图 上 的 哪 个 位 置?
  zài dì tú shàng de nǎ gè wèi zhi
  짜이띠투쌍더 나꺼 웨이즈

- 이 거리의 이름이 뭔지 알려주실래요?
  Please tell me the name of this street.

  请 问 这 条 街 的 名 字 叫 什 么?
  qǐng wèn zhè tiáo jiē de míng zì jiào shén me
  칭원 쩌티아오 찌에더 밍쯔 찌아오선머

- 이 지도에 표시를 해주세요.
  Please mark the place on this map.
  请 在 地 图 上 做 一 下 标 记。
  qǐng zài dì tú shàng zuò yí xià biāo jì
  칭짜이 띠투쌍 쮜이씨아 삐아오찌

- 박물관에 가는 가장 좋은 방법이 뭐예요?
  What is the best way to get to museum?
  请 问 怎 么 去 博 物 馆 最 好 啊？
  qǐng wèn zěn me qù bó wù guǎn zuì hǎo a
  칭원 전머취 보우구안 쭈이하오아

- 지하철역에 어떻게 가야 하나요?
  How can I get to the subway station?
  请 问 地 铁 站 怎 么 走？
  qǐng wèn dì tiě zhàn zěn me zǒu
  칭원 띠티에짠 전머조우

- 가장 가까운 택시 승차장이 어딘지 알려주시겠어요?
  Could you tell me where the nearest taxi stand is?
  请 问 最 近 的 出 租 汽 车 站 在 哪 里？
  qǐng wèn zuì jìn de chū zū qì chē zhàn zài nǎ lǐ
  칭원 쭈이찐더 추쭈치처짠 짜이나리

- 실례지만 화장실이 어디에 있습니까?
  Excuse me, could you tell me where the rest room is?
  请 问 洗 手 间 在 哪 儿？
  qǐng wèn xǐ shǒu jiān zài nǎr
  칭원 시소우찌앤 짜이날

- 너무 혼잡스럽군요.
  It's too crowded.
  太 拥 挤 了。
  tài yōng jǐ le
  타이용지러

교통

길찾기

# 03_ 길을 알려줄 때

□ 어디를 가시는 길이세요?
   Where do you want to go?

   你是去哪儿啊？
   nǐ shì qù nǎr a
   니쓰 취날아

□ 길을 알려 드릴게요.
   Let me show you the way.

   我告诉你怎么走吧。
   wǒ gào sù nǐ zěn me zǒu ba
   워까오쑤니 전머조우바

□ 이 지도 위에서 알려주세요.
   Please show me on this map.

   请看着路线图说明。
   qǐng kàn zhe lù xiàn tú shuō míng
   칭칸저 루씨앤투 쑤오밍

□ 약도를 그려 드릴게요.
   Let me give you a map.

   我给你画一下路线图吧。
   wǒ gěi nǐ huà yí xià lù xiàn tú ba
   워게이니 화이씨아 루씨앤투바

□ 길을 건너가세요.
   Walk across the road.

   请过马路。
   qǐng guò mǎ lù
   칭꿔 마루

- 신호 지나서 있어요.
  It is past the lights.

  过了红绿灯就是。
  guò le hóng lǜ dēng jiù shì
  꿔러 홍뤼떵 찌우쓰

- 길을 내려가면 바로 있는데요.
  It's just down the street.

  沿着这条路走下去就是。
  yán zhe zhè tiáo lù zǒu xià qù jiù shì
  이앤저쩌티아오루 조우씨아취 찌우쓰

- 길 건너편에 있어요.
  It's on the other side of the road.

  在这条路的对面。
  zài zhè tiáo lù de duì miàn
  짜이쩌티아오루더 뚜이미앤

- 찾기가 아주 쉬운데요.
  You will get there without any problem.

  很好找。
  hěn hǎo zhǎo
  헌하오자오

- 첫 번째 신호등에서 왼쪽으로 도세요.
  Make a left at the first signal.

  在第一个红绿灯往左拐。
  zài dì yí gè hóng lǜ dēng wǎng zuǒ guǎi
  짜이띠이꺼 홍뤼떵 왕주오구아이

- 저기 있는 안내 표시를 따라가세요.
  Just follow the guidance sign over there.

  沿着那边的路牌走。
  yán zhe nà biān de lù pái zǒu
  이앤저 나삐앤더 루파이조우

# chapter 02 자동차 이용

## 01_ 운행, 주차

□ 운전 잘 하세요?
Are you a good driver?

你 车 开 得 好 吗？
nǐ chē kāi de hǎo ma
니처 카이더 하오마

□ 우측 차선으로 들어가 주세요.
Get over in the right lane.

请 开 进 右 边 的 车 道。
qǐng kāi jìn yòu bian de chē dào
칭카이찐 요우비앤더 처따오

□ 방향이 같군요. 태워드릴까요?
We're going the same way. Can I give you a ride?

我 们 方 向 一 样。 要 不 要 搭 我 的 车？
wǒ men fāng xiàng yí yàng  yào bú yào dā wǒ de chē
워먼팡씨앙 이양. 야오부야오 따워더처

□ 에어컨 좀 켜주십시오.
Turn on the air-conditioning, please.

请 打 开 空 调。
qǐng dǎ kāi kōng tiáo
칭다카이 콩티아오

□ 저는 초보운전자예요. 밤에는 운전을 잘 못해요.
I just started driving. I don't drive well at night.

我 刚 学 会 开 车。 晚 上 开 车 不 熟 练。
wǒ gāng xué huì kāi chē  wǎn shàng kāi chē bù shú liàn
워깡 쉬에후이 카이처. 완쌍 카이처 뿌수리앤

- 주차 공간이 있나요?
  Do you see any parking spaces?

  有没有停车的空间？
  yǒu méi yǒu tíng chē de kōng jiān
  요우메이요우 팅처더 콩찌앤

- 주차장을 찾을 수 없군요. 여기에 주차해도 될까요?
  I can't find a parking space. Can I park here?

  找不到停车场。这里可以停车吗？
  zhǎo bú dào tíng chē chǎng  zhè lǐ kě yǐ tíng chē ma
  자오부따오 팅처창. 쩌리 커이 팅처마

- 사무실 근처에 주차할 수 있나요?
  Will I be able to park near the office?

  办公室附近可不可以停车？
  bàn gōng shì fù jìn kě bù kě yǐ tíng chē
  빤꽁쓰 푸찐 커뿌커이 팅처

- 죄송합니다. 여기에 주차하실 수 없어요.
  I'm sorry, you can't park here.

  不好意思，这里不可以停车。
  bù hǎo yì si  zhè lǐ bù kě yǐ tíng chē
  뿌하오이스, 쩌리 뿌커이 팅처

- 시내에는 유료주차장이 있습니다.
  There are metered parking spaces downtown.

  市内有收费停车场。
  shì nèi yǒu shōu fèi tíng chē chǎng
  쓰네이 요우 쏘우페이 팅처창

- 시간당 주차요금이 얼마인가요?
  How much is it to park here for an hour?

  停车费一个小时多少钱？
  tíng chē fèi yí gè xiǎo shí duō shǎo qián
  팅처페이 이꺼시아오스 뚜오사오치앤

교통

자동차

## 02_ 주유소, 카센터

- 주유소를 찾고 있어요.
  I'm looking for a gas station.
  我 在 找 加 油 站。
  wǒ zài zhǎo jiā yóu zhàn
  워짜이 자오 찌아요우짠

- 기름을 가득 채워 주세요.
  Fill it up, please.
  汽 油 要 加 满 满 的。
  qì yóu yào jiā mǎn mǎn de
  치요우야오 찌아 만만더

- 자동차를 점검하러 왔어요.
  I'm here for the inspection.
  我 是 来 检 查 汽 车 的。
  wǒ shì lái jiǎn chá qì chē de
  워쓰라이 지앤차 치처더

- 새 타이어로 바꿔주세요.
  I need to get new tires, please.
  换 新 轮 胎 吧。
  huàn xīn lún tāi ba
  환 씬 룬타이바

- 엔진 오일 좀 봐주시겠어요?
  Could you check the engine oil?
  请 帮 我 看 一 下 发 动 机 的 润 滑 油。
  qǐng bāng wǒ kàn yí xià fā dòng jī de rùn huá yóu
  칭빵워 칸이씨아 파똥찌더 룬후아 요우

## 03_ 교통 위반

- 안전벨트를 매세요.
  Please fasten your seat belt.

  请系好安全带。
  qǐng jì hǎo ān quán dài
  칭찌하오 안취앤따이

- 딱지를 끊겠습니다.
  A ticket will be given.

  开罚单了。
  kāi fá dān le
  카이파딴러

- 저는 교통 표지판을 보지 못했어요.
  I didn't see the traffic sign.

  我没有看到交通牌。
  wǒ méi yǒu kàn dào jiāo tōng pái
  워메이요우 칸따오 찌아오통 파이

- 한 번만 봐주세요.
  Please have a heart.

  就请原凉我这一次吧。
  jiù qǐng yuán liàng wǒ zhè yí cì ba
  찌우칭 위앤리앙워 쩌이츠바

- 당신 차가 제 차를 막았어요.
  Your car is blocking me in.

  你的车挡住了我的车。
  nǐ de chē dǎng zhù le wǒ de chē
  니더처 당쭈러 워더처

## 04_ 자동차 빌릴 때

□ 자동차를 빌리고 싶어요.
   I'd like to rent a car, please.

   我 想 租 用 一 辆 车。
   wǒ xiǎng zū yòng yí liàng chē
   워시앙 쭈융이리앙 처

□ 얼마동안 사용하실 겁니까?
   How long will you have it for?

   你 要 租 用 多 长 时 间?
   nǐ yào zū yòng duō cháng shí jiān
   니야오 쭈융 뚜오창 스찌앤

□ 3일 동안 렌트하고 싶은데요.
   I'd like to keep it for three days.

   我 要 租 用 三 天。
   wǒ yào zū yòng sān tiān
   워야오 쭈융 싼티앤

□ 소형차로 빌려주세요.
   I'd like an economy model.

   我 要 租 用 小 型 车。
   wǒ yào zū yòng xiǎo xíng chē
   워야오 쭈융 시아오싱처

□ 견적서를 좀 보내주실래요?
   Could you send an estimate?

   请 发 给 我 一 份 估 价 单。
   qǐng fā gěi wǒ yí fèn gū jià dān
   칭파게이워 이펀 꾸찌아딴

- 보증금을 내야 하나요?
  Do I have to pay a deposit?

  要不要交抵押金？
  yào bú yào jiāo dǐ yā jīn
  야오부야오 찌아오 디야찐

- 차를 돌려드릴 때 기름을 넣어야 하나요?
  Should I fill it up before returning it?

  还车时要不要给车加油。
  huán chē shí yào bú yào gěi chē jiā yóu
  후안처스 야오부야오 게이처 찌아 요우

- 차를 반환할 때는 기름을 채워주세요.
  Fill the tank when you return the car.

  还车时要给车加油。
  huán chē shí yào gěi chē jiā yóu
  후안처스 야오게이처 찌아 요우

- 다른 비용은 없나요?
  Are there any other fees?

  有没有其他的费用？
  yǒu méi yǒu qí tā de fèi yòng
  요우메이요우 치타더 페이용

- 차를 어디에 돌려줘야 하나요?
  Where do I return the car?

  我应该把车还到哪里？
  wǒ yīng gāi bǎ chē huán dào nǎ lǐ
  워잉까이 바처 후안따오 나리

- 공항에 차를 반환하시면 돼요.
  You can drop it off at the airport.

  你把车开到机场就可以了。
  nǐ bǎ chē kāi dào jī chǎng jiù kě yǐ le
  니바처 카이따오 찌창 찌우커이러

# chapter 03 대중교통

## 01_ 택시

- 트렁크에 여행가방을 실을 수 있나요?
  Can I put my suitcase in the trunk?

  我 把 行 李 放 在 后 车 箱 里 好 吗？
  wǒ bǎ xíng lǐ fàng zài hòu chē xiāng lǐ hǎo ma
  워바싱리 팡짜이 호우처씨앙리 하오마

- 물론입니다. 트렁크를 열게요.
  Sure. I will open the trunk.

  好 的， 我 来 打 开 后 车 箱 的 门。
  hǎo de wǒ lái dǎ kāi hòu chē xiāng de mén
  하오더, 워라이 다카이 호우처씨앙더 먼

- (주소를 보여주며) 이 주소로 가주세요.
  Please take me to this address.

  请 去 这 个 地 址。
  qǐng qù zhè gè dì zhǐ
  칭취 쩌꺼 띠즈

- 저기 빌딩 앞에 세워주세요.
  Please stop in front of that office building.

  请 在 那 个 大 厦 的 前 边 停 车。
  qǐng zài nà gè dà shà de qián biān tíng chē
  칭짜이나꺼따싸더 치앤삐앤 팅처

- 여기서 기다려 주시겠습니까?
  Could you wait for me here?

  请 在 这 儿 等 一 下 好 吗？
  qǐng zài zhèr děng yí xià hǎo ma
  칭짜이쩔 덩이씨아 하오마

- 저 앞에서 잠깐 세워주실래요?
  Can you stop over there for a minute?

  请 在 那 边 稍 微 停 一 下 好 吗？
  qǐng zài nà biān shāo wēi tíng yí xià hǎo ma
  칭짜이나삐앤 싸오웨이 팅이씨아 하오마

- 시간이 없는데, 속도를 내주세요.
  There is no time to lose. Please speed it up.

  时 间 来 不 及 了， 请 快 点 儿 开？
  shí jiān lái bù jí le qǐng kuài diǎnr kāi
  스찌앤 라이뿌지러, 칭콰이디앨 카이

- 제 생각에는 좀 돌아가는 것 같은데요.
  I think you're taking the long way around.

  我 看 你 是 绕 路 了。
  wǒ kàn nǐ shì rào lù le
  워칸 니쓰라오루러

- 요금은 얼마입니까?
  What is the fare?

  车 费 是 多 少 钱 啊？
  chē fèi shì duō shǎo qián a
  처페이 쓰 뚜오사오치앤아

- 잔돈은 그냥 가지세요.
  You can keep the change.

  零 钱 不 用 找 了。
  líng qián bú yòng zhǎo le
  링치앤 부용자오러

- 요금이 너무 많이 나온 것 같아요.
  The fare is too high for the distance.

  车 费 太 贵 了。
  chē fèi tài guì le
  처페이 타이꾸이러

## 02_ 택시 부를 때

□ 택시 한 대 바로 보내주시겠어요?
Can you send a taxi here immediately?

请 马 上 派 一 辆 出 租 汽 车 来 好 吗？
qǐng mǎ shàng pài yí liàng chū zū qì chē lái hǎo ma
칭 마쌍 파이 이리앙 추쭈치처라이 하오마

□ 택시를 어디로 보내드릴까요?
Where should the taxi pick you up?

出 租 汽 车 派 到 哪 儿 啊？
chū zū qì chē pài dào nǎr a
추쭈치처 파이따오 날아

□ 어디로 모실까요?
Where are you going to?

您 去 哪 儿 啊？
nín qù nǎr a
닌취날아

□ 여기서 거기까지 얼마나 먼가요?
How far is it from here to there?

从 这 里 到 那 里 有 多 远 啊？
cóng zhè lǐ dào nà lǐ yǒu duō yuǎn a
총쩌리 따오나리 요우 뚜오위앤아

□ 택시로 약 20분이 걸립니다.
It will take about twenty minutes by taxi.

打 的 大 概 需 要 二 十 分 钟。
dǎ dī dà gài xū yào èr shí fēn zhōng
다띠 따까이 쒸야오 얼스펀쭝

# 03_ 버스

□ 가장 가까운 버스정류장은 어디인가요?
   Where is the nearest bus stop?

   请问最近的公共汽车站在哪儿？
   qǐng wèn zuì jìn de gōng gòng qì chē zhàn zài nǎr
   칭원 쭈이찐더 꽁꽁치처짠 짜이날

□ 버스가 얼마나 자주 다니나요?
   How often do the buses run?

   公共汽车多长时间来一次啊？
   gōng gòng qì chē duō cháng shí jiān lái yí cì a
   꽁꽁치처 뚜오창스찌앤 라이이츠아

□ 공항까지 가는 버스가 있나요?
   Is there a bus to the airport?

   请问有没有到机场的巴士？
   qǐng wèn yǒu méi yǒu dào jī chǎng de bā shì
   칭원 요우메이요우 따오 찌창더 빠쓰

□ 이 버스가 공항에 갑니까?
   Does this bus go to the airport?

   请问这个汽车到机场吗？
   qǐng wèn zhè gè qì chē dào jī chǎng ma
   칭원 쩌꺼 치처 따오 찌창마

□ 123번 버스를 타십시오.
   Take No. 123.

   你应该坐一百二十三路公共汽车。
   nǐ yīng gāi zuò yī bǎi èr shí sān lù gōng gòng qì chē
   니잉까이 쭤 이바이얼스싼루 꽁꽁치처

- 123번 버스는 어디서 타야 하나요?
  Where can I catch the 123 bus?

  一百二十三路汽车在哪里坐啊？
  yī bǎi èr shí sān lù qì chē zài nǎ lǐ zuò a
  이바이얼스싼루 치처 짜이나리 쭤아

- 길 건너편에서 타세요.
  On the other side of the street.

  到马路对面去坐吧。
  dào mǎ lù duì miàn qù zuò ba
  따오마루뚜이미앤 취쭤바

- 공항 행 버스가 얼마나 자주 있나요?
  How often does the airport bus come?

  去机场的大巴多长时间来一次啊？
  qù jī chǎng de dà bā duō cháng shí jiān lái yí cì a
  취 찌창더 따빠 뚜오창스찌앤 라이 이츠아

- 여기서 시청 가는 버스 있어요?
  Can I take a bus to City Hall from here?

  这里有去市政府大楼的公共汽车吗？
  zhè lǐ yǒu qù shì zhèng fǔ dà lóu de gōng gòng qì chē ma
  쩌리 요우 취 쓰쩡푸따로우더 꽁꽁치처마

- 다음 직행버스는 몇 시에 오나요?
  When is the next nonstop bus?

  下一班直通汽车几点到啊？
  xià yì bān zhí tōng qì chē jǐ diǎn dào a
  씨아이빤 즈통치처 지디앤 따오아

- 어디서 갈아타야 합니까?
  Where do I have to change?

  应该在哪里换车啊？
  yīng gāi zài nǎ lǐ huàn chē a
  잉까이짜이 나리 환처아

- 그 버스는 몇 번 정차하나요?
  How many stops does the bus make?

  那 辆 公 车 中 间 停 几 次 啊？
  nà liàng gōng chē zhōng jiān tíng jǐ cì a
  나리앙 꽁처 쫑찌앤 팅지츠아

- 버스 요금은 얼마인가요?
  What is the bus fare?

  公 共 汽 车 费 是 多 少 钱？
  gōng gòng qì chē fèi shì duō shǎo qián
  꽁꽁치처페이쓰 뚜오사오치앤

- 제가 어디서 내려야 하는지 말씀해 주세요.
  Please tell me where to get off.

  请 告 诉 我 在 哪 里 下 车 好 吗？
  qǐng gào sù wǒ zài nǎ lǐ xià chē hǎo ma
  칭까오쑤워 짜이나리 씨아처 하오마

- 서울로 가는 다음 버스는 언제 있습니까?
  When does the next bus leave for Seoul?

  去 首 尔 的 下 一 班 车 什 么 时 候 有 啊？
  qù shǒu ěr de xià yì bān chē shén me shí hòu yǒu a
  취 소우얼더 씨아이빤처 선머스호우 요우아

- 버스가 저녁 몇 시에 끊깁니까?
  When does the bus stop running in the evening?

  公 共 汽 车 晚 上 几 点 停 开 啊？
  gōng gòng qì chē wǎn shàng jǐ diǎn tíng kāi a
  꽁꽁치처 완쌍 지디앤 팅카이아

- 제가 정류장을 지나쳤어요. 여기서 좀 내려주시겠어요?
  I missed my stop. Can you let me off here?

  我 坐 过 站 了 。 请 在 这 里 停 一 下 好 吗？
  wǒ zuò guò zhàn le qǐng zài zhè lǐ tíng yí xià hǎo ma
  워쭤꿔짠러. 칭짜이 쩌리 팅이씨아 하오마

# 04_ 지하철

- 이 근처에 지하철역이 있습니까?
  Is there a subway station around here?

  请问这个附近有地铁站吗?
  qǐng wèn zhè gè fù jìn yǒu dì tiě zhàn ma
  칭원 쩌꺼 푸찐요우 띠티에짠마

- 지하철 승차권은 어디서 사나요?
  Where do I buy tickets for the subway?

  请问地铁票在哪儿买呀?
  qǐng wèn dì tiě piào zài nǎr mǎi ya
  칭원 띠티에피아오 짜이날 마이야

- 지하철은 몇 시까지 운행되나요?
  How late does the subway run?

  请问地铁几点停?
  qǐng wèn dì tiě jǐ diǎn tíng
  칭원 띠티에 지디앤 팅

- 지하철 노선도 좀 주세요.
  Could I have a subway map, please?

  请给我一张地铁路线图。
  qǐng gěi wǒ yì zhāng dì tiě lù xiàn tú
  칭게이워 이짱 띠티에 루씨앤투

- 박물관에 가려면 몇 호선을 타야 하나요?
  Which line should I take to the museum?

  请问去博物馆应该坐哪条线地铁?
  qǐng wèn qù bó wù guǎn yīng gāi zuò nǎ tiáo xiàn dì tiě
  칭원 취 보우구안 잉까이쭤 나티아오씨앤 띠티에

302

- 4호선이나 7호선 지하철을 타세요.
  Take the fourth or the seventh line.

  请 坐 四 号 或 者 七 号 线 地 铁。
  qǐng zuò sì hào huò zhě qī hào xiàn dì tiě
  칭쭤 쓰하오 후오저 치하오씨앤 띠티에

- 다음 역은 어디인가요?
  What's the name of the next station?

  请 问 下 一 站 是 哪 里？
  qǐng wèn xià yí zhàn shì nǎ lǐ
  칭원 씨아이짠 쓰 나리

- 천안문 광장은 어디서 내려야 하나요?
  Where do I have to get off for Tiananmen Square?

  请 问 去 天 安 门 广 场 在 哪 里 下 车？
  qǐng wèn qù tiān ān mén guǎng chǎng zài nǎ lǐ xià chē
  칭원 취 티앤안먼 구앙창 짜이나리 씨아처

- 이곳이 갈아타는 곳입니까?
  Is this a transfer station?

  这 里 是 换 乘 站 吗？
  zhè lǐ shì huàn chéng zhàn ma
  쩌리쓰 환청짠마

- 다음 역에서 내릴게요.
  I will get off at the next stop.

  我 在 下 一 站 下。
  wǒ zài xià yí zhàn xià
  워짜이 씨아이짠 씨아

- 지하철을 반대편에서 잘못 탔습니다.
  I got on the wrong side of the tracks.

  我 地 铁 坐 反 了 方 向。
  wǒ dì tiě zuò fǎn le fāng xiàng
  워 띠티에 쭤판러 팡씨앙

# 05_ 기차표 예매

☐ 전화로 표를 예약할 수 있나요?
Can I reserve a ticket over the phone?

请 问 火 车 票 可 以 电 话 预 定 吗？
qǐng wèn huǒ chē piào kě yǐ diàn huà yù dìng ma
칭원 후오처피아오 커이 띠앤화 위띵마

☐ 더 빠른 열차 편은 없습니까?
Are there any faster trains available?

有 没 有 再 快 一 点 的 火 车？
yǒu méi yǒu zài kuài yì diǎn de huǒ chē
요우메이요우 짜이콰이이디앤더 후오처

☐ 승차권을 구입하시겠어요?
Would you like to buy a ticket?

你 要 买 车 票 吗？
nín yào mǎi chē piào ma
닌야오 마이처피아오마

☐ 상해 행 기차표를 예매하고 싶어요.
I'd like to reserve a seat for Shanghai, please.

我 要 预 定 去 上 海 的 票。
wǒ yào yù dìng qù shàng hǎi de piào
워야오 위띵 취 쌍하이더 피아오

☐ 9시에 출발하는 1등석 승차권으로 주세요.
Could I have a first-class ticket for the 9 o'clock train?

请 给 我 九 点 出 发 的 一 等 席。
qǐng gěi wǒ jiǔ diǎn chū fā de yī děng xí
칭게이워 지우디앤 추파더 이덩시

# 06_ 기차

- 장사 행 기차가 있나요?
  Is there a train for Changsha?
  请问有去长沙的火车票吗？
  qǐng wèn yǒu qù cháng shā de huǒ chē piào ma
  칭원 요우 취 창싸더 후오처피아오마

- 이 열차가 남경으로 가는 열차인가요?
  Is this the train to Nanjing?
  这列火车是开往南京的吗？
  zhè liè huǒ chē shì kāi wǎng nán jīng de ma
  쩌리에 후오처쓰 카이왕 난찡더마

- 그 열차는 정각 6시에 출발합니다.
  That train leaves at 6 o'clock sharp.
  那个列车六点整出发。
  nà gè liè chē liù diǎn zhěng chū fā
  나꺼 리에처 리우디앤정 추파

- 항주 행 열차는 몇 번 플랫폼에서 출발하나요?
  On which platform does the train for Hangzhou leave?
  到杭州的列车从几号站台出发？
  dào háng zhōu de liè chē cóng jǐ hào zhàn tái chū fā
  따오 항쪼우더 리에처 총 지하오 짠타이 추파

- 서울 행 막차는 몇 시에 있나요?
  What time is the last train for Seoul?
  开往首尔的末班列车几点有？
  kāi wǎng shǒu ěr de mò bān liè chē jǐ diǎn yǒu
  카이왕 소우얼더 모빤 리에처 지디앤요우

□ 서안으로 가는 열차는 언제 있나요?
  When is the next train for Xian?

  开往西安的火车什么时候有？
  kāi wǎng xī ān de huǒ chē shén me shí hòu yǒu
  카이왕 씨안더 후오처 선머스호우 요우

□ 편도 승차권을 주세요.
  One-way ticket, please.

  我要买单程车票。
  wǒ yào mǎi dān chéng chē piào
  워야오 마이 딴청 처피아오

□ 왕복 승차권을 주세요.
  Round-trip ticket, please.

  我要买往返车票。
  wǒ yào mǎi wǎng fǎn chē piào
  워야오마이 왕판 처피아오

□ 어디서 기차를 갈아타야 하나요?
  Where should I change trains?

  我应该在哪儿换乘火车呢？
  wǒ yīng gāi zài nǎr huàn chéng huǒ chē ne
  워 잉까이 짜이날 환청 후오처너

□ 기차가 홍콩에서 얼마나 오래 정차합니까?
  How long will the train stop in Hongkong?

  火车在香港停多长时间啊？
  huǒ chē zài xiāng gǎng tíng duō cháng shí jiān a
  후오처 짜이씨앙강 팅 뚜오창스찌앤아

□ 여기는 제 자리인 것 같은데요.
  I think that's my seat.

  这里应该是我的位子。
  zhè lǐ yīng gāi shì wǒ de wèi zi
  쩌리 잉까이쓰 워더 웨이즈

- 식당칸은 어디인가요?
  Where is the dining car?

  餐厅车厢在哪儿？
  cān tīng chē xiāng zài nǎr
  찬팅처씨앙 짜이날

- 이 열차에 침대칸이 있나요?
  Does this train have a slumber couch?

  这列火车有卧铺吗？
  zhè liè huǒ chē yǒu wò pù ma
  쩌리에 후오처 요우 워푸마

- 객차마다 화장실이 있나요?
  Are there rest rooms in every car?

  每节车厢都有卫生间吗？
  měi jié chē xiāng dōu yǒu wèi shēng jiān ma
  메이지에 처씨앙 또우요우 웨이셩찌앤마

- 내려야 할 역을 지나쳤어요.
  I missed my station.

  我坐过站了。
  wǒ zuò guò zhàn le
  워쭤꿔짠러

- 도중에 내릴 수 있나요?
  Can I stop over on the way?

  途中可以下车吗？
  tú zhōng kě yǐ xià chē ma
  투쫑 커이 씨아처마

- 열차를 놓쳤어요.
  I missed my train.

  我错过火车了。
  wǒ cuò guò huǒ chē le
  워춰꿔 후오처러

생활중국어에 도움을 주는 알짜 Key-word

## 9 | 행동을 표현하다

오다 来 [lái 라이] / 가다 去 [qù 취]

앉다 坐 [zuò 쭤] / 서다 站 [zhàn 짠]

읽다 读 [dú 두] / 쓰다 写 [xiě 시에]

듣다 听 [tīng 팅] / 말하다 说 [shuō 쑤오]

웃다 笑 [xiào 씨아오] / 울다 哭 [kū 쿠]

나오다 出来 [chū lái 추라이] / 들어가다 进去 [jìn qù 찐취]

걷다 走 [zǒu 조우] / 달리다 跑 [pǎo 파오]

놀다 玩儿 [wánr 왈] / 일하다 做事 [zuò shì 쭤쓰]

마시다 喝 [hē 허] / 먹다 吃 [chī 츠]

던지다 扔 [rēng 렁] / 잡다 抓 [zhuā 쭈아]

보이다 看见 [kàn jiàn 칸찌앤] / 바라보다 看 [kàn 칸]

멈추다 停 [tíng 팅] / 움직이다 动 [dòng 똥]

드러눕다 躺 [tǎng 탕] / 날다 飞 [fēi 페이]

질문하다 问 [wèn 원] / 대답하다 回答 [huí dá 후이다]

# Part 10 쇼핑

Shopping

01 쇼핑 장소

02 물건 고르기

03 계산하기

# chapter 01 쇼핑 장소

## 01_ 상가, 매장 찾기

□ 이 근처에 백화점이 있나요?
  Is there a department store near here?

  请问这儿附近有百货商店吗?
  qǐng wèn zhèr fù jìn yǒu bǎi huò shāng diàn ma
  칭원 절푸진 요우 바이후오 쌍띠앤마

□ 기념품 가게는 어디에 있나요?
  Where is a souvenir shop?

  请问哪里有纪念品店啊?
  qǐng wèn nǎ lǐ yǒu jì niàn pǐn diàn a
  칭원 나리요우 찌니앤핀띠앤아

□ 면세점이 있나요?
  Is there a tax-free shop?

  有免税品店吗?
  yǒu miǎn shuì pǐn diàn ma
  요우 미앤쑤이핀띠앤마

□ 매장 안내소는 어디에 있습니까?
  Where is the information booth?

  请问询问台在哪儿?
  qǐng wèn xún wèn tái zài nǎr
  칭원 쉰원타이 짜이날

□ 장난감 가게는 몇 층에 있나요?
  Which floor is the toyshop?

  请问玩具店在几楼?
  qǐng wèn wán jù diàn zài jǐ lóu
  칭원 완쮜띠앤 짜이지로우

□ 가전제품 매장은 어디에 있어요?
Where can I find home appliances?

### 请问家用店器在哪儿卖?
qǐng wèn jiā yòng diàn qì zài nǎr mài
칭원 찌아용 디앤치 짜이날 마이

□ 스포츠용품 파는 매장을 찾고 있어요.
I'm looking for the sporting goods counter.

### 我在找体育用品店。
wǒ zài zhǎo tǐ yù yòng pǐn diàn
워짜이자오 티위용핀띠앤

□ 이 근처에 골프용품점이 있나요?
Is there a golf goods shop near here?

### 这儿附近有高尔夫用品商店吗?
zhèr fù jìn yǒu gāo ěr fū yòng pǐn shāng diàn ma
쩔푸찐 요우 까오얼푸 용핀 쌍띠앤마

□ 화장품 코너는 어디에 있나요?
Where is the cosmetic counter?

### 请问化妆品柜台在哪儿?
qǐng wèn huà zhuāng pǐn guì tái zài nǎr
칭원 화쭈앙핀 꾸이타이짜이날

□ 아동복 매장은 몇 층에 있어요?
Which floor is the children's department on?

### 请问童装在几楼卖?
qǐng wèn tóng zhuāng zài jǐ lóu mài
칭원 통쭈앙 짜이 지로우 마이

□ 어머니께 드릴 뭔가를 사려고 하는데요.
I'd like to get something for my mother.

### 我想给妈妈买点什么。
wǒ xiǎng gěi mā ma mǎi diǎn shén me
워시앙 게이 마마 마이디앤 선머

쇼핑

쇼핑장소

## 02_ 영업시간, 세일 문의

☐ 영업시간이 어떻게 되세요?
What are your business hours?

请问一下营业时间。
qǐng wèn yí xià yíng yè shí jiān
칭원이씨아 잉이에스쯔앤

☐ 몇 시에 문을 열게 되나요?
What time do you open?

请问几点开门?
qǐng wèn jǐ diǎn kāi mén
칭원 지디앤 카이먼

☐ 몇 시까지 문을 열어요?
When are you open till?

请问营业时间到几点?
qǐng wèn yíng yè shí jiān dào jǐ diǎn
칭원 잉이에스쯔앤 따오지디앤

☐ 저희는 24시간 영업합니다.
We are open all night.

我们是二十四小时营业。
wǒ men shì èr shí sì xiǎo shí yíng yè
워먼스 얼쓰쓰 시아오스 잉이에

☐ 저희는 7시까지 영업합니다.
We are open until seven.

我们营业时间到七点。
wǒ men yíng yè shí jiān dào qī diǎn
워먼 잉이에스쯔앤 따오 치디앤

- 지금 세일 기간입니까?
  Are you having a sale now?

  请问现在是减价期间吗？
  qǐng wèn xiàn zài shì jiǎn jià qī jiān ma
  칭원 씨앤짜이쓰 지앤찌아 치찌앤마

- 다음 세일은 언제인가요?
  When is your next sales event then?

  请问下次大减价是在什么时候？
  qǐng wèn xià cì dà jiǎn jià shì zài shén me shí hòu
  칭원 씨아츠 따지앤찌아 쓰 짜이 선머스호우

- 한꺼번에 많이 사면 값이 좀 쌉니까?
  If I buy in bulk, are they cheaper?

  一次多买的话会便宜点儿吗？
  yí cì duō mǎi de huà huì pián yi diǎnr ma
  이츠 뚜오마이더화 후이피앤이디앨마

- 저희는 할인을 하지 않습니다.
  We don't give discounts here.

  我们不减价。
  wǒ men bù jiǎn jià
  워먼 뿌 지앤찌아

- 다음에 오겠어요.
  I will come back.

  我下回再来。
  wǒ xià huí zài lái
  워 씨아후이 짜이라이

- 엘리베이터를 탑시다.
  Let's take the elevator.

  我们坐电梯吧。
  wǒ men zuò diàn tī ba
  워먼 쭤 띠앤티바

쇼핑

쇼핑장소

# chapter 02 물건 고르기

## 01_ 상점 안에서

□ 무엇을 찾으십니까?
What are you looking for?
您在找什么？
nín zài zhǎo shén me
닌짜이 자오선머

□ 핸드백을 찾고 있어요.
I'm looking for a handbag.
我在找手提包。
wǒ zài zhǎo shǒu tí bāo
워짜이자오 소우티빠오

□ 아내에게 줄 선물을 찾고 있어요.
I'm looking for a gift for my wife.
我在找给太太的礼物。
wǒ zài zhǎo gěi tài tai de lǐ wù
워짜이자오 게이 타이타이더 리우

□ 어떤 게 더 좋은 건가요?
Which is better?
哪个更好一些呢？
nǎ ge gèng hǎo yì xiē ne
나꺼 껑 하오이씨에너

□ 다른 모델이 있나요?
Do you have any other models?
有没有其他的款式？
yǒu méi yǒu qí tā de kuǎn shì
요우메이요우 치타더 쿠안쓰

- 이것이 가장 최신 모델인가요?
  Is this your latest model?

  这 是 最 新 的 款 式 吗 ?
  zhè shì zuì xīn de kuǎn shì ma
  쩌쓰 쭈이씬더 쿠안쓰마

- 어떤 것을 사야 할지 모르겠어요.
  I wonder which one I should get.

  我 不 知 道 应 该 买 什 么 好 。
  wǒ bù zhī dào yīng gāi mǎi shén me hǎo
  워뿌쯔 따오 잉까이 마이선머하오

- 마음에 드는 게 없네요.
  I don't see anything I want.

  没 有 看 好 的 。
  méi yǒu kàn hǎo de
  메이요우 칸하오더

- 어떤 것을 권하시겠어요?
  Which one would you recommend?

  你 说 买 什 么 样 的 好 啊 ?
  nǐ shuō mǎi shén me yàng de hǎo a
  니쑤오 마이 선머양더 하오아

- 가게를 좀 둘러봐도 되겠습니까?
  May I look around the store?

  我 可 以 看 看 这 个 店 吗 ?
  wǒ kě yǐ kàn kan zhè gè diàn ma
  워 커이 칸칸 쩌꺼띠앤마

- 그냥 구경하는 거예요.
  I'm just looking.

  我 只 是 看 看 而 已 。
  wǒ zhǐ shì kàn kan ér yǐ
  워 즈쓰 칸칸 얼이

쇼핑

고르기

# 02_ 옷가게에서

- 어떤 색상이 있습니까?
  What kind of colors do you have?
  
  有什么颜色的啊？
  yǒu shén me yán sè de a
  요우 선머이앤써더아

- 같은 디자인으로 다른 색상이 있나요?
  Do you have this one in a different color?
  
  同样的款式有其他颜色吗？
  tóng yàng de kuǎn shì yǒu qí tā yán sè ma
  통양더 쿠안쓰 요우 치타이앤써마

- 흰색과 검정색, 갈색이 있습니다.
  We have it in white, black, and brown.
  
  有白色和黑色的，还有褐色的。
  yǒu bái sè hé hēi sè de  hái yǒu hè sè de
  요우바이써 허 헤이써더, 하이요우 허써더

- 이 소재는 무엇인가요?
  What material is this?
  
  这个布料是什么啊？
  zhè gè bù liào shì shén me a
  쩌꺼 뿌리아오 쓰 선머아

- 물세탁이 가능해요?
  Is this washable?
  
  可以水洗吗？
  kě yǐ shuǐ xǐ ma
  커이 수이시마

□ 입어보는 곳이 어디에 있어요?
  Where is the fitting room?

  请问试衣室在哪儿?
  qǐng wèn shì yī shì zài nǎr
  칭원 쓰이쓰 짜이날

□ 너무 꽉 끼는데요. 한 사이즈 큰 것으로 있나요?
  This is too tight. Does it come in a larger size?

  太紧了。有没有大一号的?
  tài jǐn le yǒu méi yǒu dà yí hào de
  타이진러. 요우메이요우 따이하오더

□ 이거 더 작은 사이즈 있나요?
  Do you have this in a smaller size?

  这个有没有再小一点的?
  zhè gè yǒu méi yǒu zài xiǎo yì diǎn de
  쩌꺼 요우메이요우 짜이 시아오이디앤더

□ 지금 어떤 모양이 유행하나요?
  What styles are popular now?

  现在流行什么款式啊?
  xiàn zài liú xíng shén me kuǎn shì a
  씨앤짜이 리우싱 선머쿠안쓰아

□ 이 새로운 디자인이 저에게 어울리나요?
  Does this new design suit me?

  这个新款式我穿好看吗?
  zhè gè xīn kuǎn shì wǒ chuān hǎo kàn ma
  쩌꺼 씬쿠안쓰 워 추안 하오칸마

□ 손님에게 무척 잘 어울리네요.
  That looks great on you.

  您穿很好看。
  nín chuān hěn hǎo kàn
  닌 추안 헌 하오칸

쇼핑

고르기

# 03_ 신발 가게에서

□ 이걸 신어 봐도 되나요?
May I try them on?

这个鞋子我可以穿穿试试吗？
zhè gè xié zi wǒ kě yǐ chuān chuan shì shi ma
쩌꺼시에즈 워 커이 추안추안 쓰스마

□ 사이즈 몇 신으세요?
What's your shoe size?

您穿多大号的鞋子啊？
nín chuān duō dà hào de xié zi a
닌 추안 뚜오따하오더 시에즈아

□ 발에 잘 맞나요?
How are they on your feet?

鞋子合适吗？
xié zi hé shì ma
시에즈 허쓰마

□ 제 발가락이 앞에 꽉 끼네요.
My toes are crammed into the front.

我脚趾头很紧。
wǒ jiǎo zhǐ tóu hěn jǐn
워지아오즈토우 헌진

□ 굽이 더 높은 건 없나요?
Is there anything higher?

鞋后跟有再高点儿的吗？
xié hòu gēn yǒu zài gāo diǎnr de ma
시에호우껀 요우 짜이까오디앨더마

## 04_ 보석 가게에서

- 이것은 진짜 진주인가요, 아니면 모조품인가요?
  Is this genuine pearl or an imitation?

  这个珍珠是真的还是仿制的?
  zhè gè zhēn zhū shì zhēn de hái shì fǎng zhì de
  쩌꺼쩐쭈쓰 쩐더 하이쓰 팡쯔더

- 도금인가요?
  Is this gold plated?

  是镀金的吗?
  shì dù jīn de ma
  쓰 뚜찐더마

- 이건 몇 캐럿이죠?
  How many carats is this?

  这个是几克拉?
  zhè gè shì jǐ kè lā
  쩌꺼쓰 지 커라

- 이 모양은 마음에 들지 않아요.
  I don't like this style.

  我不喜欢这个款式。
  wǒ bù xǐ huān zhè gè kuǎn shì
  워 뿌시후안 쩌꺼 쿠안쓰

- 보증서가 있나요?
  Is this with a guarantee?

  有没有保证书?
  yǒu méi yǒu bǎo zhèng shū
  요우메이요우 바오쩡쑤

# chapter 03 계산하기

## 01_ 가격 흥정

- 모두 얼마입니까?
  How much is it all together?

  一共多少钱啊?
  yí gòng duō shǎo qián a
  이꽁 뚜오사오치앤아

- 이것은 얼마입니까?
  How much is it?

  这个多少钱啊?
  zhè gè duō shǎo qián a
  쩌꺼 뚜오사오치앤아

- 예상보다 비싸네요.
  That's more than I wanted to spend.

  比预想的要贵。
  bǐ yù xiǎng de yào guì
  비 위시앙더 야오꾸이

- 너무 비싸군요.
  It's too expensive.

  太贵了。
  tài guì le
  타이꾸이러

- 좀 깎아주시겠어요?
  Can you give me a discount?

  请便宜一点儿吧。
  qǐng pián yi yì diǎnr ba
  칭 피앤이 이디앨바

- 얼마면 사시겠어요?
  How much are you willing to spend?
  便宜多少你买啊？
  pián yi duō shǎo nǐ mǎi a
  피앤이뚜오사오 니마이아

- 15원이요.
  Just 15 kuai.
  十五块。
  shí wǔ kuài
  스우콰이

- 죄송해요. 그 정도로 깎아드릴 수 없어요.
  I'm sorry. We can't go that low.
  很抱歉，不能便宜那么多。
  hěn bào qiàn bù néng pián yi nà me duō
  헌빠오치앤, 뿌넝 피앤이 나머뚜오

- 여기서 가격 흥정을 끝내죠.
  Let's make a deal here.
  就讲到这里吧。
  jiù jiǎng dào zhè lǐ ba
  찌우 지앙따오 쩌리바

- 더 싼 모델이 있나요?
  Do you have any cheaper models?
  有更便宜点儿的款式吗？
  yǒu gèng pián yi diǎnr de kuǎn shì ma
  요우껑 피앤이디앨더 쿠안쓰마

- 당신이 생각하는 가격대가 어떻게 됩니까?
  What is your price range?
  你想的价钱是多少啊？
  nǐ xiǎng de jià qián shì duō shǎo a
  니시앙더 찌아치앤쓰 뚜오사오아

쇼핑

계산

# 02_ 계산, 포장

- 세금이 포함되었나요?
  Does it include tax?

  包括税吗?
  bāo kuò shuì ma
  빠오쿼 쑤이마

- 현금으로 지불할게요.
  I will pay in cash.

  我要付现金。
  wǒ yào fù xiàn jīn
  워 야오 푸 씨앤찐

- 이 쿠폰을 사용할 수 있나요?
  Can I use this coupon?

  可以使用这个优惠卡吗?
  kě yǐ shǐ yòng zhè gè yōu huì kǎ ma
  커이 스용 쩌꺼 요우후이 카마

- 여행자수표 받나요?
  Do you accept traveler's checks?

  收旅行支票吗?
  shōu lǚ xíng zhī piào ma
  쏘우 뤼싱 쯔피아오마

- 할부로 구입할 수 있어요?
  Do you have an installment plan?

  可以分期付款吗?
  kě yǐ fēn qī fù kuǎn ma
  커이 펀치 푸쿠안마

- 영수증을 주실래요?
  Can I have a receipt?

  请给我收据。
  qǐng gěi wǒ shōu jù
  칭게이워 쏘우쮜

- 거스름돈이 안 맞는 것 같아요.
  You gave me the wrong change.

  你好像找错钱了。
  nǐ hǎo xiàng zhǎo cuò qián le
  니하오씨앙 자오춰치앤러

- 종이 백에 넣어주세요.
  Please in a paper bag.

  请放进纸袋里边。
  qǐng fàng jìn zhǐ dài lǐ biān
  칭 팡찐 즈따이 리삐앤

- 따로따로 포장해 주시겠어요?
  Could you wrap each item separately?

  请分开包装。
  qǐng fēn kāi bāo zhuāng
  칭 펀카이 빠오쭈앙

- 선물용으로 포장해 주세요.
  Can you gift-wrap it for me?

  我要送礼，请包得好看一些。
  wǒ yào sòng lǐ    qǐng bāo de hǎo kàn yì xiē
  워 야오 쏭리, 칭 빠오더 하오칸이씨에

- 가격표 좀 떼어주세요.
  Please take off the price tag.

  请帮我拿掉价格牌儿。
  qǐng bāng wǒ ná diào jià gé pái(r)
  칭 빵워 나띠아오 찌아거팔

## 03_ 배달 문의

- 화요일까지 배달해 주시겠습니까?
  Could you deliver by Tuesday?

  请问到星期二为止能送到吗？
  qǐng wèn dào xīng qī èr wéi zhǐ néng sòng dào ma
  칭원 따오 씽치얼 웨이즈 넝 쏭따오마

- 보통은 4~5일 걸립니다.
  It would normally take 4 or 5 days.

  一般需要四到五天的时间。
  yì bān xū yào sì dào wǔ tiān de shí jiān
  이빤 쒸야오 쓰따오 우티앤더 스찌앤

- 별도로 배달요금을 내야 하나요?
  Do I have to pay extra for delivery?

  送门服务另收费吗？
  sòng men fú wù lìng shōu fèi ma
  쏭먼 푸우 링 쏘우 페이마

- 제 호텔로 배달해 주세요.
  Deliver it to my hotel, please.

  请送到我住的饭店。
  qǐng sòng dào wǒ zhù de fàn diàn
  칭 쏭따오 워쭈더 판띠앤

- 한국으로 부쳐주실 수 있나요?
  Can I have them shipped to Korea?

  能给寄到韩国吗？
  néng gěi jì dào hán guó ma
  넝게이 찌따오 한구오마

# 04_ 환불 문의

□ 이것을 환불받을 수 있을까요?
Could I get a refund for this?

这可以给退钱吗？
zhè kě yǐ gěi tuì qián ma
쩌 커이 게이 투이 치앤마

□ 무슨 문제가 있나요?
Can I ask what's the problem with it?

有什么问题吗？
yǒu shén me wèn tí ma
요우선머 원티마

□ 제대로 작동이 안 되는군요.
It doesn't work properly.

不能正常转动。
bù néng zhèng cháng zhuàn dòng
뿌넝 쩡창 쭈안똥

□ 전혀 작동이 안 됩니다.
It doesn't work at all.

完全不能转动。
wán quán bù néng zhuàn dòng
완취앤 뿌넝 쭈안똥

□ 저희는 환불해 드리지 않습니다.
Our store doesn't give refunds.

我们是不给退货的。
wǒ men shì bù gěi tuì huò de
워먼쓰 뿌게이 투이후오더

쇼핑

계산

# 05_ 물건 교환

- 다른 것으로 교환할 수 있나요?
  Can I exchange it for another one?

  可以换别的吗？
  kě yǐ huàn bié de ma
  커이 환 비에더마

- 이것을 교환하고 싶어요. / 이것을 반품하고 싶어요.
  I'd like to exchange this. / I'd like to return this.

  我想换。 / 我想退货。
  wǒ xiǎng huàn      wǒ xiǎng tuì huò
  워 시앙 환 / 워 시앙 투이후오

- 치수를 바꿔주시겠어요?
  Can I change the size?

  请给我换尺寸？
  qǐng gěi wǒ huàn chǐ cùn
  칭 게이워 환 츠춘

- 이 물건을 새 걸로 바꾸고 싶어요.
  I'd like to return this product for a new one.

  我想把它换新的。
  wǒ xiǎng bǎ tā huàn xīn de
  워 시앙 바타 환 씬더

- 이 바지를 다른 걸로 바꿀 수 있을까요?
  Can I exchange these trousers for another pair?

  这条裤子能换别的吗？
  zhè tiáo kù zi néng huàn bié de ma
  쩌티아오 쿠즈 넝 환 비에더마

- 왜 교환하시려고 하십니까?
  May I ask why you'd like to exchange it?

  你 为 什 么 要 换 啊 ?
  nǐ wèi shén me yào huàn a
  니 웨이선머야오 환아

- 지퍼가 고장 났어요.
  The zipper is broken.

  拉 链 坏 了 。
  lā liàn huài le
  라리앤 화이러

- 얼룩이 묻어 있어요.
  There are stains.

  有 污 垢 。
  yǒu wū gòu
  요우 우꼬우

- 제게 너무 커서 그래요. / 이건 너무 작아요.
  It's too big for me. / This is too small.

  我 穿 太 大 了 。 / 这 个 太 小 了 。
  wǒ chuān tài dà le    zhè gè tài xiǎo le
  워 추안 타이따러 / 쩌꺼 타이시아오러

- 다른 모양이 있나요?
  Do you have any other models?

  有 别 的 款 式 吗 ?
  yǒu bié de kuǎn shì ma
  요우 비에더 쿠안쓰마

- 영수증 좀 보여주시겠어요?
  Can I see the receipt, please?

  请 给 我 看 看 收 据 ?
  qǐng gěi wǒ kàn kan shōu jù
  칭 게이워 칸칸 쏘우쮜

쇼핑

계산

생활중국어에 도움을 주는 알짜 Key-word

## 10 | 날씨, 기후를 표현하다

따뜻하다  暖和  [nuǎn huó 누안후오]

시원하다  凉快  [liáng kuài 리앙콰이]

덥다  热  [rè 러]

무덥다  闷热  [mēn rè 먼러]

춥다  冷  [lěng 렁]

맑다  晴朗  [qíng lǎng 칭랑]

흐리다  阴  [yīn 인]

건조하다  干燥  [gān zào 깐짜오]

습기가 많다  潮湿  [cháo shī 차오쓰]

비가 내리다  下雨  [xià yǔ 씨아위]

천둥이 치다  打雷  [dǎ léi 다레이]

소나기  阵雨  [zhèn yǔ 쩐위]

바람이 불다  刮风  [guā fēng 꾸아펑]

눈이 내리다  下雪  [xià xuě 씨아쉬에]

# Part 11  식 사

Eating

01 식당 예약

02 식당에서

03 식사 관련 표현

# chapter 01 식당 예약

## 01_ 예약할 때

□ 예약을 하고 싶은데요.
I'd like to make a reservation.

我想预约。
wǒ xiǎng yù yuē
워 시앙 위위에

□ 7명이 앉을 만한 자리가 있나요?
Do you have a table to fit seven people?

有七人坐的席位吗?
yǒu qī rén zuò de xí wèi ma
요우 치런쭤더 시웨이마

□ 오늘 저녁 2인석을 예약하고 싶어요.
I'd like to make a table for two this evening.

今晚我要预定两人席位。
jīn wǎn wǒ yào yù dìng liǎng rén xí wèi
찐완 워 야오 위띵 리앙런 시웨이

□ 오늘 밤 7시에 예약하고 싶습니다.
I'd like to make a reservation for seven tonight.

我要预定今晚七点。
wǒ yào yù dìng jīn wǎn qī diǎn
워 야오 위띵 찐완 치디앤

□ 일행이 몇 분이나 되십니까?
How many people are in your party?

一行有几人?
yì xíng yǒu jǐ rén
이싱 요우 지런

- 우리 일행은 8명입니다.
  We have a party of eight.

  ## 我们一行有八人。
  wǒ men yì xíng yǒu bā rén
  워먼 이싱 요우 빠런

- 어느 분 이름으로 예약해 드릴까요?
  What name should I put this reservation under?

  ## 以谁的名字预定呢？
  yǐ shéi de míng zi yù dìng ne
  이 쉐이더 밍즈 위띵너

- 오늘 밤 8시에 예약했는데요.
  I made a reservation tonight for eight.

  ## 预定的是今晚八点。
  yù dìng de shì jīn wǎn bā diǎn
  위띵더쓰 찐완 빠디앤

- 6시에 이수진 이름으로 예약했는데요.
  We have a reservation for Lee Su-Jin at six.

  ## 六点以李秀真的名字预定的。
  liù diǎn yǐ lǐ xiù zhēn de míng zi yù dìng de
  리우디앤 이 리씨우쩐더 밍즈 위띵더

- 명단을 다시 확인해 주세요.
  Please check the list again.

  ## 请再确认一下名单。
  qǐng zài què rèn yí xià míng dān
  칭 짜이 취에런이씨아 밍딴

- 유감스럽지만 예약을 취소해야 할 것 같아요.
  I'm afraid I have to cancel our reservation.

  ## 很抱歉我要取消预约。
  hěn bào qiàn wǒ yào qǔ xiāo yù yuē
  헌빠오치앤 워야오 취씨아오 위위에

식사

예약

# 02_ 자리 잡을 때

- 예약을 해야 하나요?
  Do I need a reservation?

  需要预约吗?
  xū yào yù yuē ma
  쒸야오 위위에마

- 창가 쪽 자리에 앉을 수 있을까요?
  Could we have a table by the window?

  能坐靠窗的位子吗?
  néng zuò kào chuāng de wèi zi ma
  넝쭤 카오추앙더 웨이즈마

- 금연석으로 창가 쪽 가까운 자리로 주세요.
  In a nonsmoking section, near a window.

  我要靠窗户的禁烟位子。
  wǒ yào kào chuāng hù de jìn yān wèi zi
  워야오 카오추앙후더 찐이앤웨이즈

- 더 큰 테이블은 없습니까?
  Do you have a bigger table?

  有没有再大一点的桌子?
  yǒu méi yǒu zài dà yì diǎn de zhuō zi
  요우메이요우 짜이따이디앤더 쭈오즈

- 빈 자리가 있나요?
  Are there any empty tables?

  有空位吗?
  yǒu kòng wèi ma
  요우 콩 웨이마

- 유감이지만 30분 정도 기다리셔야겠어요.
  I'm afraid you'll have to wait another 30 minutes.

  不好意思，要等三十分钟左右。
  bù hǎo yì si  yào děng sān shí fēn zhōng zuǒ yòu
  뿌하오이스, 야오덩 싼스펀쭝 주오요우

- 바에서 기다릴게요.
  We will wait at the bar.

  我在酒吧等。
  wǒ zài jiǔ bā děng
  워짜이 찌우빠 덩

- 자리가 생길 때까지 기다려도 되나요?
  May we wait for a table?

  请问可以等位子吗？
  qǐng wèn kě yǐ děng wèi zi ma
  칭원 커이덩 웨이즈 마

- 여기는 한국 전통음식점이죠.
  This is a Korean traditional restaurant.

  这里是韩国传统料理店。
  zhè lǐ shì hán guó chuán tǒng liào lǐ diàn
  쩌리쓰 한궈 추안통 리아오리띠앤

- 신발을 벗고 들어가세요.
  Take off your shoes, please.

  进去请脱鞋子。
  jìn qù qǐng tuō xié zi
  찐취 칭 투오시에즈

- 자, 앉으세요.
  Take a seat, please.

  来，请坐。
  lái  qǐng zuò
  라이, 칭쭤

식사

예약

# chapter 02 식당에서

## 01_ 음식 고르기

□ 점심 메뉴는 뭐가 있어요?
What is for lunch?

请 问 午 饭 有 什 么 ?
qǐng wèn wǔ fàn yǒu shén me
칭원 우판 요우선머

□ 이건 어떤 요리인가요?
What kind of dish is this?

请 问 这 是 什 么 料 理 啊 ?
qǐng wèn zhè shì shén me liào lǐ a
칭원 쩌쓰 선머 리아오리아

□ 이 레스토랑이 요리를 잘해요.
This restaurant is really good

这 家 餐 厅 的 料 理 味 道 很 好 。
zhè jiā cān tīng de liào lǐ wèi dào hěn hǎo
쩌찌아 찬팅더 리아오리 웨이따오 헌하오

□ 주방장이 추천하는 요리가 있나요?
What does the chef recommend?

有 厨 师 推 荐 的 料 理 吗 ?
yǒu chú shī tuī jiàn de liào lǐ ma
요우 추쓰 투이찌앤더 리아오리마

□ 이 지방의 명물 음식이 무엇인가요?
What's the regional specialty?

这 个 地 方 有 什 么 特 色 菜 ?
zhè gè dì fang yǒu shén me tè sè cài
쩌꺼 띠팡 요우선머 터쎄차이

- 오늘의 특별요리가 있나요?
  Are there any specials today?

  今 天 有 特 别 料 理 吗？
  jīn tiān yǒu tè bié liào lǐ ma
  찐티앤요우 터비에 리아오리마

- 이 식당은 무엇을 잘하나요?
  What is good here?

  这 家 餐 厅 的 拿 手 菜 是 什 么？
  zhè jiā cān tīng de ná shǒu cài shì shén me
  쩌찌아 찬팅더 나소우차이 쓰선머

- 가장 빨리 되는 요리가 뭔가요?
  What's the fastest meal I can eat?

  做 得 最 快 的 料 理 是 什 么？
  zuò de zuì kuài de liào lǐ shì shén me
  쭤더 쭈이콰이더 리아오리쓰 선머

- 좋은 와인을 추천해주세요.
  Could you recommend some good wines?

  这 里 有 什 么 好 的 葡 萄 酒？
  zhè lǐ yǒu shén me hǎo de pú táo jiǔ
  쩌리 요우선머 하오더 푸타오지우

- 특산 맥주가 있습니까?
  Do you have some local beer?

  有 当 地 特 产 啤 酒 吗？
  yǒu dāng dì tè chǎn pí jiǔ ma
  요우땅띠 터찬 피지우마

- 디저트는 뭐가 있나요?
  What do you have for dessert?

  甜 点 有 什 么 啊？
  tián diǎn yǒu shén me a
  티앤디앤 요우선머아

식사

식당

## 02_ 주문할 때

- 메뉴 좀 주세요.
  Can we get a menu?
  请给看看菜单。
  qǐng gěi kàn kan cài dān
  칭게이 칸칸 차이딴

- 뭘 좋아하세요? / 뭐 드실 거예요?
  What kind of food do you like? / What do you want to get?
  您喜欢吃什么？ / 您要点什么？
  nín xǐ huān chī shén me　　　nín yào diǎn shén me
  닌 시후안 츠 선머 / 닌야오 디앤선머

- 여기요. 주문 받으세요.
  Excuse me. May I order please?
  劳驾，我要点菜。
  láo jià　　wǒ yào diǎn cài
  라오찌아, 워야오 디앤차이

- 쇠고기 스테이크 주세요.
  I'll have a beef steak.
  我要牛排。
  wǒ yào niú pái
  워야오 니우파이

- 같은 걸로 하겠어요.
  I'll have the same.
  我要一样的。
  wǒ yào yí yàng de
  워야오 이양더

☐ 완전히 익혀주세요. / 중간 정도 익혀주세요.
Well done, please. / Medium, please.
我要完全熟。 / 我要熟一半。
wǒ yào wán quán shóu / wǒ yào shóu yí bàn
워야오 완취앤 소우 / 워야오 소우이빤

☐ 음료는 뭐로 하시겠어요?
What would you like to drink?
饮料要什么?
yǐn liào yào shén me
인리아오 야오선머

☐ 일본 요리는 어떠세요?
How about Japanese food?
日本菜怎么样?
rì běn cài zěn me yàng
르번차이 전머양

☐ 저는 프랑스 요리를 좋아합니다.
I like French food.
我喜欢吃法国菜。
wǒ xǐ huān chī fǎ guó cài
워 시후안츠 파구오차이

☐ 가능한 한 빨리 해주시겠어요?
Could you bring it as soon as possible?
请尽量快点做出来好吗?
qǐng jìn liàng kuài diǎn zuò chū lái hǎo ma
칭 찐리앙 콰이디앤 쭤추라이 하오마

☐ 제 주문을 바꿔도 될까요?
May I change my order?
我要换一下点的菜,可以吗?
wǒ yào huàn yí xià diǎn de cài kě yǐ ma
워야오 환이씨아 디앤더차이, 커이마

식사

식당

# 03_ 요청할 때

- 접시 좀 치워주세요.
  Could you clear off these dishes?

  请把碟子拿走。
  qǐng bǎ dié zi ná zǒu
  칭바 디에즈 나조우

- 냅킨 좀 더 갖다 주세요.
  Can I get some more napkins, please?

  请再给拿点儿餐巾纸。
  qǐng zài gěi ná diǎnr cān jīn zhǐ
  칭 짜이게이 나디얠 찬찐즈

- 소금 좀 건네주세요.
  Could you pass me the salt?

  请把盐拿给我。
  qǐng bǎ yán ná gěi wǒ
  칭 바이앤 나게이워

- 죄송해요. 제가 유리컵을 깼어요.
  I'm sorry, I broke a glass.

  不好意思，我把玻璃杯给摔碎了。
  bù hǎo yì si　wǒ bǎ bō lí bēi gěi shuāi suì le
  뿌하오이스, 워바 뽀리뻬이 게이 쑤아이 쑤이러

- 제 포크가 떨어졌어요. 깨끗한 것으로 가져다주세요.
  I dropped my fork. Can you bring me a clean one?

  我的叉子掉了。请拿给我干净的。
  wǒ de chā zi diào le　qǐng ná gěi wǒ gān jìng de
  워더 차즈 띠아오러. 칭 나게이워 깐찡더

- 메뉴를 다시 갖다 주세요.
  Please bring me the menu again.
  请再把菜单拿给我。
  qǐng zài bǎ cài dān ná gěi wǒ
  칭 짜이바 차이딴 나게이워

- 빵을 좀 더 갖다 주세요.
  Some more bread, please.
  请再给点儿面包。
  qǐng zài gěi diǎnr miàn bāo
  칭 짜이게이디앨 미앤빠오

- 커피 한잔 더 주세요.
  Can I have a refill on the coffee?
  请再给我一杯咖啡。
  qǐng zài gěi wǒ yì bēi kā fēi
  칭 짜이 게이워 이뻬이 카페이

- 테이블이 좀 더럽군요. 다시 닦아주세요.
  This table is still dirty. Can you wipe it down again?
  桌子有点儿脏。请再擦一擦。
  zhuō zi yǒu diǎnr zāng qǐng zài cā yì cā
  쭈오즈 요우디앨짱. 칭 짜이 차이차

- 디저트는 필요 없어요.
  I don't want any dessert.
  甜点就不必了。
  tián diǎn jiù bú bì le
  티앤디앤 찌우 부삐러

- 남은 음식은 좀 싸주세요.
  Do you have a doggy bag?
  吃剩的饭菜就请打包吧。
  chī shèng de fàn cài jiù qǐng dǎ bāo ba
  츠썽더 판차이찌우 칭 다빠오바

식사

식당

# 04_ 주문이 잘못 됐을 때

- 주문하신 것이 모두 나왔습니까?
  Did everyone get what they ordered?
  
  我们点的菜都出来了吗？
  wǒ men diǎn de cài dōu chū lái le ma
  워먼 디앤더차이 또우 추라이러마

- 제가 주문한 음식이 아직 나오지 않았어요.
  My food still hasn't arrived.
  
  我点的菜到现在还没有出来呢。
  wǒ diǎn de cài dào xiàn zài hái méi yǒu chū lái ne
  워 디앤더차이 따오 씨앤짜이 하이 메이요우 추라이너

- 여기요. 30분 전에 주문했는데요.
  Excuse me, I ordered my food 30 minutes ago.
  
  小姐，我在三十分钟前就点菜了。
  xiǎo jiě  wǒ zài sān shí fēn zhōng qián jiù diǎn cài le
  시아오지에, 워짜이 싼스펀쯍치앤 찌우 디앤차이러

- 왜 우리 음식이 안 나와요?
  Could you check on our order?
  
  我们的饭菜怎么还不出来啊？
  wǒ men de fàn cài zěn me hái bù chū lái a
  워먼더 판차이 쩐머하이 뿌추라이아

- 아직 시간이 많이 걸리나요?
  Will it take much longer?
  
  还需要很长时间吗？
  hái xū yào hěn cháng shí jiān ma
  하이쒸야오 헌창스찌앤마

340

- 이건 제가 주문한 요리가 아닌데요.
  This isn't what I ordered.

  这 不 是 我 点 的 菜 呀。
  zhè bú shì wǒ diǎn de cài ya
  쩌 부쓰 워디앤더 차이야

- 지배인을 좀 불러주시겠어요?
  Could you get your manager out here?

  请 你 们 经 理 来 一 下 好 吗?
  qǐng nǐ men jīng lǐ lái yí xià hǎo ma
  칭 니먼 찡리 라이 이씨아 하오마

- 수프에 뭔가 들어 있어요.
  There is something in the soup.

  汤 里 好 像 有 什 么 东 西。
  tāng lǐ hǎo xiàng yǒu shén me dōng xi
  탕리 하오씨앙 요우선머 똥시

- 음식에 머리카락이 들어 있네요.
  There's a piece of hair in my food.

  食 物 里 有 根 头 发 丝。
  shí wù lǐ yǒu gēn tóu fà sī
  스우리 요우껀 토우파쓰

- 제 음식에 뭔가 이상한 것이 들어 있군요.
  There is something strange in my food.

  我 的 饭 菜 里 边 有 怪 怪 的 东 西。
  wǒ de fàn cài lǐ biān yǒu guài guài de dōng xi
  워더 판차이리삐앤 요우 꽈이꽈이더 똥시

- 음식이 덜 익었어요. 좀 더 익혀주시겠어요?
  This is not cooked completely. Could I have it broiled a little more?

  食 物 还 没 太 熟。 请 再 给 弄 熟 一 些?
  shí wù hái méi tài shóu qǐng zài gěi nòng shóu yì xiē
  스우 하이 메이타이소우. 칭 짜이게이 농소우이씨에

식사

식당

# 05_ 식사시간의 대화

- 어떤 음식을 좋아하세요?
  What kind of food do you like?

  您 喜 欢 吃 什 么 菜 啊 ?
  nín xǐ huān chī shén me cài a
  닌 시후안츠 선머차이아

- 저는 채식주의예요. / 저는 음식을 가리지 않아요.
  I'm a vegetarian. / I'm not particular about food.

  我 主 张 吃 素 。 / 我 不 挑 食 。
  wǒ zhǔ zhāng chī sù    wǒ bù tiāo shí
  워 주짱 츠쑤 / 워뿌티아오스

- 제일 좋아하는 한국음식이 뭐예요?
  What is favorite Korean food?

  你 最 喜 欢 的 韩 国 饮 食 是 什 么 ?
  nǐ zuì xǐ huān de hán guó yǐn shí shì shén me
  니쭈이시후안더 한구오인스 쓰선머

- 당신을 위해 한국음식을 만들어 드릴게요.
  I will make some Korean food for you.

  我 做 韩 国 饭 菜 给 你 吃 。
  wǒ zuò hán guó fàn cài gěi nǐ chī
  워 쭤 한궈판차이 게이니츠

- 요리를 하세요?
  Do you cook?

  你 烹 饪 吗 ?
  nǐ pēng rèn ma
  니펑런마

- 전 가끔씩 요리를 해요.
  Sometimes I do.

  我偶尔做菜。
  wǒ ǒu ěr zuò cài
  워 오우얼 쭤차이

- 오늘 아주 잘 먹었습니다.
  Thank you for dinner today.

  今天我吃得很好。
  jīn tiān wǒ chī de hěn hǎo
  찐티앤 워 츠더헌하오

- 음식이 아주 맛있군요.
  That meal was very delicious.

  饭菜非常好吃。
  fàn cài fēi cháng hǎo chī
  판차이 페이창하오츠

- 이곳의 요리는 아주 맛있어요.
  This is very good food.

  这里的饭菜非常好吃。
  zhè lǐ de fàn cài fēi cháng hǎo chī
  쩌리더 판차이 페이창하오츠

- 너무 맛있어서 먹는 걸 멈출 수가 없어요.
  I just can't get enough of this.

  太好吃了，我没有办法停止吃。
  tài hǎo chī le, wǒ méi yǒu bàn fǎ tíng zhǐ chī
  타이하오츠러, 워메이요우 빤파 팅즈츠

- 이렇게 잘 먹었던 적이 없었어요.
  I've never eaten better.

  我从来没有吃过这么多。
  wǒ cóng lái méi yǒu chī guò zhè me duō
  워총라이 메이요우 츠꿔 쩌머뚜오

식사

식당

# 06_ 계산할 때

□ 여기요, 계산서 좀 주시겠어요?
  Excuse me. Could I get the bill, please?

  小姐, 我要买单。
  xiǎo jiě   wǒ yào mǎi dān
  시아오지에, 워야오 마이딴

□ 봉사료가 포함되었나요?
  Is the service charge included?

  包括服务费了吗?
  bāo guā fú wù fèi le ma
  빠오꾸아 푸우페이러마

□ 두 분 따로 계산해 드릴까요?
  Would you like separate checks?

  你们两位要各付吗?
  nǐ men liǎng wèi yào gè fù ma
  니먼리앙웨이야오 꺼푸마

□ 아니요. 같이 계산해 주세요.
  No, just one check, please.

  不, 一起算吧。
  bù   yì qǐ suàn ba
  뿌, 이치쑤안바

□ 제가 계산하겠어요. 다음에 사세요.
  I'll take care of the bill. You can get me next time.

  我来付款。下回你再付吧。
  wǒ lái fù kuǎn   xià huó nǐ zài fù ba
  워라이 푸쿠안. 씨아후오 니짜이푸바

□ 팁은 얼마나 줘야 하나요?
How much should we tip?

小费应该给多少啊？
xiǎo fèi yīng gāi gěi duō shǎo a
시아오페이 잉까이 게이 뚜오사오아

□ 보통 중국에서는 10원 정도 하죠.
In China, 10 yuan is normal.

在中国通常给十元。
zài zhōng guó tōng cháng gěi shí yuán
짜이쭝구오 통창게이 스위앤

□ 이 요금은 무엇인가요?
What is this charge here?

这是什么费用啊？
zhè shì shén me fèi yòng a
쩌쓰 선머 페이용아

□ 계산서가 잘못된 것 같아요.
I think there's a mistake in the bill.

单子上的钱数不对。
dān zi shàng de qián shù bú duì
딴즈쌍더 치앤쑤 부뚜이

□ 이건 주문하지 않았어요.
I don't remember ordering this.

没有点这个啊。
méi yǒu diǎn zhè gè a
메이요우 디앤 쩌꺼아

□ 죄송합니다. 제가 확인해 보겠습니다.
I'm sorry. Let me find out what happened.

不好意思，我确认一下。
bù hǎo yì si wǒ què rèn yí xià
뿌하오이스, 워 취에런이씨아

식사

식당

# chapter 03 식사 관련 표현

## 01_ 가정에서

□ 우리 오늘 저녁 메뉴는 뭐예요?
What are we having for dinner tonight?

我们今晚吃什么？
wǒ men jīn wǎn chī shén me
워먼 찐완 츠선머

□ 냉장고에 남은 음식이 있어요.
There are leftovers in the refrigerator.

冰箱里边有吃剩的东西。
bīng xiāng lǐ biān yǒu chī shèng de dōng xi
삥씨앙리삐앤 요우 츠썽더 똥시

□ 배고파 죽겠어요. 밥 언제 먹어요?
I'm so hungry. When are we going to eat?

我要饿死了。什么时候吃饭啊？
wǒ yào è sǐ le shén me shí hòu chī fàn a
워야오 어스러. 선머스호우 츠판아

□ 저녁준비 거의 됐어요.
Dinner will be ready soon.

晚饭马上要做好了。
wǎn fàn mǎ shàng yào zuò hǎo le
완판 마쌍야오 쭤하오러

□ 저녁상 다 차렸어요.
The table is set for dinner.

晚饭都上齐了。
wǎn fàn dōu shàng qí le
완판 또우 쌍치러

밥 좀 더 주세요.
I'd like some more rice, please.

再 给 点 儿 饭。
zài gěi diǎnr fàn
짜이 게이 디앨 판

국 한 그릇 더 주세요.
I'd like some more broth, please.

再 给 碗 汤。
zài gěi wǎn tāng
짜이 게이완 탕

맛있게 잘 먹었습니다. 저 먼저 일어나도 될까요?
The food was fabulous. May I be excused?

吃 得 很 好 。 我 先 告 辞 了?
chī de hěn hǎo wǒ xiān gào cí le
츠더 헌하오. 워 씨앤 까오츠러

중국요리 시켜 먹어요.
Let's order Chinese food.

叫 中 国 饭 菜 吃 吧。
jiào zhōng guó fàn cài chī ba
찌아오 쭝구오 판차이 츠바

지금 주문하면 언제 배달되나요?
When will I get my food if I order now?

现 在 叫 的 话 什 么 时 候 能 到 啊?
xiàn zài jiào de huà shén me shí hòu néng dào a
씨앤짜이 찌아오더화 선머스호우 넝따오아

15분 정도 걸립니다.
It will take about 15 minutes.

大 概 需 要 十 五 分 钟 左 右。
dà gài xū yào shí wǔ fēn zhōng zuǒ yòu
따까이 쒸야오 스우펀쭝 주오요우

식사

식사관련

## 02_ 패스트푸드점에서

□ 세트 메뉴는 뭐가 있어요?
What kind of combo's do you have?

套餐都有什么啊?
tào cān dōu yǒu shén me a
타오찬 또우요우 선머아

□ 3번 세트 메뉴 주세요. / 치즈버거 주세요.
I'll have number 3 combo, please. / Can I get a cheeseburger?

我要3号套餐。 / 我要奶酪汉堡。
wǒ yào sān hào tào cān   wǒ yào nǎi lào hàn bǎo
워야오 싼하오 타오찬 / 워야오 나이라오 한바오

□ 보통 사이즈로 드릴까요, 큰 사이즈로 드릴까요?
Regular or large size?

您要大的还是小的?
nín yào dà de hái shì xiǎo de
닌야오 따더 하이쓰 시아오더

□ 음료수는 어떤 걸로 드릴까요?
What drink would you like?

您要什么样的饮料?
nín yào shén me yàng de yǐn liào
닌야오 선머양더 인리아오

□ 콘 샐러드 주세요.
I'll have corn salad, please.

我要玉米沙拉。
wǒ yào yù mǐ shā lā
워야오 위미싸라

- 케첩을 좀 더 주세요.
  I'd like some extra ketchup, please.
  
  再 给 点 儿 藩 茄 酱。
  zài gěi diǎnr fān qié jiàng
  짜이게이디얄 판치에찌앙

- 이제 주문 다 하셨어요?
  Will that be all?
  
  现 在 都 点 好 了 吗？
  xiàn zài dōu diǎn hǎo le ma
  씨앤짜이 또우 디앤하오러마

- 여기서 드시겠어요, 아니면 가져가시겠어요?
  Will that be for here or to go?
  
  在 这 里 吃 还 是 拿 走？
  zài zhè lǐ chī hái shì ná zǒu
  짜이 쩌리츠 하이쓰 나조우

- 포장해 주세요.
  I'd like it to go, please.
  
  请 给 我 打 包。
  qǐng gěi wǒ dǎ bāo
  칭게이워 다빠오

- 음료 리필은 무료인가요?
  Are the drink refills free?
  
  饮 料 喝 完 再 喝 是 免 费 吗？
  yǐn liào hē wán zài hē shì miǎn fèi ma
  인리아오허완 짜이허쓰 미앤페이마

- 리필은 저쪽에서 하세요.
  You fill your drink glasses over there.
  
  请 到 那 边 去 再 要 饮 料 吧。
  qǐng dào nà biān qù zài yào yǐn liào ba
  칭따오 나삐앤취 짜이야오 인리아오바

식사

식사관련

# 03_ 술집에서

□ 저와 술 한 잔 하실래요?
How about a drink with me?

跟 我 喝 杯 酒 好 吗?
gēn wǒ hē bēi jiǔ hǎo ma
껀워 허뻬이 지우 하오마

□ 술 한 잔 사주시겠어요?
Can you buy me a drink?

请 我 喝 杯 酒 好 吗?
qǐng wǒ hē bēi jiǔ hǎo ma
칭워 허뻬이 지우 하오마

□ 어디서 맥주나 한 잔 해요.
Let's go out and grab a couple of beers.

我 们 去 喝 杯 啤 酒 吧。
wǒ men qù hē bēi pí jiǔ ba
워먼취 허뻬이 피지우바

□ 여긴 제가 제일 좋아하는 술집 중 하나예요.
This is one of my favorite bars.

这 里 是 我 最 喜 欢 的 一 家 酒 吧。
zhè lǐ shì wǒ zuì xǐ huān de yì jiā jiǔ bā
쩌리쓰 워 쭈이시후안더 이찌아 지우빠

□ 어떤 걸로 마실래요?
What would you like to drink?

你 想 喝 什 么 酒?
nǐ xiǎng hē shén me jiǔ
니시앙 허 선머지우

- 당신이 마시는 게 뭔가요?
  What's that you're drinking?

  你 喝 什 么 酒 啊 ?
  nǐ  hē shén me jiǔ  a
  니허 선머지우아

- 저는 얼음 넣은 위스키 한 잔 주세요.
  I'll get a glass of whisky on the rocks.

  我 要 一 杯 加 冰 块 儿 的 威 士 忌。
  wǒ yào yì bēi jiā bīng kuàir de wēi shì jì
  워야오 이뻬이 찌아 삥쿠알더 웨이쓰찌

- 맥주 한 병 더 주세요.
  Another bottle of beer, please.

  再 给 我 一 杯 啤 酒。
  zài gěi wǒ yì bēi pí jiǔ
  짜이게이워이뻬이 피지우

- 주로 어떤 술을 드세요?
  What kind of liquor do you drink?

  您 通 常 喝 什 么 酒 啊 ?
  nín tōng cháng hē shén me jiǔ  a
  닌 통창 허 선머지우아

- 한국에서는 맥주나 소주가 일반적이에요.
  We usually drink beer or soju in Korea.

  在 韩 国 我 一 般 喝 啤 酒 或 者 烧 酒。
  zài hán guó wǒ yì bān hē pí jiǔ huò zhě shāo jiǔ
  짜이 한구오 워 이빤허 피지우 후오저 싸오지우

- 한국 소주 마셔본 적 있어요?
  Have you tried Korean soju?

  你 喝 过 韩 国 的 烧 酒 吗 ?
  nǐ  hē guò hán guó de shāo jiǔ ma
  니허꿔 한구오더 싸오지우마

식사

식사관련

□ 자, 건배해요!
   Cheers!

   来, 干 杯!
   lái   gān bēi
   라이, 깐뻬이

□ 술 마시는 거 좋아하세요?
   Do you like to drink?

   你 喜 欢 喝 酒 吗?
   nǐ xǐ huān hē jiǔ ma
   니시후안 허지우마

□ 맞아요. 술 마시는 거 아주 좋아해요.
   You bit. I love drinking.

   对, 我 很 喜 欢 喝 酒。
   duì   wǒ hěn xǐ huān hē jiǔ
   뚜이, 워 헌시후안 허지우

□ 저는 술 마시는 거 그다지 즐기지 않아요.
   I don't enjoy drinking very much.

   我 不 怎 么 喜 欢 喝 酒。
   wǒ bù zěn me xǐ huān hē jiǔ
   워 뿌전머 시후안 허지우

□ 술은 잘 마시는 편이세요?
   Are you a heavy drinker?

   你 能 喝 酒 吗?
   nǐ néng hē jiǔ ma
   니넝 허지우마

□ 그는 술을 잘 마십니다.
   He drinks like a fish.

   他 很 能 喝 酒。
   tā hěn néng hē jiǔ
   타 헌넝 허지우

- 술은 잘 못해요.
  I can't drink much.

  我 不 太 能 喝 酒。
  wǒ bú tài néng hē jiǔ
  워부타이 넝 허지우

- 하지만 분위기를 좋아해요.
  But I'm a social drinker.

  不 过 很 喜 欢 喝 酒 的 气 氛。
  bú guò hěn xǐ huān hē jiǔ de qì fēn
  부꿔 헌시후안 허지우더 치펀

- 맥주 한 잔 더 드실래요?
  Would you like another glass of beer?

  要 不 要 再 喝 杯 啤 酒?
  yào bú yào zài hē bēi pí jiǔ
  야오부야오 짜이 허뻬이 피지우

- 저는 술이 점점 취하는 것 같아요.
  I'm getting drunk.

  我 想 我 是 醉 了。
  wǒ xiǎng wǒ shì zuì le
  워시앙 워쓰 쭈이러

- 2차 갑시다!
  Let's go barhopping!

  我 们 再 去 哪 儿 吧!
  wǒ men zài qù nǎr ba
  워먼 짜이 취날바

- 저는 너무 많이 마신 것 같군요.
  I think I drank too much.

  我 想 我 喝 得 太 多 了。
  wǒ xiǎng wǒ hē de tài duō le
  워시앙 워허더 타이뚜오러

식사

식사관련

생활중국어에 도움을 주는 알짜 Key-word

## 11 | 음식 맛을 표현하다

달다 甜 [tián 티앤]

달콤하다 甜蜜密 [tián mì mì 티앤미미]

짜다 咸 [xián 시앤]

싱겁다 淡 [dàn 딴]

시다 酸 [suān 쑤안]

맵다 辣 [là 라]

떫다 涩 [sè 써]

고소하다 香 [xiāng 씨앙]

담백하다 清淡 [qīng dàn 칭딴]

기름지다 油腻 [yóu nì 요우니]

비릿하다 腥 [xīng 씽]

(맛이) 진하다 味道浓 [wèi dào nóng 웨이따오 농]

맛있다 好吃 [hǎo chī 하오츠]

맛없다 不好吃 [bù hǎo chī 뿌하오츠]

# Part 12 해외여행
## Overseas Travel

01 공항에서

02 기내에서

03 숙소에서

04 관광하기

05 여행 트러블

# chapter 01 공항에서

## 01_ 체크인, 탑승문의

□ 이곳이 서울행 비행기의 체크인 카운터인가요?
Is this the check-in counter for the flight to Seoul?

去首尔在这里办登机手续吗？
qù shǒu ěr zài zhè lǐ bàn dēng jī shǒu xù ma
취 소우얼 짜이저리 빤 떵찌 소우쉬마

□ 비행기표와 여권을 보여주세요.
May I see your ticket and passport, please?

请出示飞机票和护照。
qǐng chū shì fēi jī piào hé hù zhào
칭추쓰 페이찌피아오허 후짜오

□ 창가 쪽 좌석을 주세요.
I'd like a window seat, please.

给我靠窗户的位子。
gěi wǒ kào chuāng hù de wèi zi
게이워 카오추앙후더 웨이즈

□ 이것을 기내에 가지고 들어갈 수 있나요?
Can I carry this into the cabin?

这个可以拿到飞机上去吗？
zhè gè kě yǐ ná dào fēi jī shàng qù ma
쩌꺼 커이 나따오 페이찌쌍취마

□ 저울에 짐을 올려주세요.
Could you put your baggage on the scale, please?

请把行李放到秤上去。
qǐng bǎ xíng li fàng dào chèng shàng qù
칭바 싱리 팡따오 청쌍취

- 1번 게이트를 알려주시겠어요?
  Could you show me Gate 1?

  请问一号登机口在哪儿？
  qǐng wèn yī hào dēng jī kǒu zài nǎr
  칭원 이하오 떵찌코우 짜이날

- 탑승 시간은 언제인가요?
  When is the boarding time?

  请问几点登机啊？
  qǐng wèn jǐ diǎn dēng jī a
  칭원지디앤 떵찌아

- 비행기가 얼마나 지연될까요?
  How long will it be delayed?

  飞机误点多长时间啊？
  fēi jī wù diǎn duō cháng shí jiān a
  페이찌 우디앤 뚜오창스찌앤아

- 환전소는 어디에 있나요?
  Where is the exchange center?

  请问换钱的窗口在哪儿？
  qǐng wèn huàn qián de chuāng kǒu zài nǎr
  칭원 환치앤더 추앙코우 짜이날

- 어디서 비행기를 갈아탑니까?
  Where do I go to catch my connection?

  在哪儿转机？
  zài nǎr zhuǎn jī
  짜이날 주안찌

- 갈아탈 항공편 확인은 어디에서 하나요?
  Where can I confirm my flight?

  在哪儿确认转机的航班啊？
  zài nǎr què rèn zhuǎn jī de háng bān a
  짜이날 취에런 주안찌더 항빤아

해외여행

공항

# 02_ 입국심사, 세관신고

☐ 여권을 보여주시겠어요?
May I see your passport?

请 出 示 护 照。
qǐng chū shì hù zhào
칭추쓰 후짜오

☐ 방문 목적은 무엇인가요?
What's the purpose of your visit?

您 来 的 目 的 是 什 么?
nín lái de mù dì shì shén me
닌라이더 무띠쓰 선머

☐ 관광하러 왔어요. / 사업차 왔습니다.
I'm here to do some sightseeing. / I'm here on business.

我 是 来 观 光 的。 / 我 是 出 差 来 的。
wǒ shì lái guān guāng de    wǒ shì chū chā lái de
워쓰 라이 꾸안꾸앙더 / 워쓰 추차라이더

☐ 친척을 방문하러 왔어요.
I'm here to visit my relatives.

我 是 来 探 亲 的。
wǒ shì lái tàn qīn de
워쓰 라이탄친더

☐ 이곳 방문이 처음이신가요?
Is this your first visit here?

你 是 第 一 次 来 这 里 吗?
nǐ shì dì yí cì lái zhè lǐ ma
니쓰 띠이츠 라이쩌리마

- 이곳에 얼마나 머무실 예정인가요?
  How long will you be staying here?

  你打算再这里停留多久？
  nǐ dǎ suàn zài zhè lǐ tíng liú duō jiǔ
  니 다쑤안 짜이 쩌리 팅리우 뚜오지우

- 혼자 여행하시나요?
  Are you traveling alone?

  你是一个人旅行吗？
  nǐ shì yí gè rén lǚ xíng ma
  니쓰 이꺼런 뤼싱마

- 어디에서 머무실 거예요?
  Where are you staying?

  你打算住在哪里？
  nǐ dǎ suàn zhù zài nǎ lǐ
  니다쑤안 쭈짜이 나리

- 돌아가실 비행기표는 있나요?
  Do you have a return ticket?

  有返程机票吗？
  yǒu fǎn chéng jī piào ma
  요우 판청 찌피아오마

- 신고할 것이 있으신가요?
  Do you have anything to declare?

  有要申报的吗？
  yǒu yào shēn bào de ma
  요우야오 썬빠오더마

- 신고할 게 없어요.
  I have nothing to declare.

  没有要申报的。
  méi yǒu yào shēn bào de
  메이요우야오 썬빠오더

해외여행

공항

# 03_ 수화물 찾기

□ 수화물 찾는 곳은 어디인가요?
   Where is the baggage claim area?

   在 哪 里 取 行 李 啊 ?
   zài nǎ lǐ qǔ xíng li a
   짜이 나리 취싱리아

□ 짐이 아직 나오지 않았어요.
   My baggage hasn't arrived.

   行 李 还 没 出 来 呢。
   xíng li hái méi chū lái ne
   싱리 하이메이 추라이너

□ 제 여행 가방이 망가져 있어요.
   I found my suitcase broken.

   我 的 旅 行 包 坏 了。
   wǒ de lǚ xíng bāo huài le
   워더 뤼싱빠오 화이러

□ 가방을 저울 위에 올려놓으세요.
   Would you put your suitcase on the scale, please?

   请 把 包 放 到 秤 上。
   qǐng bǎ bāo fàng dào chèng shàng
   칭바빠오 팡따오청쌍

□ 초과수화물비는 얼마인가요?
   How much is the excess baggage charge?

   超 重 的 行 李 要 交 多 少 税 啊 ?
   chāo zhòng de xíng li yào jiāo duō shǎo shuì a
   차오쫑더 싱리 야오찌아오 뚜오사오 쑤이아

□ 어디에서도 제 짐을 찾을 수 없네요.
I can't find my baggage anywhere.

我 的 行 李 怎 么 找 也 没 有。
wǒ de xíng li zěn me zhǎo yě méi yǒu
워더 싱리 전머자오이에 메이요우

□ 수화물표를 보여주시겠어요?
Can I see your claim tag?

请 给 我 看 看 行 李 牌 儿。
qǐng gěi wǒ kàn kan xíng li páir
칭게이워 칸칸 싱리팔

□ 이게 제 수화물표예요.
Here is my claim tag.

这 是 我 的 行 李 牌 儿。
zhè shì wǒ de xíng li páir
쩌쓰 워더 싱리팔

□ 분실물신고소는 어디인가요?
Where is the lost and found counter?

请 问 报 失 的 地 方 在 哪 儿 啊?
qǐng wèn bào shī de dì fāng zài nǎr a
칭원 빠오쓰더 띠팡 짜이날아

□ 제 짐을 찾게 도와주시겠어요?
Will you please help me to find them?

请 帮 我 找 找 我 的 行 李 好 吗?
qǐng bāng wǒ zhǎo zhǎo wǒ de xíng li hǎo ma
칭빵워 자오자오 워더 싱리 하오마

□ 당신의 가방은 다음 비행기로 올 것 같습니다.
I think your bag is on the next plane.

您 的 包 可 能 在 下 一 班 飞 机 到。
nín de bāo kě néng zài xià yì bān fēi jī dào
닌더빠오 커넝짜이 씨아이빤 페이찌따오

해외여행

공항

# chapter 02 기내에서

## 01_ 요청할 때

□ 미안하지만, 제 자리는 어디인가요?
Excuse me, where is my seat?

不好意思，请问我的位子在哪儿？
bù hǎo yì si  qǐng wèn wǒ de wèi zi zài nǎr
뿌하오이스, 칭원 워더 웨이즈 짜이날

□ 자리를 옮겨주실 수 있나요?
Could you move seats for me, please?

请问可以换一下位子吗？
qǐng wèn kě yǐ huàn yí xià wèi zi a
칭원 커이 환이씨아 웨이즈아

□ 베개와 담요를 주시겠어요?
Can I have a pillow and blanket, please?

请给我枕头跟毯子。
qǐng gěi wǒ zhěn tóu gēn tǎn zi
칭게이워 전토우껀 탄즈

□ 독서등은 어떻게 켤 수 있나요?
How do you turn on the reading-light?

阅读灯怎么开啊？
yuè dú dēng zěn me kāi a
위에두떵 전머카이아

□ 한국어 잡지가 있나요?
Do you have any Korean magazines?

有韩文杂志吗？
yǒu hán wén zá zhì ma
요우 한원 자쯔마

- 이 헤드폰은 어떻게 사용하나요?
  Could you show me how to use these headphones?

  这个耳机怎么使用啊?
  zhè gè ěr jī zěn me shǐ yòng a
  쩌꺼 얼찌 전머스용아

- 화장실은 어디에 있나요?
  Where is the lavatory?

  洗手间在哪里?
  xǐ shǒu jiān zài nǎ lǐ
  시소우찌앤 짜이나리

- 기내에서 면세품을 파나요?
  Do you sell tax-free goods on board?

  飞机内卖免税品吗?
  fēi jī nèi mài miǎn shuì pǐn ma
  페이찌네이 마이 미앤쑤이핀마

- 한국 돈으로 지불해도 됩니까?
  Can I pay in Korean currency?

  可以用韩币支付吗?
  kě yǐ yòng hán bì zhī fù ma
  커이용 한삐 쯔푸마

- 신고서 쓰는 걸 도와주세요. 여기에 뭘 써야 합니까?
  Please help me with this form. What should I write here?

  请帮我填表格。这里写什么呀?
  qǐng bāng wǒ tián biǎo gé zhè lǐ xiě shén me ya
  칭빵워 티앤 비아오거. 쩌리 시에선머야

- 입국카드 한 장 더 주시겠어요?
  May I have another disembarkation card?

  请再给我一张入境卡。
  qǐng zài gěi wǒ yì zhāng rù jìng kǎ
  칭짜이게이워 이짱 루찡카

해외여행

기내

## 02_ 기내 식사

- 음료수 좀 주십시오.
  I'd like something to drink, please.

  请给我杯饮料。
  qǐng gěi wǒ bēi yǐn liào
  칭게이워뻬이 인리아오

- 음료는 어떤 걸로 하시겠어요?
  What would you like to drink?

  您要什么饮料？
  nín yào shén me yǐn liào
  닌야오 선머인리아오

- 한잔 더 주시겠어요?
  Can I have another one?

  请再给我一杯。
  qǐng zài gěi wǒ yì bēi
  칭짜이게이워 이뻬이

- 고기는 안 먹어요. 생선 요리로 주세요.
  I can't eat meat. Fish, please.

  我不吃肉。请给我鱼饭。
  wǒ bù chī ròu  qǐng gěi wǒ yú fàn
  워뿌츠로우. 칭게이워위판

- 식사는 필요 없어요.
  I'm not going to eat anything.

  我不吃饭。
  wǒ bù chī fàn
  워뿌츠판

# 03_ 컨디션이 나쁠 때

- 몸이 불편해요.
  I feel sick.

  我 身 体 不 舒 服。
  wǒ shēn tǐ bù shū fu
  워 썬티 뿌쑤푸

- 의자를 뒤로 젖혀도 될까요?
  May I recline my seat?

  我 把 椅 背 靠 后 可 以 吗?
  wǒ bǎ yǐ bèi kào hòu kě yǐ ma
  워바이뻬이 카오호우 커이마

- 두통약 좀 주시겠어요?
  Do you have any medicine for a headache?

  请 给 我 头 痛 药。
  qǐng gěi wǒ tóu tòng yào
  칭게이워 토우통야오

- 멀미가 약간 나네요. 멀미약 좀 주세요.
  I feel a little sick. Could I have some anti-nausea medicine?

  我 有 点 儿 晕 机 。请 给 我 晕 机 药。
  wǒ yǒu diǎnr yūn jī qǐng gěi wǒ yūn jī yào
  워요우디얼 윈찌. 칭게이워 윈찌야오

- 토할 것 같아요. 위생봉투가 어디 있나요?
  I feel like throwing up. Where are the airsickness bags?

  我 想 吐 。哪 儿 有 卫 生 袋 啊?
  wǒ xiǎng tù nǎr yǒu wèi shēng dài a
  워 시앙투. 날요우 웨이썽따이아

해외여행

기내

# chapter 03 숙소에서

## 01_ 호텔 예약

□ 숙박할 만한 곳을 소개해 주세요.
Could you suggest a good place to stay?

请问在哪儿住宿比较好啊？
qǐng wèn zài nǎr zhù sù bǐ jiào hǎo a
칭원 짜이날 쭈쑤 비찌아오하오아

□ 방이 있나요? 예약을 못했어요.
Do you have a room? I don't have a reservation.

请问有房间吗？我没有预订。
qǐng wèn yǒu fáng jiān ma  wǒ méi yǒu yù dìng
칭원 요우팡찌앤마. 워 메이요우 위띵

□ 얼마동안 머무실 건가요?
How long are you stating?

你要住多长时间啊？
nǐ yào zhù duō cháng shí jiān a
니야오 쭈 뚜오창스찌앤아

□ 일주일 동안 머물 거예요.
I'll be staying for one week.

大约住一个礼拜。
dà yuē zhù yí gè lǐ bài
따위에 쭈 이꺼 리빠이

□ 어떤 방으로 드릴까요?
What kind of room would you like?

您要什么样的房间啊？
nín yào shén me yàng de fáng jiān a
닌야오 선머양더 팡찌앤아

☐ 전망이 좋은 방을 원해요.
We'd like a room with a nice view.

我 要 视 野 好 的 房 间。
wǒ yào shì yě hǎo de fáng jiān
워야오 쓰이에하오더 팡찌앤

☐ 방 하나에 1박하면 얼마인가요?
How much is it per room, per night?

一 个 房 间 住 一 宿 要 多 少 钱 啊？
yí gè fáng jiān zhù yì xiǔ yào duō shǎo qián a
이꺼팡찌앤 쭈이시우 야오 뚜오사오치앤아

☐ 좀더 싼 방은 없나요?
Is there anything cheaper?

有 再 便 宜 点 儿 的 房 间 吗？
yǒu zài pián yì diǎnr de fáng jiān ma
요우짜이 피앤이디앨더 팡찌앤마

☐ 장기투숙 하면 요금을 할인해 주나요?
Will you give me a discount if I stay longer?

长 期 住 宿 的 话 给 便 宜 点 儿 吗？
cháng qī zhù sù de huà gěi pián yì diǎnr ma
창치쭈쑤더화 게이 피앤이디앨마

☐ 방을 보여주시겠어요?
May I see the room?

能 给 看 看 房 间 吗？
néng gěi kàn kan fáng jiān ma
넝게이 칸칸 팡찌앤마

☐ 이 방이면 되겠어요. / 다른 방으로 바꾸고 싶어요.
This room will do all right. / I'd like to switch to another room.

这 个 房 间 可 以。 / 我 想 换 房 间。
zhè gè fáng jiān kě yǐ / wǒ xiǎng huàn fáng jiān
쩌꺼 팡찌앤 커이 / 워시앙 환 팡찌앤

해외여행

숙소

## 02_ 체크인

- 체크인 부탁합니다.
  I'd like to check in, please.
  我要登记住宿。
  wǒ yào dēng jì zhù sù
  워야오 떵찌 쭈쑤

- 어느 분 성함으로 예약되어 있나요?
  What name is it under?
  是以谁的名字预约的啊?
  shì yǐ shéi de míng zì yù yuē de a
  쓰이 쉐이더 밍쯔 위위에더아

- 이수진이라는 이름으로 예약했어요.
  I have a reservation under the name of Lee Sujin
  是用李秀真的名字预订的。
  shì yòng lǐ xiù zhēn de míng zì yù dìng de
  쓰용 리씨우쩐더 밍쯔 위띵더

- 여기 숙박카드를 작성해 주시겠어요?
  Would you please fill out this registration form?
  请填写住宿卡。
  qǐng tián xiě zhù sù kǎ
  칭티앤시에 쭈쑤카

- 여기 방 열쇠를 받으세요.
  Here is your room key.
  这是您的房间钥匙。
  zhè shì nín de fáng jiān yào shi
  쩌쓰닌더 팡찌앤 야오스

## 03_ 비즈니스센터 이용

- 팩스를 보낼 수 있을까요?
  Can I fax here?

  可以发传真吗？
  kě yǐ fā chuán zhēn ma
  커이파 추안쩐마

- 인터넷을 이용하고 싶어요.
  I'd like to use the Internet.

  我想上网。
  wǒ xiǎng shàng wǎng
  워시앙 쌍왕

- 비즈니스센터에 가면 이용하실 수 있어요.
  You can use it at our business center.

  您去商业中心可以使用。
  nín qù shāng yè zhōng xīn kě yǐ shǐ yòng
  닌취 쌍이에 쫑씬 커이 스용

- 제 앞으로 팩스 들어온 게 있나요?
  Is there anything sent by FAX for me?

  有没有发给我的传真？
  yǒu méi yǒu fā gěi wǒ de chuán zhēn
  요우메이요우 파게이워더 추안쩐

- 저한테 온 이메일을 확인할 수 있을까요?
  Can I check my e-mail at the hotel?

  我能确认一下发给我的伊妹儿吗？
  wǒ néng què rèn yí xià fā gěi wǒ de yī mèir ma
  워넝 취에런이씨아 파게이워더 이멀마

# 04_ 서비스 요청

- 룸서비스입니다. 무엇을 도와드릴까요?
  This is room service. How can I help you?

  客房服务。您需要什么?
  kè fáng fú wù. nín xū yào shén me
  커팡푸우. 닌 쒸야오선머

- 몇 시까지 룸서비스가 가능한가요?
  What hours is room service available?

  请问客房服务到几点?
  qǐng wèn kè fáng fú wù dào jǐ diǎn
  칭원 커팡푸우 따오지디앤

- 토스트와 커피 좀 갖다 주세요.
  Bring me some toast and coffee, please.

  请把土司跟咖啡送到我的房间。
  qǐng bǎ tǔ sī gēn kā fēi sòng dào wǒ de fáng jiān
  칭바투쓰껀 카페이 쏭따오 워더 팡찌앤

- 주문한 아침식사가 아직 오지 않아요.
  I'm still waiting for the breakfast I ordered.

  我叫的早餐现在还没到。
  wǒ jiào de zǎo cān xiàn zài hái méi dào
  워찌아오더 자오찬 씨앤짜이 하이메이따오

- 내일 아침 6시에 모닝콜 부탁해요.
  I need a wake-up call at 6 tomorrow morning.

  明天早晨六点请打电话叫醒我。
  míng tiān zǎo chén liù diǎn qǐng dǎ diàn huà jiào xǐng wǒ
  밍티앤 자오천리우디앤 칭 다띠앤화 찌아오싱워

- 세탁 서비스가 있나요?
  Do you provide laundry services?

  有洗衣服务吗？
  yǒu xǐ yī fú wù ma
  요우 시이푸우마

- 다리미를 방으로 갖다 주시겠어요?
  Could you bring an iron up to my room?

  请把电熨斗送到我的房间。
  qǐng bǎ diàn yùn dǒu sòng dào wǒ de fáng jiān
  칭바띠앤윈도우 쏭따오 워더 팡찌앤

- 필요하신 게 있으면 프런트데스크로 연락주세요.
  If you need anything please call the front desk.

  您需要什么请打电话给前台。
  nín xū yào shén me qǐng dǎ diàn huà gěi qián tái
  닌 쒸야오선머 칭 다띠앤화 게이 치앤타이

- 귀중품을 보관하고 싶어요.
  I'd like to deposit my valuables.

  我要存放贵重物品。
  wǒ yào cún fàng guì zhòng wù pǐn
  워야오 춘팡 꾸이쫑우핀

- 제게 남겨진 메모는 없나요?
  Are there any messages for me?

  有没有给我的留言？
  yǒu méi yǒu gěi wǒ de liú yán
  요우메이요우 게이워더 리우이앤

- 수신자부담 전화가 가능한가요?
  Can I make a collect call?

  可以打对方付款的电话吗？
  kě yǐ dǎ duì fāng fù kuǎn de diàn huà ma
  커이 다 뚜이팡푸쿠안더 띠앤화마

# 05_ 불편사항 신고

- 사람 좀 올려 보내주세요.
  Could you send someone up?

  请派个人上来。
  qǐng pài gè rén shàng lái
  칭 파이꺼런 쌍라이

- 욕실에 문제가 생겼어요. 물이 빠지지 않는군요.
  I'm having problems with the bathroom. The bathroom drain is plugged.

  浴室出问题了。水下不去。
  yù shì chū wèn tí le   shuǐ xià bú qù
  위쓰 추원티러. 수이 씨아부취

- 화장실이 고장 났어요.
  The toilet doesn't work.

  卫生间出故障了。
  wèi shēng jiān chū gù zhàng le
  웨이썽찌앤 추 꾸짱러

- 텔레비전이 고장 났어요. / 에어컨이 고장 났어요.
  The TV is broken. / The air-conditioner is broken.

  电视机出毛病了。 / 空调坏了。
  diàn shì jī chū máo bìng le     kōng tiáo huài le
  띠앤쓰찌 추마오삥러 / 콩티아오화이러

- 이 냉방장치는 어떻게 조절해요?
  How do you adjust this air-conditioner?

  这个冷气怎么调啊？
  zhè gè lěng qì zěn me tiáo a
  쩌꺼 렁치 전머티아오아

□ 방이 너무 추워요.
   This room is too cold.

   房间太冷了。
   fáng jiān tài lěng le
   팡찌앤 타이렁러

□ 더운물이 나오지 않는군요.
   There's no hot water.

   热水不出来。
   rè shuǐ bù chū lái
   러수이 뿌추라이

□ 곧 사람을 보내겠습니다.
   We'll send someone right away.

   马上派人上去。
   mǎ shàng pài rén shàng qù
   마쌍 파이런 쌍취

□ 방에 열쇠를 둔 채 문을 닫았어요.
   I locked myself out.

   我把钥匙放在房间里就把门锁上了。
   wǒ bǎ yào shi fàng zài fáng jiān lǐ jiù bǎ mén suǒ shàng le
   워바 야오스 팡짜이 팡찌앤리 찌우 바먼 수오쌍러

□ 방문 좀 열어 주시겠어요?
   Could you open my room for me?

   请给我开房间的门好吗?
   qǐng gěi wǒ kāi fáng jiān de mén hǎo ma
   칭게이워 카이 팡찌앤더먼 하오마

□ 방 열쇠를 하나 더 얻을 수 있나요?
   Could you give me one more room key?

   再给一把钥匙好吗?
   zài gěi yì bǎ yào shi hǎo ma
   짜이게이이바 야오스 하오마

해외여행

숙소

# 06_ 체크아웃

- 지금 체크아웃 하겠어요.
  I'd like to Check out now.

  我 现 在 要 退 房。
  wǒ xiàn zài yào tuì fáng
  워씨앤짜이 야오 투이팡

- 숙박비가 모두 얼마인가요?
  What's the total?

  住 宿 费 一 共 是 多 少 钱 啊?
  zhù sù fèi yí gòng shì duō shǎo qián a
  쭈쑤페이 이꿍쓰 뚜오사오치앤아

- 비자카드로 지불하겠어요.
  VISA credit card, please.

  我 要 用 VISA 卡 结 算。
  wǒ yào yòng VISA kǎ jié suàn
  워야오 용 비자 카 지에쑤안

- 여행자수표도 되나요?
  Is a traveler's check OK?

  可 以 使 用 旅 行 支 票 吗?
  kě yǐ shǐ yòng lǚ xíng zhī piào ma
  커이 스용 뤼싱 쯔피아오마

- 계산서가 잘못된 거 같아요.
  You've made a mistake on this bill.

  结 算 单 好 像 不 对。
  jié suàn dān hǎo xiàng bú duì
  찌에쑤안딴 하오씨앙 부뚜이

- 이 요금은 무엇 때문에 청구가 됐나요?
  What's this charge for?

  这 个 费 用 是 什 么 呀 ?
  zhè gè fèi yòng shì shén me ya
  쩌꺼 페이용 쓰 선머야

- 룸서비스 계산서가 제 것이 아니에요.
  This isn't my room service bill.

  客 房 服 务 清 单 不 是 我 的 。
  kè fáng fú wù qīng dān bú shì wǒ de
  커팡푸우 칭딴 부쓰 워더

- 제 짐은 내려왔나요?
  Is my baggage coming down?

  我 的 行 李 拿 下 来 了 吗 ?
  wǒ de xíng lǐ ná xià lái le ma
  워더 싱리 나씨아라이러마

- 방에 두고 온 것이 있어요.
  I left something in the room.

  我 有 东 西 落 在 了 房 间 里 。
  wǒ yǒu dōng xī là zài le fáng jiān lǐ
  워요우 똥씨 라짜이러 팡찌앤리

- 제 짐을 오늘밤까지 맡길 수 있을까요?
  Can I leave my bags at the hotel until later tonight?

  我 的 行 李 可 不 可 以 存 放 到 今 晚 ?
  wǒ de xíng lǐ kě bù kě yǐ cún fàng dào jīn wǎn
  워더 싱리 커뿌커이 춘팡따오 찐완

- 하루 더 머물고 싶어요.
  I'd like to add another day.

  我 想 再 停 留 一 天 。
  wǒ xiǎng zài tíng liú yì tiān
  워시앙 짜이 팅리우 이티앤

해외여행

숙소

# 07_ 유스호스텔 이용

□ 여기서 오늘밤 묵을 수 있나요?
   Do you think I can stay tonight?

   今 晚 我 在 这 里 住 一 宿 行 吗？
   jīn wǎn wǒ zài zhè lǐ zhù yī xiǔ xíng ma
   찐완 워짜이쩌리 쭈이시우 싱마

□ 회원증을 갖고 있어요.
   I have a membership card.

   我 有 会 员 卡。
   wǒ yǒu huì yuán kǎ
   워요우 후이위앤카

□ 오늘밤 2인용 침대가 있나요?
   Do you have two beds tonight?

   今 晚 有 两 人 用 的 床 吗？
   jīn wǎn yǒu liǎng rén yòng de chuáng ma
   찐완 요우 리앙런용더 추앙마

□ 여기에 물품 보관함이 있나요?
   Do you have a safety box here?

   这 里 有 物 品 存 放 箱 吗？
   zhè lǐ yǒu wù pǐn cún fàng xiāng ma
   쩌리요우 우핀춘팡 씨앙마

□ 취사는 가능한가요?
   Can I cook for myself?

   我 可 以 自 己 烧 饭 菜 吃 吗？
   wǒ kě yǐ zì jǐ shāo fàn cài chī ma
   워 커이 쯔지 싸오판차이츠마

냄비와 버너를 빌려주세요.
Please lend me a pan and burner.

请 借 给 我 锅 和 火 炉。
qǐng jiè gěi wǒ guō hé huǒ lú
칭찌에게이워 꾸오허 후오루

---

샤워는 어디서 할 수 있나요?
Where can I shower?

在 哪 儿 洗 澡 啊？
zài nǎr xǐ zǎo a
짜이날 시자오아

---

주의할 점은 무엇인가요?
Is there any duty?

需 要 注 意 的 地 方 是 什 么 啊？
xū yào zhù yì de dì fang shì shén me a
쒸야오 쭈이더 띠팡 쓰 선머아

---

방에서 너무 떠들지 마세요.
Don't make noises in the rooms.

请 不 要 在 房 间 里 吵 闹。
qǐng bú yào zài fáng jiān lǐ chǎo nào
칭부야오 짜이팡찌앤리 차오나오

---

이 짐을 보관해 주시겠어요?
Can you keep this baggage for me?

请 帮 我 保 管 这 个 行 李 行 吗？
qǐng bāng wǒ bǎo guǎn zhè gè xíng li xíng ma
칭빵워 바오구안 쩌꺼 싱리 싱마

---

이틀 더 묵고 싶은데요.
I want to stay two more days.

我 想 再 住 两 天。
wǒ xiǎng zài zhù liǎng tiān
워시앙 짜이 쭈리앙티앤

해외여행

숙소

# chapter 04 관광하기

## 01_ 여행안내소

□ 여행안내소는 어디에 있나요?
Where is the tourist information office?

旅行咨询处在哪儿啊?
lǚ xíng zī xún chù zài nǎr a
뤼싱 쯔쉰추 짜이날아

□ 관광 지도를 주십시오.
A sightseeing map, please.

请给我旅行地图。
qǐng gěi wǒ lǚ xíng dì tú
칭게이워 뤼싱 띠투

□ 구경할 만한 곳을 알려주시겠어요?
Can you recommend some interesting place?

请告诉我值得去看的地方好吗?
qǐng gào sù wǒ zhí de qù kàn de dì fang hǎo ma
칭까오쑤워 즈더취칸더 띠팡 하오마

□ 어떤 관광이 인기가 있나요?
Will you tell me which tour is popular?

什么样的观光更流行啊?
shén me yàng de guān guāng gèng liú xíng a
선머양더 꾸안꾸앙 껑 리우싱아

□ 거기서 볼거리는 어떤 게 있나요?
What can I see on that tour?

那里有什么可看的?
nà lǐ yǒu shén me kě kàn de
나리 요우선머 커칸더

□ 어디를 먼저 가야 할까요?
Where should we go first?

应该先去哪儿啊？
yīng gāi xiān qù nǎr a
잉까이 씨앤취 날아

□ 이화원은 꼭 들러보세요.
Don't miss the Yiheyuan.

你一定要去颐和园看看。
nǐ yí dìng yào qù yí hé yuán kàn kan
니이띵 야오취 이허위앤 칸칸

□ 야간 투어를 하고 싶어요.
I'd like to join a night tour.

我想夜间旅行。
wǒ xiǎng yè jiān lǚ xíng
워시앙이에찌앤 뤼싱

□ 가장 인기 있는 투어가 뭔가요?
Which tour is the most popular?

最流行的旅行是什么？
zuì liú xíng de lǚ xíng shì shén me
쭈이리우싱더 뤼싱쓰 선머

□ 여기서 여행 예약을 할 수 있나요?
Could I make a tour reservation here?

可以在这里办旅行预订吗？
kě yǐ zài zhè lǐ bàn lǚ xíng yù dìng ma
커이 짜이쩌리 빤 뤼싱 위띵마

□ 한국어를 하는 가이드가 있나요?
Is there a Korean speaking guide?

有讲韩文的导游吗？
yǒu jiǎng hán wén de dǎo yóu ma
요우지앙 한원더 다오요우마

해외여행

관광

## 02_ 관광지에서

- 입장료는 얼마인가요?
  How much is the admission?

  门 票 是 多 少 钱 ?
  mén piào shì duō shǎo qián
  먼피아오 쓰 뚜오사오치앤

- 미술관의 안내책자가 있나요?
  Do you have a brochure for the Art Museum?

  有 美 术 馆 的 导 游 小 册 子 吗 ?
  yǒu měi shù guǎn de dǎo yóu xiǎo cè zi ma
  요우 메이쑤구안더 다오요우 시아오처즈마

- 오늘밤 좋은 공연이 있나요?
  Are there any good shows playing tonight?

  今 晚 有 好 看 的 演 出 吗 ?
  jīn wǎn yǒu hǎo kàn de yǎn chū ma
  찐완요우 하오칸더 이앤추마

- 이 옷을 입고 거기 갈 수 있을까요?
  Can I go dressed like this?

  穿 这 件 衣 服 去 那 儿 行 吗 ?
  chuān zhè jiàn yī fu qù nàr xíng ma
  추안 쩌찌앤이푸 취날 싱마

- 유람선 타는 곳은 어디인가요?
  Where can I get on a sightseeing boat?

  坐 游 船 的 地 方 在 哪 儿 ?
  zuò yóu chuán de dì fang zài nǎr
  쭤 요우추안더 띠팡 짜이날

☐ 시내 관광버스가 있나요?
Is there a tourist bus?

有市内观光客车吗？
yǒu shì nèi guān guāng kè chē ma
요우 쓰네이 꾸안꾸앙 커처마

☐ 이 지도에서 제가 어디쯤 있는지 알려주시겠어요?
Where am I on this map?

我现在在这个地图上的什么地方？
wǒ xiàn zài zài zhè gè dì tú shàng de shén me dì fāng
워 씨앤짜이짜이 쩌꺼 띠투쌍더 선머띠팡

☐ 이 근처에 디스코텍이 있나요?
Is there any discotheque around here?

这儿附近有迪斯科舞厅吗？
zhèr fù jìn yǒu dí sī kē wǔ tīng ma
쩔푸찐 요우 디쓰커 우팅마

☐ 초보자에게 좋은 게임은 뭔가요?
Which is a good game for a beginner?

对于新手来说什么样的游戏好呢？
duì yú xīn shǒu lái shuō shén me yàng de yóu xì hǎo ne
뚜이위 씬소우 라이쑤오 선머양더 요우씨 하오너

☐ 택시 좀 불러주시겠어요?
Could you call me a taxi?

请帮我叫辆出租车好吗？
qǐng bāng wǒ jiào liàng chū zū chē hǎo ma
칭빵워 찌아오리앙 추쭈처 하오마

☐ 이 근처에 화장실이 있나요?
Is there a lavatory near here?

这儿附近有厕所吗？
zhèr fù jìn yǒu cè suǒ ma
쩔푸찐 요우 처수오마

해외여행

관광

# 03_ 기념사진

☐ 사진 좀 찍어주시겠어요?
Would you take a picture for us?

麻 烦 您 给 照 张 相 行 吗？
má fan nín gěi zhào zhāng xiàng xíng ma
마판닌 게이 짜오짱씨앙 싱마

☐ 저희들 사진 좀 찍어주시겠어요?
Would you mind taking our picture?

请 您 给 我 们 照 张 相 好 吗？
qǐng nín gěi wǒ men zhào zhāng xiàng hǎo ma
칭닌 게이 워먼 짜오짱씨앙 하오마

☐ 동방명주 탑을 배경으로 사진을 찍어주세요.
Take the picture, please take Dongfangmingzhu Tower in the background.

请 把 东 方 明 珠 塔 也 一 起 拍 下 来。
qǐng bǎ dōng fāng míng zhū tǎ yě yì qǐ pāi xià lái
칭바똥팡밍쭈타 이에이치 파이씨아라이

☐ 준비됐어요, 찍으세요.
I'm ready, go ahead.

我 们 都 准 备 好 了 ， 照 吧。
wǒ men dōu zhǔn bèi hǎo le zhào ba
워먼또우 준뻬이하오러, 짜오바

☐ 이 버튼을 누르시면 돼요.
Just push this button.

按 这 个 钮 就 行 了。
àn zhè gè niǔ jiù xíng le
안 쩌꺼 니우 찌우싱러

- 여기서 사진 찍어도 되나요?
  May I take pictures here?

  可以在这个地方拍照吗？
  kě yǐ zài zhè gè dì fang pāi zhào ma
  커이 짜이 쩌꺼 띠팡 파이짜오마

- 저와 함께 사진 찍어주시겠어요?
  Can I get my picture taken with you?

  能跟我照张相吗？
  néng gēn wǒ zhào zhāng xiàng ma
  넝껀워 짜오짱씨앙마

- 함께 사진 찍으실래요?
  May I have a photo taken with you?

  一起照张相好吗？
  yì qǐ zhào zhāng xiàng hǎo ma
  이치 짜오짱씨앙 하오마

- 당신 사진을 찍어도 될까요?
  May I take your picture?

  给你照张相好吗？
  gěi nǐ zhào zhāng xiàng hǎo ma
  게이니 짜오짱씨앙 하오마

- 일회용 카메라를 찾고 있어요.
  I'm looking for a disposable camera.

  我在找一次性胶卷儿。
  wǒ zài zhǎo yí cì xìng jiāo juǎnr
  워 짜이자오 이츠씽 찌아오쥐앨

- 이 필름을 현상할 수 있나요?
  Can you develop this film for me?

  这个胶卷儿可以洗出来吗？
  zhè gè jiāo juǎnr kě yǐ xǐ chū lái ma
  쩌꺼 찌아오쥐앨 커이 시추라이마

해외여행

관광

# 04_ 친구 만들기

- 어디에서 오셨어요?
  Where are you from?

  你 从 哪 儿 来？
  nǐ cóng nǎr lái
  니총 날라이

- 전 한국 서울에서 왔어요. 당신은요?
  I'm from Seoul Korea. How about you?

  我 从 韩 国 来 。您 呢？
  wǒ cóng hán guó lái   nín ne
  워총 한구오라이. 닌너

- 혼자 여행하세요?
  Are you traveling alone?

  你 是 一 个 人 旅 行 吗？
  nǐ shì yí gè rén lǚ xíng ma
  니쓰 이꺼런 뤼싱마

- 저는 혼자 여행하는 것을 좋아해요.
  I like to travel alone.

  我 喜 欢 一 个 人 旅 行 。
  wǒ xǐ huān yí gè rén lǚ xíng
  워시후안 이꺼런 뤼싱

- 제가 안내를 해드릴까요?
  Should I be your guide?

  我 给 你 当 导 游 好 吗？
  wǒ gěi nǐ dāng dǎo yóu hǎo ma
  워게이니 땅 다오요우 하오마

- 안녕하세요, 같이 앉아도 될까요?
  Hello, do you mind if I join you?

  你好，一起坐好吗？
  nǐ hǎo, yì qǐ zuò hǎo ma
  니하오, 이치쭤 하오마

- 우리 자리에서 함께 드시겠어요?
  Will you join us at our table?

  跟我们合桌一起吃好吗？
  gēn wǒ men hé zhuō yì qǐ chī hǎo ma
  껀워먼 허쭈오 이치츠 하오마

- 같이 한 시간이 정말 좋았어요.
  It was great fun hanging out with you.

  跟大家在一起很开心。
  gēn dà jiā zài yì qǐ hěn kāi xīn
  껀따찌아 짜이이치 헌카이씬

- 우리 나이트 가서 춤춰요.
  Maybe we could go dancing at the night club.

  我们去夜总会跳舞吧。
  wǒ men qù yè zǒng huì tiào wǔ ba
  워먼 취이에종후이 티아오우바

- 즐거운 여행 되세요! / 즐거운 시간 되세요!
  Have a good trip! / Have a good time!

  祝你旅行愉快！ / 祝你玩儿得开心！
  zhù nǐ lǚ xíng yú kuài / zhù nǐ wánr de kāi xīn
  쭈니 뤼싱 위콰이 / 쭈니 왈더 카이씬

- 한국에 오시면 연락주세요.
  Please get in touch with me if you come to Korea.

  来韩国跟我联络。
  lái hán guó gēn wǒ lián luò
  라이 한구오 껀워 리앤루오

해외여행

관광

# chapter 05 여행 트러블

## 01_ 분실, 도난

□ 분실물은 어디에 물어봐야 해요?
Where should I go to ask about lost things?

丢 失 物 品 应 该 去 哪 儿 问？
diū shī wù pǐn yīng gāi qù  nǎr  wèn
띠우쓰 우핀 잉까이 취날 원

□ 분실물센터는 어디에 있나요?
Where's the lost and found office?

失 物 认 领 处 在 哪 儿？
shī wù rèn lǐng chù zài  nǎr
쓰우런링추 짜이날

□ 여권을 잃어버렸어요.
I lost my passport.

我 的 护 照 不 见 了。
wǒ de hù zhào bú jiàn le
워더 후짜오 부찌앤러

□ 누군가에게 소매치기를 당했어요.
I think someone must have picked my pocket.

我 被 人 给 偷 了。
wǒ bèi rén gěi tōu le
워 뻬이런 게이토우러

□ 택시에 짐을 놓고 내렸어요.
I left my baggage in the taxi.

我 把 行 李 丢 在 出 租 车 上 了。
wǒ bǎ xíng lǐ diū zài chū zū chē shàng le
워바싱리 띠우짜이 추쭈처쌍러

- 여기서 제 가방 못 보셨나요?
  Did you see my bag here?

  你 在 这 里 看 到 我 的 包 了 吗?
  nǐ zài zhè lǐ kàn dào wǒ de bāo le ma
  니짜이쩌리 칸따오 워더 빠오러마

- 어디서 분실했는지 모르겠어요.
  I don't know where I lost it.

  我 不 知 道 是 在 哪 儿 丢 的。
  wǒ bù zhī dào shì zài nǎr diū de
  워뿌쯔따오 쓰 짜이날 띠우더

- 분실증명서를 만들고 싶어요.
  I'd like to make out a theft report.

  我 想 办 个 丢 失 证 明。
  wǒ xiǎng bàn gè diū shī zhèng míng
  워시앙 빤꺼 띠우쓰 쩡밍

- 티켓을 재발행해 주세요.
  Reissue me a ticket, please.

  请 补 张 票。
  qǐng bǔ zhāng piào
  칭 부짱 피아오

- 곧바로 재발행이 되나요?
  Could you reissue right away?

  补 办 护 照 能 马 上 好 吗?
  bǔ bàn hù zhào néng mǎ shàng hǎo ma
  부빤 후짜오 넝 마쌍 하오마

- 가능한 한 빨리 저에게 알려 주시겠어요?
  Would you let me know as soon as possible?

  请 尽 量 快 点 告 诉 我。
  qǐng jìn liàng kuài diǎn gào sù wǒ
  칭찐리앙 콰이디앤 까오쑤워

해외여행

트러블

## 02_ 몸이 아플 때

- 설사를 해요. / 왼쪽 발목을 삐었어요.
  I have diarrhea. / I sprained my left ankle.

  我 拉 肚 子。 / 我 的 左 脚 踝 骨 扭 了。
  wǒ lā dù zi    wǒ de zuǒ jiǎo huái gǔ niǔ le
  워라 뚜즈 / 워더 주오지아오후아이구 니우러

- 병원에 어떻게 가나요?
  How do I get to the hospital?

  怎 么 去 医 院 啊?
  zěn me qù yī yuàn a
  전머취 이위앤아

- 저를 병원으로 좀 데려다 주시겠어요.
  Please take me to the hospital.

  麻 烦 你 带 我 去 医 院 好 吗?
  má fan nǐ dài wǒ qù yī yuàn hǎo ma
  마판니 따이워 취 이위앤 하오마

- 구급차를 불러주세요.
  Get me an ambulance.

  请 帮 我 叫 救 护 车。
  qǐng bāng wǒ jiào jiù hù chē
  칭빵워 찌아오 찌우후처

- 제가 여행을 계속해도 될까요?
  Is it OK for me to keep traveling?

  我 可 以 继 续 旅 行 吗?
  wǒ kě yǐ jì xù lǚ xíng ma
  워 커이 찌쒸 뤼싱마

# 03_ 중국어가 안 통할 때

□ 저는 중국어를 잘하지 못해요.
I don't speak Chinese very well.

我 汉 语 说 得 不 太 好。
wǒ hàn yǔ shuō de bú tài hǎo
워한위 쑤오더 부타이하오

□ 당신이 말씀하시는 게 제게는 너무 빠릅니다.
You're speaking too fast for me.

你 讲 得 太 快 了。
nǐ jiǎng de tài kuài le
니지앙더 타이콰이러

□ 죄송하지만, 그 말을 듣지 못했어요.
I'm sorry, but I couldn't catch that.

不 好 意 思, 我 没 听 到 那 句 话。
bù hǎo yì si wǒ méi tīng dào nà jù huà
뿌하오이스, 워 메이팅따오 나쮜화

□ 한국어 하실 수 있는 분이 계십니까?
Does anyone speak Korean?

有 会 讲 韩 国 语 的 人 吗?
yǒu huì jiǎng hán guó yǔ de rén ma
요우 후이지앙 한구오위더런마

□ 한국대사관에 연락해 주세요.
Please call the Korean Embassy.

请 给 韩 国 大 使 馆 打 电 话。
qǐng gěi hán guó dà shǐ guǎn dǎ diàn huà
칭게이한구오 따스구안 다띠앤화

해외여행

트러블

## 04_ 곤란한 상황에서

□ 저를 도와주시겠어요?
Can you give me a hand?

麻烦你帮一下忙。
má fan nǐ bāng yí xià máng
마판니 빵이씨아 망

□ 버스를 잘못 탔어요.
I'm on the wrong bus.

我坐错了公共汽车。
wǒ zuò cuò le gōng gòng qì chē
워 쭤춰러꽁꽁치처

□ 서울행 비행기를 놓쳤어요.
I have missed the flight to Seoul.

我错过了开往首尔的飞机。
wǒ cuò guò le kāi wǎng shǒu ěr de fēi jī
워 춰꿔러 카이왕 소우얼더 페이찌

□ 정말 급해요, 서둘러 주세요!
I'm in a big hurry. Please hurry up!

我很急，快点儿!
wǒ hěn jí kuài diǎnr
워헌지, 콰이디앨

□ 제가 어떻게 해야 하나요?
What should I do?

我该怎么办呢?
wǒ gāi zěn me bàn ne
워까이 전머빤너

- 얼마나 있어야 대답을 알 수 있나요?
  When can we know the answer by?

  还要多久能知道答复呢?
  hái yào duō jiǔ néng zhī dào dá fù ne
  하이야오 뚜오지우 넝 쯔따오 다푸너

- 저는 이 사고와 관련이 없어요.
  I had nothing to do with the accident.

  我跟这个事故没有关系。
  wǒ gēn zhè gè shì gù méi yǒu guān xì
  워 껀쩌꺼 쓰꾸 메이요우꾸안씨

- 제가 거짓말 할 이유가 없어요.
  I have no reason to lie.

  我没有理由说谎。
  wǒ méi yǒu lǐ yóu shuō huǎng
  워 메이요우리요우 쑤오후앙

- 돈을 좀 빌려 주시겠어요?
  Could you please lend me some money?

  能不能借给我点儿钱?
  néng bù néng jiè gěi wǒ diǎnr qián
  넝뿌넝 찌에게이워디앨 치앤

- 긴급 해외전보를 부탁해요.
  Please send an urgent cable.

  我要往国外打紧急电报。
  wǒ yào wǎng guó wài dǎ jǐn jí diàn bào
  워야오 왕구오와이 다 진지띠앤빠오

- 어디에 한국대사관이 있나요?
  Do you know where the Korean Embassy is?

  请问韩国大使馆在哪儿?
  qǐng wèn hán guó dà shǐ guǎn zài nǎr
  칭원 한구오 따스구안 짜이날

생활중국어에 도움을 주는 알짜 Key-word

## 12 | 학교를 다니다

시험에 합격하다 考上 [kǎo shàng 카오쌍]

시험에 떨어지다 落榜 [luò bǎng 루오방]

입학식 入学典礼 [rù xué diǎn lǐ 루쉬에디앤리]

출석을 부르다 点名 [diǎn míng 디앤밍]

지각하다 迟到 [chí dào 츠따오]

공부하다 学习 [xué xí 쉬에시]

배우다 学 [xué 쉬에]

시험(을 보다) 考试 [kǎo shì 카오쓰]

운동회 运动会 [yùn dòng huì 윈똥후이]

아르바이트 打工 [dǎ gōng 다꽁]

방학 放假 [fàng jià 팡찌아]

졸업식 毕业典礼 [bì yè diǎn lǐ 삐이에디앤리]

유학 留学 [liú xué 리우쉬에]

# Part 13  직업

## Work

01 학교생활

02 직장생활

# chapter 01 학교생활

## 01_ 입학준비

□ 어느 대학에 지원할 예정입니까?
**Which college are you going to apply for?**

你打算报考哪个大学?
nǐ dǎ suàn bào kǎo nǎ gè dà xué
니다쑤안 빠오카오 나꺼 따쉬에

□ 전공은 정했습니까?
**Have you decided on your major?**

你想好读什么专业了吗?
nǐ xiǎng hǎo dú shén me zhuān yè le ma
니시앙하오 두 선머 쭈안이에러마

□ 저는 영문학을 공부할 겁니다.
**I'll be studying English literature.**

我要读英语专业。
wǒ yào dú yīng yǔ zhuān yè
워야오 두 잉위 쭈안이에

□ 입학 조건은 어떻게 됩니까?
**What are the entrance requirements?**

入学要具备什么条件?
rù xué yào jù bèi shén me tiáo jiàn
루쉬에 야오 쮜뻬이 선머티아오찌앤

□ 입학에 필요한 것은 무엇입니까?
**What's needed for an admission?**

入学需要做什么?
rù xué xū yào zuò shén me
루쉬에 쒸야오 쭤선머

- 외국학생을 위한 안내서가 있습니까?
  Do you have a manual for foreign students?
  
  有给外国留学生的留学指南吗？
  yǒu gěi wài guó liú xué shēng de liú xué zhǐ nán ma
  요우 게이 와이구오 리우쉬에썽더 리우쉬에즈난마

- 학기는 언제 시작합니까?
  When does the semester start?
  
  新学期什么时候开始？
  xīn xué qī shén me shí hòu kāi shǐ
  씬쉬에치 선머스호우 카이스

- 장학금이 있습니까?
  Do you offer any scholarships?
  
  有奖学金吗？
  yǒu jiǎng xué jīn ma
  요우 지앙쉬에찐마

- 그 학교가 1지망입니다.
  That university was my first pick.
  
  那个学校是第一志愿。
  nà gè xué xiào shì dì yī zhì yuàn
  니꺼 쉬에시아오 쓰 띠이쯔위앤

- 준비해야 할 서류가 너무 많습니다.
  There are so many documents to prepare.
  
  要准备的资料很多。
  yào zhǔn bèi de zī liào hěn duō
  야오 준뻬이더 쯔리아오 헌뚜오

- 추천서를 좀 써 주시겠어요?
  Could you write me a letter of recommendation?
  
  请给我写份推荐信好吗？
  qǐng gěi wǒ xiě fèn tuī jiàn xìn hǎo ma
  칭게이워 시에펀 투이찌앤씬 하오마

직업

학교생활

## 02_ 합격, 수강신청

□ 대학에서 합격 통지서를 받았어요.
I've received a letter of acceptance.

我 收 到 了 大 学 的 录 取 通 知 书。
wǒ shōu dào le dà xué de lù qǔ tōng zhī shū
워쏘우따오러 따쉬에더 루취통쯔쑤

□ 제가 장학금을 받게 됐어요.
I've got the scholarship!

我 得 到 了 大 学 的 奖 学 金。
wǒ dé dào le dà xué de jiǎng xué jīn
워더따오러 따쉬에더 지앙쉬에찐

□ 한 학기 기숙사 비용이 얼마인가요?
How much is room and board for the dorms?

宿 舍 费 一 个 学 期 是 多 少 钱 啊?
sù shè fèi yí gè xué qī shì duō shǎo qián a
쑤써페이 이꺼 쉬에치쓰 뚜오사오치앤아

□ 방학 중에도 기숙사를 이용할 수 있나요?
Can I stay in the dorm during winter break?

放 假 期 间 宿 舍 也 可 以 利 用 吗?
fàng jià qī jiān sù shè yě kě yǐ lì yòng ma
팡찌아치찌앤 쑤써 이에커이 리용마

□ 이번 학기에는 어떤 과목들을 들을 거예요?
What courses are you taking this semester?

这 个 学 期 你 打 算 读 哪 些 课 程?
zhè gè xué qī nǐ dǎ suàn dú nǎ xiē kè chéng
쩌꺼 쉬에치 니다쑤안 두 나씨에 커청

- 여섯 과목 정도 신청할까 생각 중이에요.
  I'm thinking of registering for 6 courses.
  我 在 考 虑 大 概 读 六 个 课 程 吧。
  wǒ zài kǎo lǜ dà gài dú liù gè kè chéng ba.
  워짜이 카오뤼 따까이 두 리우꺼커청바

- 졸업하려면 몇 학점을 들어야 하나요?
  How many credits are needed to graduate?
  得 多 少 学 分 才 能 毕 业 啊？
  dé duō shǎo xué fēn cái néng bì yè a
  더 뚜오사오 쉬에펀 차이넝 삐이에아

- 졸업하려면 145학점을 이수해야 합니다.
  We need 145 credits to graduate.
  得 一 百 四 十 五 学 分 才 能 毕 业。
  dé yì bǎi sì shí wǔ xué fēn cái néng bì yè
  더 이바이쓰스우 쉬에펀 차이넝 삐이에

- 그 과목은 전공 필수입니다.
  The subject is a prerequisite for your major.
  那 个 课 程 是 必 修 课。
  nà gè kè chéng shì bì xiū kè
  나꺼 커청쓰 삐씨우커

- 수강 과목을 변경할 수 있나요?
  Could I switch my courses?
  我 可 以 变 动 课 程 吗？
  wǒ kě yǐ biàn dòng kè chéng ma
  워커이 삐앤똥 커청마

- 후기 등록은 언제 끝나나요?
  When is the last day for late registration?
  后 期 报 名 到 哪 天 结 束 啊？
  hòu qī bào míng dào nǎ tiān jié shù a
  호우치 빠오밍 따오 나티앤 지에쑤아

# 03_ 수업시간

□ 출석을 부르겠어요.
Let me check attendance.

我 点 名。
wǒ diǎn míng
워 디앤밍

□ 수업 시간에 늦지 않도록 하세요.
Please try to be in class on time.

上 课 不 要 迟 到。
shàng kè bú yào chí dào
쌍커 부야오 츠따오

□ 어제는 왜 안 왔어요?
Why were you absent yesterday?

你 昨 天 怎 么 没 来?
nǐ zuó tiān zěn me méi lái
니주오티앤 전머 메이라이

□ 지난 시간에 어디까지 했나요?
Where did you leave off last time?

上 节 课 学 到 了 哪 儿 啊?
shàng jié kè xué dào le nǎr a
쌍지에커 쉬에따오러 날아

□ 누가 먼저 발표하겠어요?
Who wants to go frist?

谁 先 开 始 发 言?
shéi xiān kāi shǐ fā yán
쉐이 씨앤 카이스 파이앤

- 5번 문제 대답해 볼까요?
  Do you want to answer question five?

  请 回 答 第 五 个 问 题。
  qǐng huí dá dì wǔ gè wèn tí
  칭후이다 띠우꺼 원티

- 여기까지 알겠어요?
  Are you whit me so far?

  这 部 分 明 白 了 吗?
  zhè bù fēn míng bai le ma
  쩌뿌펀 밍바이러마

- 잘 들으세요. / 집중하세요.
  Listen up. / Pay attention.

  注 意 听。 / 专 心。
  zhù yì tīng      zhuān xīn
  쭈이팅 / 쭈안씬

- 교실에서 잡담하지 마세요.
  No talking in class.

  不 要 在 教 室 里 边 说 话。
  bú yào zài jiào shì lǐ biān shuō huà
  부야오 짜이 찌아오쓰리삐앤 쑤오화

- 질문 있나요?
  Does anybody have any questions?

  有 谁 要 提 问 吗?
  yǒu shéi yào tí wèn ma
  요우세이야오 티원마

- 나머지는 다음 시간에 합시다.
  We'll do the rest of this chapter next time.

  剩 下 的 内 容 下 节 课 再 学 吧。
  shèng xià de nèi róng xià jié kè zài xué ba
  썽씨아더 네이롱 씨아지에커 짜이쉬에바

직업

학교생활

# 04_ 과제물, 시험

- 리포트 분량은 어느 정도 되어야 하나요?
  How long does the paper have to be?

  论文要写多少张啊？
  lùn wén yào xiě duō shǎo zhāng a
  룬원 야오시에 뚜오사오짱아

- 적어도 5장은 써야 합니다.
  It has to be at least 5 pages.

  至少要写五张。
  zhì shǎo yào xiě wǔ zhāng
  쯔사오 야오시에 우짱

- 리포트는 언제까지 내야 하나요?
  When is the paper due?

  什么时候交论文啊？
  shén me shí hòu jiāo lùn wén a
  선머스호우 찌아오 룬원아

- 수요일까지 제출해 주세요.
  Please hand them in by Wednesday.

  要到星期三为止交齐。
  yào dào xīng qī sān wéi zhǐ jiāo qí
  야오 따오씽치싼 웨이즈 찌아오치

- 기말고사가 언제인가요?
  When's the final?

  什么时候期末考试啊？
  shén me shí hòu qī mò kǎo shì a
  선머스호우 치모 카오쓰아

□ 시험 준비는 어떻게 했어요?
　What did you do to get ready for the test?
### 你是怎么准备考试的？
nǐ shì zěn me zhǔn bèi kǎo shì de
　니쓰 전머준뻬이 카오쓰더

□ 책은 집어넣으세요. 부정행위는 안 됩니다.
　Please put away your books. No cheating.
### 把书收起来。不能作弊。
bǎ shū shōu qǐ lái　bù néng zuò bì
　바쑤 쏘우치라이. 뿌넝 쭤삐

□ 답안지를 제출하세요.
　Turn in your tests.
### 请交答卷。
qǐng jiāo dá juàn
　칭찌아오 다쮜앤

□ 시험이 어려웠어요.
　I can't believe how difficult the test was.
### 试题比较难。
shì tí bǐ jiào nán
　쓰티 비찌아오 난

□ 시험 시간이 너무 부족했어요.
　I needed more time to finish the test.
### 考试时间太短了。
kǎo shì shí jiān tài duǎn le
　카오쓰 스찌앤 타이두안러

□ 성적이 향상되고 있군요.
　Making excellent progress.
### 成绩提高了。
chéng jì tí gāo le
　청찌 티까오러

# chapter 02 직장생활

## 01_ 구직

□ 저는 신문 구인광고를 보고 전화했어요.
I'm calling about the position you offered in the newspaper.

我是看了报纸上的广告打的电话。
wǒ shì kàn le bào zhǐ shàng de guǎng gào dǎ de diàn huà
워쓰칸러 빠오즈쌍더구앙까오 다더 띠앤화

□ 이 자리에 지원하고 싶어요.
I want to apply for this position.

我要申请这个工作。
wǒ yào shēn qǐng zhè gè gōng zuò
워야오 썬칭 쩌꺼 꽁쭤

□ 지원서를 제출하고 싶어요.
I'd like to submit an application.

我要交求职申请表。
wǒ yào jiāo qiú zhí shēn qǐng biǎo
워야오 찌아오 치우즈 썬칭비아오

□ 지원하려면 필요한 게 무엇인가요?
What do I need to do to apply?

要申请的话都需要做什么?
yào shēn qǐng de huà dōu xū yào zuò shén me
야오 썬칭더화 또우 쒸야오 쭤선머

□ 그 일에 경력이 필요한가요?
Does the position require experience?

做这个工作必须要有经验吗?
zuò zhè gè gōng zuò bì xū yào yǒu jīng yàn ma
쭤쩌 꺼 꽁쭤 삐쒸 야오 요우 찡이앤마

- 이메일로 이력서를 접수받습니까?
  Do you accept resumes by e-mail.

  通 过 伊 妹 儿 交 履 历 表 行 吗 ?
  tōng guò yī mèir jiāo lǚ lì biǎo xíng ma
  통꿔 이멀 찌아오 뤼리비아오 싱마

- 어떤 종류의 일에 자리가 있는 건가요?
  What kind of openings do you have?

  什 么 工 作 有 空 缺 啊 ?
  shén me gōng zuò yǒu kōng quē a
  선머 꿍쭤 요우 콩취에아

- 그 자리는 아직도 사람을 구하나요?
  Is the position still open?

  那 个 工 作 还 缺 人 吗 ?
  nà ge gōng zuò hái quē rén ma
  나꺼 꿍쭤 하이취에런마

- 유감이지만 모두 마감되었어요.
  Sorry, they were all filled out.

  很 遗 憾 结 束 了 。
  hěn yí hàn jié shù le
  헌이한 지에쑤러

- 언제 면접을 보나요?
  When will you have interviews?

  什 么 时 候 面 试 啊 ?
  shén me shí hòu miàn shì a
  선머스호우 미앤쓰아

- 제가 누구와 면접을 보게 됩니까?
  Whom am I going to meet?

  我 应 该 找 谁 面 试 啊 ?
  wǒ yīng gāi zhǎo shéi miàn shì a
  워 잉까이 자오쉐이 미앤쓰아

# 02_ 업무일정, 협조

□ 오늘 일정이 어떻게 됩니까?
   What's on the agenda for today?

   你今天日程怎么样？
   nǐ jīn tiān rì chéng zěn me yàng
   니찐티앤 르청 전머양

□ 오늘 프레젠테이션 준비 다 됐나요?
   Are you ready for today's presentation?

   今天的会议都准备好了吗？
   jīn tiān de huì yì dōu zhǔn bèi hǎo le ma
   찐티앤더 후이이 또우 준뻬이하오러마

□ 다음 회의는 언제 할까요?
   When will we have the next meeting?

   下个会议什么时候开呢？
   xià gè huì yì shén me shí hòu kāi ne
   씨아꺼 후이이 선머스호우 카이너

□ HD사와 회의 일정은 잡았나요?
   Have you arranged the meeting with HD Company?

   跟HD公司的会议日程安排好了吗？
   gēn HD gōng sī de huì yì rì chéng ān pái hǎo le ma
   껀 에이치디 꽁쓰더 후이이르 청안파이하오러마

□ 그는 언제 부산 출장을 갑니까?
   When will he go on a business trip to Busan?

   他什么时候去釜山出差啊？
   tā shén me shí hòu qù fǔ shān chū chāi a
   타 선머스호우 취 푸싼 추차이아

- 일정이 너무 빠듯해요.
  The schedule is very tight.
  
  日程太紧了。
  rì chéng tài jǐn le
  르청 타이 진러

- 내일 아침까지 이 일을 끝내야 해요.
  You have to finish this work by tomorrow morning.
  
  这个工作到明早要做完。
  zhè gè gōng zuò dào míng zǎo yào zuò wán
  쩌꺼 꽁쭤 따오 밍자오 야오 쭤완

- 그걸 전부 저 혼자 해야 하나요?
  Do I have to do it all by myself?
  
  那些全部要我一个人完成吗?
  nà xiē quán bù yào wǒ yí gè rén wán chéng ma
  나씨에 취앤뿌야오 워이꺼런 완청마

- 저는 마감일에 맞출 수 없을 것 같아요.
  I don't think we can make the deadline.
  
  我恐怕到截止日期做不完。
  wǒ kǒng pà dào jié zhǐ rì qī zuò bù wán
  워 콩파 따오 지에즈르치 쭤뿌완

- 이 서류철들을 정리해 주시겠어요?
  Would you sort out these files?
  
  请把这些文件夹整理一下好吗?
  qǐng bǎ zhè xiē wén jiàn jiá zhěng lǐ yí xià hǎo ma
  칭바 쩌씨에 원찌앤지아 정리 이씨아 하오마

- 지금은 전혀 짬이 없어요.
  I can't leave this job at the moment.
  
  我现在一点儿空也没有。
  wǒ xiàn zài yì diǎnr kòng yě méi yǒu
  워씨앤짜이 이디앨 콩이에 메이요우

직업

직장생활

405

## 03_ 업무 처리

- 이 상황을 어떻게 처리할 겁니까?
  What are you going to do with this situation?
  ### 这种状况你打算怎么处理啊？
  zhè zhǒng zhuàng kuàng nǐ dǎ suàn zěn me chǔ lǐ a
  쩌종쭈앙쿠앙 니다쑤안 전머 추리아

- 서류를 또 고쳐야 하나요?
  Should I remake the document again?
  ### 文件还需要修改吗？
  wén jiàn hái xū yào xiū gǎi ma
  원찌앤 하이 쒸야오 씨우가이마

- 컴퓨터로 뭘 만들고 있죠?
  What are you making on the PC?
  ### 你在用电脑做什么呢？
  nǐ zài yòng diàn nǎo zuò shén me ne
  니짜이 용띠앤나오 쭤선머너

- 프레젠테이션용 자료를 만들고 있어요.
  I'm making some documents for the presentation.
  ### 我在做一些会议上要用的资料。
  wǒ zài zuò yì xiē huì yì shàng yào yòng de zī liào
  워짜이 쭤이씨에 후이이쌍 야오용더 쯔리아오

- 제가 이 프로젝트를 담당하고 있어요.
  I'm in charge of this project.
  ### 我负责这项工程。
  wǒ fù zé zhè xiàng gōng chéng
  워푸저 쩌씨앙 꽁청

- 이 프로젝트는 분명히 우리가 해볼 만한 일입니다.
  The project must be challenging to us.

  我 们 能 够 胜 任 这 项 工 程。
  wǒ men néng gòu shèng rèn zhè xiàng gōng chéng
  워먼넝고우 썽런 쩌씨앙 꽁청

- 회사에 돌아가서 전화 드리겠습니다.
  I'll call you when I get back to the office.

  我 回 公 司 给 你 打 电 话。
  wǒ huí gōng sī gěi nǐ dǎ diàn huà
  워 후이 꽁쓰 게이니다 띠앤화

- 사무실 지도를 제게 팩스로 보내주세요.
  Please fax me the map to your office.

  请 把 办 公 室 的 地 址 传 真 给 我。
  qǐng bǎ bàn gōng shì de dì zhǐ chuán zhēn gěi wǒ
  칭바빤꽁쓰더 띠즈 추안쩐게이워

- 이 일을 부장님과 먼저 의논해야 할 것 같군요.
  Maybe we should discuss this matter with our manager first.

  这 件 事 我 应 该 先 跟 部 长 商 量 一 下。
  zhè jiàn shì wǒ yīng gāi xiān gēn bù zhǎng shāng liàng yí xià
  쩌찌앤쓰 워 잉까이 씨앤껀 뿌장 쌍리앙이씨아

- 너무 오래 기다리게 해서 죄송합니다.
  I'm very sorry to have kept you waiting so long.

  很 抱 歉 让 你 久 等 了。
  hěn bào qiàn ràng nǐ jiǔ děng le
  헌 빠오치앤 랑니 지우덩러

- 새로운 프로젝트는 어떻게 진행되고 있습니까?
  What's happening to the new project?

  新 工 程 进 行 得 怎 么 样 了?
  xīn gōng chéng jìn xíng de zěn me yàng le
  씬꽁청 찐싱더 전머양러

직업

직장생활

# 04_ 컴퓨터, 이메일

□ 컴퓨터에 대해 잘 아세요?
   Do you know much about computers?

   你熟悉电脑吗？
   nǐ shú xī diàn nǎo ma
   니 수씨 띠앤나오마

□ 이 소프트웨어 사용법을 알려주시겠어요?
   Will you show me how to use this software?

   告诉我怎么使用这个软件好吗？
   gào sù wǒ zěn me shǐ yòng zhè gè ruǎn jiàn hǎo ma
   까오쑤워 전머스용 쩌꺼 루안찌앤 하오마

□ 이 소프트웨어에는 편리한 기능들이 많아요.
   This software has a lot of handy functions.

   这个软件有很多便利的功能。
   zhè gè ruǎn jiàn yǒu hěn duō biàn lì de gōng néng
   쩌꺼 루안찌앤 요우 헌뚜오 삐앤리더 꽁넝

□ 전에 이 데이터베이스 사용해보신 적 있어요?
   Have you used this database before?

   你以前用过这个数据库吗？
   nǐ yǐ qián yòng guò zhè gè shù jù kù ma
   니이치앤 용꿔 쩌꺼 쑤쮜쿠마

□ 당신 회사의 웹 사이트가 있나요?
   Do you have a company web-site?

   你有公司网站吗？
   nǐ yǒu gōng sī wǎng zhàn ma
   니요우 꽁쓰 왕짠마

- 자세한 내용은 저희 홈페이지를 참조하세요.
  Please see our homepage for details.

  详细的内容请参照我们的网页。
  xiáng xì de nèi róng qǐng cān zhào wǒ men de wǎng yè
  시앙씨더 네이롱 칭 찬짜오 워먼더 왕이에

- 내가 오늘 아침에 보낸 메일 봤어요?
  Have you read the mail that I sent this morning?

  你看到今天早晨我发的伊妹儿了吗？
  nǐ kàn dào jīn tiān zǎo chén wǒ fā de yī mèir le ma
  니칸따오 찐티앤 자오천 워 파더 이멀러마

- 저는 인터넷에서 이 정보를 수집했어요.
  I collected this information on the Internet.

  我是在网络上搜集的这个信息。
  wǒ shì zài wǎng luò shàng sōu jí de zhè gè xìn xī
  워 쓰짜이 왕루오쌍 쏘우지더 쩌꺼 씬씨

- 인터넷에서 찾아보는 게 어때요?
  Why don't you look it up on the Internet?

  你在网络上找找看怎么样？
  nǐ zài wǎng luò shàng zhǎo zhǎo kàn zěn me yàng
  니짜이 왕루오쌍 자오자오칸 전머양

- 자세한 내용은 이메일로 알려드릴게요.
  I'll let you know the details by e-mail.

  详细的内容我给你发伊妹儿。
  xiáng xì de nèi róng wǒ gěi nǐ fā yī mèir
  시앙씨더 네이롱 워 게이니 파 이멀

- 이메일에 첨부된 파일을 열 수 없군요.
  I can't open the file attached to your e-mail.

  我打不开你伊妹儿上的附加文件。
  wǒ dǎ bù kāi nǐ yī mèir shàng de fù jiā wén jiàn
  워 다뿌카이 니 이멀쌍더 푸찌아 원찌앤

직업

직장생활

# 05_ 업무 회의

□ 회의준비는 다 됐나요?
Are you ready for the meeting?

会议准备好了吗？
huì yì zhǔn bèi hǎo le ma
후이이 준뻬이하오러마

□ 여러분, 주목해주세요. 회의를 시작합시다.
Would you please attention, everyone. Let's start the meeting.

各位请注意。开会吧。
gè wèi qǐng zhù yì  kāi huì ba
꺼웨이 칭 쭈이. 카이후이바

□ 8쪽의 도표를 봐주시겠습니까?
Would you look at the chart on page eight?

请看第八页上的图表。
qǐng kàn dì bā yè shàng de tú biǎo
칭칸 띠빠이에쌍더 투비아오

□ 판매를 향상시킬 좋은 아이디어가 있나요?
Do you have any good ideas to improve sales?

有没有什么好主意可以提高销售？
yǒu méi yǒu shén me hǎo zhǔ yì kě yǐ tí gāo xiāo shòu
요우메이요우 선머 하오주이 커이 티까오 씨아오쏘우

□ 이것이 최신 홍보 책자입니다.
This is the latest brochure.

这是最新的信息广告小册子。
zhè shì zuì xīn de xìn xī guǎng gào xiǎo cè zi
쩌쓰 쭈이씬더 씬씨 구앙까오 시아오처즈

- 이 디자인이 전체 중에서 가장 매력적으로 보이는군요.
  This design looks the most attractive of all.
  这 个 款 式 看 上 去 最 有 吸 引 力。
  zhè gè kuǎn shì kàn shàng qù zuì yǒu xī yǐn lì
  쩌꺼 쿠안쓰 칸쌍취 쭈이요우 씨인리

- 문제는 어떻게 매출을 높일 것인가 입니다.
  The question is how to increase sales.
  问 题 是 怎 么 样 提 高 销 售。
  wèn tí shì zěn me yàng tí gāo xiāo shòu
  원티쓰 전머양 티까오 씨아오쏘우

- 거기에 투자를 얼마나 할지 결정합시다.
  Let's decide how much to invest in it.
  我 们 决 定 往 那 里 投 资 多 少 吧。
  wǒ men jué dìng wǎng nà lǐ tóu zī duō shǎo ba
  워먼 쥐에띵 왕 나리 토우쯔 뚜오사오바

- 이에 대한 의견 있으십니까?
  Do you have any comments on this?
  对 此 有 意 见 吗?
  duì cǐ yǒu yì jiàn ma
  뚜이츠 요우이찌앤마

- 그 계획은 조금 수정이 필요합니다.
  The plan needs some modifications.
  这 个 计 划 要 稍 微 做 一 下 修 改。
  zhè gè jì huà yào shāo wēi zuò yí xià xiū gǎi
  쩌꺼 찌화 야오 싸오웨이 쮜이씨아 씨우가이

- 우리의 전략에 과감한 변화가 필요합니다.
  We need a drastic change in our strategies.
  我 们 的 战 略 需 要 有 大 胆 的 变 化。
  wǒ men de zhàn lè xū yào yǒu dà dǎn de biàn huà
  워먼더 짠러 쒸야오 요우 따단더 삐앤화

# 06_ 제품소개, 상담

□ 저희 홈페이지에 들어오신 적이 있나요?
Have you ever checked our homepage?

你 到 我 们 的 网 页 看 过 吗 ?
nǐ dào wǒ men de wǎng yè kàn guò ma
니따오 워먼더 왕이에 칸꿔마

□ 카탈로그 좀 보여주세요.
Please show me the catalog.

请 给 我 看 看 你 们 的 产 品 目 录。
qǐng gěi wǒ kàn kan nǐ men de chǎn pǐn mù lù
칭 게이워 칸칸 니먼더 찬핀 무루

□ 괜찮으시면 먼저 카탈로그를 보내드리겠어요.
We can send you the catalog first, if you like.

可 以 的 话 先 寄 产 品 目 录 给 你 吧。
kě yǐ de huà xiān jì chǎn pǐn mù lù gěi nǐ ba
커이더화 씨앤 찌 찬핀무루 게이니바

□ 제품의 세부적인 내용에 대해 설명해 드릴게요.
I'd like to explain the details of the product.

我 来 说 明 一 下 产 品 的 细 节。
wǒ lái shuō míng yí xià chǎn pǐn de xì jié
워라이 쑤오밍이씨아 찬핀더 씨지에

□ 귀사에는 이 제품이 가장 적당하다고 생각합니다.
For you office, this is the most reasonable.

我 认 为 这 个 产 品 最 适 合 贵 公 司。
wǒ rèn wéi zhè gè chǎn pǐn zuì shì hé guì gōng sī
워 런웨이 쩌꺼 찬핀 쭈이쓰허 꾸이꽁쓰

□ 이것은 저희 회사의 최고 인기 모델 중 하나입니다.
This is one of our popular models.

这 是 我 们 公 司 卖 得 最 好 的 款 式 之 一。
zhè shì wǒ men gōng sī mài de zuì hǎo de kuǎn shì zhī yī
쩌쓰 워먼 꽁쓰 마이더쭈이하오더 쿠안쓰 쯔이

□ 이 모델은 젊은이들 사이에서 훨씬 인기가 좋아요.
This model is more popular among young people.

这 个 款 式 在 年 轻 人 当 中 很 受 欢 迎。
zhè gè kuǎn shì zài nián qīng rén dāng zhōng hěn shòu huān yíng
쩌 꺼 쿠안쓰 짜이 니앤칭런땅쫑 헌쏘우 후안잉

□ 문의사항이 있으면 알려주시기 바랍니다.
If there are any questions, please let us know.

有 什 么 问 题 请 告 诉 我 们。
yǒu shén me wèn tí qǐng gào sù wǒ men
요우선머 원티 칭 까오쑤워먼

□ 신제품의 장점은 무엇인가요?
What are the benefits of this new product?

新 产 品 有 什 么 优 点?
xīn chǎn pǐn yǒu shén me yōu diǎn
씬찬핀 요우선머 요우디앤

□ 시장점유율은 어느 정도인가요?
May I ask you what your market share is?

市 场 占 有 率 是 什 么 程 度?
shì chǎng zhàn yǒu lǜ shì shén me chéng dù
쓰창짠요우뤼 쓰 선머 청뚜

□ 얼마 동안 품질보증이 되나요?
How long is the warranty?

质 量 保 证 期 是 多 长 时 间 啊?
zhì liàng bǎo zhèng qī shì duō cháng shí jiān a
쯔리앙 바오쩡치 쓰 뚜오창스찌앤아

# 07_ 거래, 계약

□ 결정하시면 연락해 주시겠어요?
　Would you contact us when you decide?

考虑好了就请打个电话。
kǎo lǜ hǎo le jiù qǐng dǎ gè diàn huà
카오뤼하오러 찌우 칭 다꺼 띠앤화

□ 조만간 연락해 주시길 고대하겠습니다.
　We look forward to hearing from you soon.

期待你的早日答复。
qī dài nǐ de zǎo rì dá fù
치따이니더 자오르다푸

□ 이번 주 중으로 답변 드리겠습니다.
　I'm going to give you a reply in this week.

我在这个礼拜内给你答复。
wǒ zài zhè gè lǐ bài nèi gěi nǐ dá fù
워 짜이 쩌꺼 리빠이네이 게이니 다푸

□ 가격을 그렇게 내리는 것은 곤란합니다.
　It's hard to reduce the price so low.

把价格降这么低非常困难。
bǎ jià gé jiàng zhè me dī fēi cháng kùn nan
빠찌아꺼 찌앙 쩌머띠 페이창쿤난

□ 가격은 수량에 따라 달라집니다.
　The price depends on quantity.

数量不同价格也不同。
shù liàng bù tóng jià gé yě bù tóng
쑤리앙 뿌통 찌아거 이에뿌통

- 이것이 우리가 제시할 수 있는 최선의 조건입니다.
  This is the best deal that we can offer.
  
  这 是 我 们 可 以 接 受 的 最 佳 条 件。
  zhè shì wǒ men kě yǐ jiē shòu de zuì jiā tiáo jiàn
  쩌쓰 워먼 커이 찌에쏘우더 쭈이찌아 티아오찌앤

- 얼마나 주문하실 겁니까?
  What quantity did you have in mind?
  
  你 们 要 定 购 多 少？
  nǐ men yào dìng gòu duō shǎo
  니먼 야오 띵꼬우 뚜오사오

- 이 계약은 언제까지 유효합니까?
  How long does this contract remain in force?
  
  这 个 合 同 的 有 效 期 到 什 么 时 候？
  zhè gè hé tong de yǒu xiào qī dào shén me shí hòu
  쩌꺼 허통더 요우씨아오치 따오 선머스호우

- 여기 사인을 부탁드립니다.
  please put your signature here.
  
  请 在 这 里 签 一 下 名。
  qǐng zài zhè lǐ qiān yí xià míng
  칭짜이쩌리 치앤이씨아 밍

- 당신과 계약하게 되어 매우 기쁩니다.
  We're very happy to make a contract with you.
  
  跟 您 签 合 同 我 很 高 兴。
  gēn nín qiān hé tong wǒ hěn gāo xìng
  껀닌 치앤 허통 워 헌 까오씽

- 직원 분들이 아주 잘 해주셨어요.
  All the staff here has been so nice to me.
  
  职 员 们 做 得 非 常 出 色。
  zhí yuán men zuò de fēi cháng chū sè
  즈위앤먼쭤 더 페이창추써

직업

직장생활

### – 마음이 크는 명언 한마디

**구르는 돌에는 이끼가 끼지 않는다.**
流水不腐, 户枢不蠹。
[liú shuǐ bù fǔ, hù shū bú dù 리우수이뿌푸, 후쑤부두]

**개미구멍이 둑을 무너뜨린다.**
千里长堤, 溃於蚁穴。
[qiān lǐ cháng dī, kuì yú yǐ xué 치앤리창띠, 쿠이위이쉬에]

**집안이 화목해야 만사가 잘 된다.**
家内和睦万事亨通。
[jiā nèi hé mù wàn shì hēng tōng 찌아네이허무 완쓰헝통]

**젊어서 고생은 사서도 한다.**
少年吃苦花钱买。
[shǎo nián chī kǔ huā qián mǎi 사오니앤츠쿠 후아치앤마이]

**범의 굴에 들어가야 범을 잡는다.**
不入虎穴, 焉得虎子。
[bú rù hǔ xué, yān dé hǔ zǐ 부루후쉬에, 이앤더후즈]

**천리 길도 한걸음부터다.**
千里之行, 始於足下。
[qiān lǐ zhī xíng, shǐ yú zú xià 치앤리쯔싱, 스위주씨아]

**발 없는 말이 천리를 간다.**
说话没脚走千里。
[shuō huà méi jiǎo zǒu qiān lǐ 쑤오후아메이 지아오조우치앤리]